AF431069

FRANKENSTEIN

VIETNAMESE EDITION

MARY SHELLEY

EDITED BY
ADAPTIVE READER

Copyright © 2024 by Adaptive Reader

All rights reserved.

No part of this book may be reproduced in any form or by any electronic or mechanical means, including information storage and retrieval systems, without written permission from the author, except for the use of brief quotations in a book review.

ISBN: (paperback)

ISBN: (eBook)

CONTENTS

INTRODUCTION

Welcome to Adaptive Reader, your portal to the captivating world of literature, tailored to fit your unique reading abilities.

In today's fast-paced and diverse learning environment, we believe in the power of personalized learning experiences. That's where the concept of leveled reading comes in, and why we, at Adaptive Reader, have dedicated ourselves to offering a broad collection of classic novels at various reading levels. Our mission is to make the joy and benefits of reading accessible to everyone.

THE BENEFITS OF LEVELED TEXTS

So, what exactly is leveled reading? It's an approach that matches students with texts that align with their unique reading abilities. This ensures that every reader is challenged just the right amount - enough to grow, but not so much that they feel overwhelmed or frustrated.

For students, this means you'll engage with texts that stretch your reading skills while keeping the experience enjoyable and manageable. You'll gain confidence as you successfully comprehend each level and feel motivated to explore more challenging texts as your reading skills grow.

For teachers, Adaptive Reader provides a valuable tool to support differentiated instruction. You can assign the same novel to your entire class while ensuring each student reads a version that aligns with their reading level. This allows all students to participate in class discussions and activities, fostering a more inclusive learning environment.

For parents, Adaptive Reader offers a supportive tool to encourage your children's reading journey. As your child progresses through the different levels of a novel, they'll not only enhance their reading skills but also develop a deeper love for literature.

READING ACROSS MULTIPLE EDITIONS

All of our leveled novels include passage markers that correspond to the same content across every one of our editions. This means that passage '62' in our silver edition contains the same themes and plot elements as passage '62' in our original edition.

For teachers, this means that you can say "let's look at passage 35 together. What is the author trying to tell us here?" and all of your students will be reading the same content — but with vocabulary and syntax that's adapted to their reading level.

Our online reading tool, available at www.adaptivereader.com, gives students and teachers free access to the original text with passage markers. We encourage teachers to include close readings of the original text as part of their coursework, giving all students exposure to the rich original syntax and language of these exceptional authors.

THE POWER OF LITERATURE

At Adaptive Reader, we are committed to helping everyone experience the power of literature. So whether you're a student diving into a classic novel, a teacher looking for flexible resources, or a parent seeking ways to support your child's literacy, Adaptive Reader is here for you.

We invite you to embark on this exciting literary journey with us. Enjoy the world of stories, characters, and ideas that await you in our collection of leveled novels. Happy reading!

LETTER 1

1 Kính gửi bà Saville,

St. Petersburgh, ngày 11 tháng 12 năm 17--.

Tôi có một tin vui muốn chia sẻ với bà. Không có bất kỳ vấn đề gì xảy ra từ đầu hành trình của tôi, mặc dù bà lo lắng. Tôi đã an toàn đến đây vào ngày hôm qua, và tôi muốn thông báo cho bà biết rằng tôi đang ổn và tự tin hơn về thành công của nhiệm vụ của mình.

2 Tôi đã đi rất xa phía bắc London. Khi tôi đi trên những con phố ở Petersburgh, tôi cảm nhận được gió lạnh thoảng qua khuôn mặt. Nó khiến tôi cảm thấy mạnh mẽ và vui vẻ. Bạn có thể tưởng tượng được cảm giác này không? Cơn gió đến từ những nơi mà tôi đang định đi, nên nó khiến tôi nhớ đến khí hậu lạnh giá ở đó. Điều này khiến tôi càng thêm phấn khởi và đầy hy vọng về kế hoạch của mình. Tôi không thể không tưởng tượng rằng Cực Bắc là một nơi đẹp và kỳ diệu, dù có người nói rằng nó là một vùng đất đóng băng và hoang tàn. Trong tâm trí tôi, đó là một vùng đất của sự tươi sáng và hạnh phúc. Ở nơi đó, Margaret, mặt trời không bao giờ lặn. Nó luôn chiếu sáng trên chân trời, làm cho mọi thứ trở nên sáng chói. Tôi tin những điều các nhà thám hiểm trước đây đã nói. Ở nơi đó, không có tuyết hay đóng băng. Biển khá yên lặng và chúng ta

có thể đi thuyền đến một vùng đất tuyệt vời và đẹp hơn bất cứ nơi nào trên Trái Đất. Vùng đất này có thể có những điều chúng ta chưa từng thấy trước đây, giống như những ngôi sao và hành tinh ở những phần của bầu trời chưa được khám phá. Những điều kỳ diệu chúng ta có thể mong đợi trong một vùng đất có ánh sáng vĩnh cửu là gì? Có thể tôi sẽ khám phá ra sức mạnh đáng kinh ngạc chính là nguyên nhân khiến la bàn trở về phía bắc. Có thể tôi sẽ có những quan sát quan trọng về những ngôi sao và hành tinh, giúp chúng ta hiểu rõ hơn về chúng. Tôi rất tò mò để thấy phần của thế giới mà chưa ai từng bước chân tới được trước đây. Đó như là một vùng đất mà chưa ai từng đi qua. Những suy nghĩ này quá hấp dẫn, đủ để vượt qua mọi nỗi sợ hãi về nguy hiểm hay cái chết. Chúng khiến tôi muốn bắt đầu cuộc hành trình dài và khó khăn này với niềm vui tương tự như khi một đứa trẻ đi chơi phiêu lưu cùng bạn bè. Dù cho những gì tôi tưởng tượng có thể sai, bạn không thể phủ nhận những điều tuyệt vời mà tôi sẽ khám phá. Tôi sẽ tìm ra một cách để mọi người có thể di chuyển đến những quốc gia xa xôi gần Cực Bắc nhanh hơn rất nhiều. Hiện tại, điều đó mất một vài tháng. Và tôi sẽ khám phá những bí mật về nam châm, nếu như có thể. Điều đó chỉ có thể xảy ra nếu tôi thực hiện một chuyến hải trình như thế này.

3 Những suy nghĩ này đã làm tôi bình tĩnh lại. Bây giờ, tôi có một mục tiêu để tập trung! Điều hành trình này luôn là ước mơ yêu thích của tôi từ khi còn nhỏ. Tôi đọc với niềm đam mê lớn về những cuộc hành trình đã được thực hiện với hy vọng đến Đại Dương Bắc Thái Bình Dương qua biển Bắc Cực. Bạn nhớ có lẽ là chúng ta chú Thomas có một thư viện nguyên bộ sách về những cuộc hành trình này. Những cuốn sách đó đã trở thành nguồn cảm hứng của tôi, nhưng cha tôi đã cấm chú Tommy không cho phép tôi tham gia một cuộc hành trình như vậy.

Khi tôi khám phá những tác phẩm của những nhà thơ lần đầu tiên, những ước mơ của tôi trở thành một nhà thơ dường như đã phai nhạt. Những từ ngữ tuyệt vời của họ đã mê hoặc tôi và đưa tôi vào một thế giới khác. Tuy nhiên, ngay lúc đó, tôi thừa kế tài sản của người họ hàng bạn tôi, và suy nghĩ của tôi trở lại con đường mà tôi luôn muốn theo đuổi.

Đã đi được sáu năm kể từ khi tôi quyết định làm điều tôi đang làm bây giờ. Tôi bắt đầu bằng việc làm quen với những điều kiện khắc nghiệt. Tôi m willingly wilingly went through through cold, hunger, thirst, and lack of sleep. Trong suốt ngày, tôi thường làm việc chăm chỉ hơn người thủy thủ bình thường, và vào buổi tối, tôi học toán, lí thuyết y học và các phần khác của khoa học có thể hữu ích cho một người khám phá biển cả. Tôi đã làm việc rất tốt. Tôi phải thừa nhận, tôi cảm thấy khá kiêu hãnh khi thuyền trưởng của tôi đề nghị tôi vị trí cao thứ hai trên con tàu và van xin tôi ở lại vì ông ta cho rằng tôi rất quý giá.

Bây giờ, thưa Margaret, em không nghĩ rằng tôi xứng đáng đạt được một thành tựu lớn sao? Tôi đã có thể có một cuộc sống dễ dàng, xa hoa. Tôi sắp đi vào một cuộc hành trình dài và khó khăn nơi tôi cần phải rất mạnh mẽ. Không chỉ cần tôi nâng cao tinh thần của người khác, mà đôi khi tôi còn phải nâng cao tinh thần của chính tôi khi mọi người khác đang cảm thấy thất vọng.

Đây là thời điểm tốt nhất để du lịch ở Nga. Họ di chuyển nhanh trên tuyết bằng xe trượt, cảm giác rất tuyệt vời và, theo ý kiến của tôi, tốt hơn nhiều so với việc đi trên xe ngựa kiểu Anh. Trời lạnh không quá khó chịu nếu bạn mặc áo lông, mà tôi đã mặc rồi. Có sự khác biệt lớn giữa đi dạo quanh và ngồi im trong một thời gian dài, khi bạn không di chuyển và máu của bạn có thể bị đông lại thực sự. Tôi không muốn liều mạng trên con đường giữa St. Petersburg và Archangel.

Trong hai hoặc ba tuần, tôi sẽ đi đến Archangel. Tôi dự định thuê một chiếc tàu ở đó, điều đó rất dễ dàng làm bằng cách trả tiền bảo hiểm cho chủ tàu. Tôi sẽ thuê bao nhiêu thủy thủ cần thiết, những người đã quen với việc câu cá cá voi. Tuy nhiên, tôi sẽ không ra khơi cho đến tháng Sáu. Và khi tôi sẽ trở về? Ôi, chị dấu yêu, tôi không thể trả lời câu hỏi đó. Nếu tôi thành công, có thể mất nhiều tháng, có lẽ cả năm, trước khi chúng ta lại gặp nhau. Nếu tôi thất bại, tôi sẽ trở về sớm hoặc có thể là không bao giờ.

Tạm biệt, em gái dấu yêu và tuyệt vời của tôi, Margaret. Tôi hy vọng em được ban phước từ trên trời, và tôi hy vọng mình được cứu, để tôi có thể thể hiện lòng biết ơn với tình yêu và lòng tốt của em.

Với tình yêu,

R. Walton.

LETTER 11

 Chư vị (Ông bà) Saville, Anh quốc.

Archangel, ngày 28 tháng 3 năm 17—.

Thời gian dường như trôi rất chậm ở đây, với nhiệt độ lạnh giá và tuyết trắng như tuyệt. Nhưng ta đã tiến bộ trên con đường đến mục tiêu. Ta đã tìm được một con thuyền và hiện đang bận rộn tập hợp các thuỷ thủ của ta. Những người ta đã thuê cho đến nay có vẻ đáng tin cậy và dũng cảm.

 Nhưng một điều mà tôi chưa bao giờ thực hiện được. Và giờ đây, tôi cảm thấy thiếu điều đó là một vấn đề rất lớn. Tôi không có bạn bè, Margaret ơi. Khi tôi tràn đầy hứng thú và thành công, sẽ không ai để chia sẻ niềm vui của tôi. Và khi thất vọng đến, không ai sẽ đứng cạnh để ủng hộ tôi. Tôi cần một người bạn có sở thích giống nhau để tán thành hoặc cải thiện kế hoạch của tôi. Làm sao một người bạn như vậy có thể khắc phục những sai lầm của em trai nghèo của bạn! Tôi quá háo hức để bắt đầu và quá thiếu kiên nhẫn khi đối mặt với khó khăn. Nhưng vấn đề lớn nhất đối với tôi là tôi tự học. Cho đến khi tôi tròn mười bốn tuổi, tôi dành thời gian ở ngoài trời và chỉ đọc sách du lịch của Ông Thomas. Chỉ sau đó, khi tôi không thể tận dụng nó nữa, tôi mới nhận ra rằng tôi cần phải học các ngôn ngữ khác ngoài ngôn ngữ của riêng mình. Giờ đây tôi đã hai mươi tám tuổi, nhưng thực sự tôi còn ít học hơn nhiều học sinh lên mười lăm tuổi.

8   Những lời than phiền này thực sự vô nghĩa. Tôi sẽ không tìm thấy một người bạn trên đại dương rộng lớn này, hoặc ngay tại đây ở Archangel giữa những thương gia và ngư dân. Nhưng có những cảm xúc, khác biệt so với bình thường của con người, vẫn tồn tại trong những trái tim này. Đại úy của tôi, ví dụ, rất dũng cảm và đầy nhiệt huyết. Lần đầu gặp anh ta là trên một tàu san hô. Khi tôi phát hiện ra rằng anh ta tự do ở thành phố này, tôi dễ dàng thuyết phục anh ta tham gia cùng tôi vào cuộc phiêu lưu của mình.

9   Thuyền trưởng là một người rất hiền lành và dịu dàng, và anh ấy được biết đến trên tàu vì sự nhẹ nhàng và công bằng khi ra lệnh. Tính cách tốt và sự dũng cảm không sợ hãi đã khiến tôi muốn thuê anh ấy làm thành viên của nhóm của tôi. Tôi lớn lên một mình và trải qua những năm tháng trẻ con của mình trong một môi trường yêu thương và chăm sóc với bạn, điều đó đã khiến tôi ghét sự khắc nghiệt và bạo lực thông thường trên tàu. Tôi chưa bao giờ tin rằng điều đó là cần thiết. Vì vậy, khi tôi nghe nói về một người thuỷ thủ nổi tiếng là đã đối xử với thuỷ thủ đoàn của mình một cách tốt bụng và tôn trọng, tôi cảm thấy may mắn khi anh ấy đồng ý làm việc với tôi.

    Tôi lần đầu tiên nghe về anh ấy một cách lãng mạn từ một người phụ nữ được anh ấy đem đến hạnh phúc. Đây là phiên bản tóm tắt của câu chuyện của anh ấy. Một vài năm trước, anh ấy yêu một người phụ nữ Nga trẻ không giàu có. Anh ấy đã kiếm được nhiều tiền từ các phần thưởng trên biển, và cha của cô gái đồng ý để họ kết hôn. Nhưng trước đám cưới, anh ấy nhìn thấy vị hôn thê của mình khóc và van nài anh ấy không tiếp tục. Cô ấy thú nhận rằng cô ấy yêu một người khác, nhưng anh ta nghèo và cha cô không chấp thuận mối quan hệ của họ. Người bạn có trái tim tốt của chúng ta an ủi cô ấy và khi biết được tên của người yêu thật sự của cô ấy, anh ấy quyết định buông tay. Anh ấy đã mua một trang trại với số tiền của mình, dự định sống còn lại cuộc đời ở đó. Nhưng thay vào đó, anh ấy nhường tất cả cho đối thủ của mình, bao gồm số tiền thưởng còn sót lại, để họ có thể mua động vật và bắt đầu một trang trại cùng nhau. Và sau đó, anh ấy đã yêu cầu cha cô gái để cô ấy kết hôn với người đàn ông mà cô ấy yêu. Nhưng cha đã từ chối vì cảm thấy bị nợ một ơn nghĩa với người bạn của chúng ta. Đáp lại, anh bạn của chúng ta rời khỏi quê hương và chỉ trở về khi nghe tin rằng người yêu cũ của anh ấy đã kết hôn với người mà cô ấy thật sự yêu. "Một người tuyệt vời!" bạn có thể nói. Và đúng là vậy. Nhưng điều quan trọng là chúng không nhận được nhiều giáo dục. Họ rất ít nói và dường như bất cẩn trong những hành vi của mình, điều này làm cho hành động của họ trở nên thú vị hơn nhưng cũng lấy đi một phần sự khâm phục và kết nối mà chúng ta có thể cảm thấy với họ.

10 Nhưng đừng nghĩ rằng chỉ vì tôi than phiền một chút, hoặc vì tôi có thể tưởng tượng được một ít sự an ủi trong công việc khó khăn mà tôi chưa bao giờ trải qua, tôi sẽ mất sự chắc chắn về những quyết định của mình. Những quyết định đó chắc chắn, có lẽ tôi sẽ có thể ra khơi sớm hơn tôi nghĩ. Tuy nhiên, tôi không sẽ chấp nhận bất kỳ rủi ro nào.

11 Tôi thật háo hức và hơi sợ hãi về cuộc phiêu lưu sắp bắt đầu. Tôi không thể diễn tả chính xác cảm xúc hoà quyện mà tôi đang trải qua. Tôi đang tiến vào những nơi chưa biết, một vùng đất đầy sương và tuyết. Nhưng đừng lo, tôi sẽ không mắc phải bất kỳ sai lầm nào có thể đặt tôi vào nguy hiểm, như nhân vật trong câu chuyện của "Cựu Hải Thủ Cổ" ("Ancient Mariner"). Bạn có thể thấy nó thú vị khi tôi đề cập đến nó, nhưng tôi có một bí mật muốn chia sẻ. Tôi nghĩ sự quan tâm mạnh mẽ và đam mê của mình đối với những bí ẩn của đại dương đến từ việc đọc các tác phẩm của một nhà thơ hiện đại sáng tạo. Có một cái gì đó bên trong tôi mà tôi chưa thể hiểu rõ. Tôi là người chăm chỉ và tận tâm với công việc của mình, nhưng cũng có một phần tôi yêu thích những điều phi thường và tin vào những điều phi thường. Chính phần đó dẫn dắt tôi đi xa điều bình thường và hướng về biển cả hoang dã và các vùng lãnh thổ chưa được khám phá mà tôi sắp khám phá.

12 Nhưng giờ hãy trở lại việc quan trọng hơn. Liệu sau khi đi qua những đại dương bát ngát và trở về từ vị trí xa nhất phía nam Châu Phi hay Châu Mỹ, tôi có gặp lại em không? Tôi không muốn hy vọng

quá cao, nhưng tôi không thể chịu đựng suy nghĩ ngược lại. Hãy tiếp tục viết thư cho tôi bất cứ khi nào em có thể: có thể sẽ có những lúc tôi thực sự cần những lá thư của em để làm tinh thần tôi sáng sủa hơn. Tôi yêu em rất nhiều. Hãy nhớ về tôi một cách đẹp, ngay cả khi em không bao giờ nhận được tin từ tôi nữa.

Yêu thương,

Robert Walton.

LETTER III

13 CHỊ THÂN MẾN, ngày 7 tháng 7, 17—.

Tôi viết một cái chú thích nhanh để cho chị biết rằng tôi đang an toàn và gặp tiến bộ tốt trên hành trình của mình. Thư này sẽ đến Anh trên một con tàu trở về từ Archangel. May mắn cho nó, vì có thể tôi sẽ không thể thấy quê hương của chúng ta trong nhiều năm. Nhưng tôi cảm thấy tích cực. Đoàn của tôi dũng cảm và quyết tâm, không sợ bởi những mảnh băng chúng ta thấy trôi qua. Đó là những dấu hiệu cho những nguy hiểm phía trước.

Chưa có gì thú vị đã xảy ra đến mức tôi cần viết về nó.

Tạm biệt, Margaret thân yêu của tôi. Hãy yên tâm rằng tôi không vội vào nguy hiểm, vì cả hai chúng ta. Tôi sẽ giữ bình tĩnh, kiên trì và cẩn thận.

14 Nhưng tôi sẽ thành công. Tại sao không? Tôi đã đi được đến đây, điều hướng qua những biển rộng vô biên không biết gì trước. Ngay cả những ngôi sao cũng đã chứng kiến chiến thắng của tôi. Vậy tại sao không tiếp tục vượt qua đại dương hoang dã nhưng vẫn có thể kiểm soát được? Cái gì có thể ngăn cản một người quyết tâm và có ý chí mạnh mẽ?

Trái tim tôi tràn đầy những suy nghĩ này. Nhưng tôi phải kết thúc ở đây. Xin Chúa ban phước cho chị gái thân yêu của tôi!

R. W.

LETTER IV

 Đến bà SAVILLE, Anh Quốc.

Ngày 5 tháng 8 năm 17—.

Đã có một sự việc rất kỳ lạ xảy ra với chúng tôi và tôi muốn viết lại dù có lẽ bà sẽ gặp tôi trước khi nhận được lá thư này.

Vào thứ Hai (ngày 31 tháng 7), có rất nhiều băng bao quanh tàu của chúng tôi, kéo dài lại từ tất cả các hướng. Chúng tôi không có nhiều không gian để trôi trên biển. Điều đó có chút nguy hiểm vì chúng tôi cũng bị mắc kẹt trong một tầng sương mù dày đặc. Vì vậy, chúng tôi đã dừng lại, hy vọng thời tiết sẽ thay đổi.

Vào khoảng hai giờ, sương mù tan biến và chúng tôi nhìn thấy những cánh đồng băng lớn và không đồng đều kéo dài ra ở mọi hướng. Dường như chúng kéo dài mãi mãi. Một số người bạn của tôi than thở và tôi bắt đầu lo lắng. Nhưng sau đó một sự việc kỳ lạ thu hút sự chú ý của chúng tôi và khiến chúng tôi quên đi tình hình của chúng ta. Chúng tôi nhìn thấy một chiếc xe nhỏ trên một xe trượt, do một đàn chó kéo, đang hướng về phía bắc, cách chúng tôi khoảng một nửa dặm. Có người ngồi trong chiếc xe, người trông giống như một người cao lớn. Chúng tôi đã sử dụng kính viễn vọng để quan sát người du khách nhanh chóng tiến xa cho đến khi biến mất giữa những đồi núi xa trên băng.

Chị Saville thân mến,

Ngày 5 tháng 8 năm 17—.

Một điều rất kỳ lạ đã xảy ra với chúng tôi, và tôi muốn viết ra dù có lẽ chị sẽ thấy tôi trước khi nhận được lá thư này.

Vào thứ Hai (ngày 31 tháng 7), có rất nhiều tảng băng vây quanh con tàu của chúng tôi, bao quanh chúng tôi từ tất cả các phía. Chúng tôi không có nhiều không gian để lơ lửng trên biển. Điều đó có chút nguy hiểm vì chúng tôi cũng bị bao quanh bởi một tầng sương mù dày đặc. Vì vậy, chúng tôi đứng yên, hy vọng thời tiết sẽ thay đổi.

Vào khoảng hai giờ, sương mù biến mất và chúng tôi nhìn thấy những cánh đồng băng lớn, không đều trải dài về mọi hướng. Dường như chúng kéo dài mãi mãi. Một số người bạn của tôi than thở, và tôi bắt đầu lo lắng. Nhưng sau đó, một điều kỳ lạ thu hút sự chú ý của chúng tôi và khiến chúng tôi quên đi về tình huống của chúng tôi. Chúng tôi nhìn thấy một chiếc xe nhỏ trên một cái xe trượt, được kéo bởi những con chó, hướng về phía bắc cách chúng tôi khoảng một nửa dặm. Có một người ngồi trong cái xe, người đó trông giống như một người vô cùng cao. Chúng tôi sử dụng kính viễn vọng của mình để theo dõi nhà du khách di chuyển nhanh chóng cho đến khi họ biến mất giữa những gờ băng xa xăm.

Điều này thật sự gây ngạc nhiên cho chúng tôi. Chung tôi không thể theo dõi người đó vì băng đã vây quanh chúng tôi, và chúng tôi không thể nhìn thấy người đó đi đâu, mặc dù chúng tôi nhìn kỹ.

Khoảng hai giờ sau đó, chúng tôi được tự do, nhưng chúng tôi vẫn đứng yên suốt đêm vì không muốn va vào những khối băng lớn đang trôi xung quanh trong bóng tối. Tôi dành thời gian nghỉ ngơi trong vài giờ.

Khi bình minh đến và ngoài trời sáng, tôi đi ra thềm tàu và thấy thủy thủ đang nói chuyện với một người trong nước. Đó là một cái xe trượt, giống như chiếc tôi đã thấy trước đó, đã trôi về phía chúng tôi trong đêm, trên một mảnh băng lớn. Chỉ có một con chó sống sót, nhưng có một người bên trong. Người đó đến từ châu Âu. Khi thuyền trưởng nhìn thấy tôi, ông nói: "Đây là thuyền trưởng của chúng tôi, và ông ta sẽ không để bạn chết trên biển mở."

Khi người lạ nhìn thấy tôi, họ nói với tôi bằng tiếng Anh, nhưng có một giọng đặc biệt. "Trước khi tôi lên tàu của bạn", người đó nói: "xin hãy nói cho tôi biết bạn đang đi đâu?"

Tôi đã bị ngạc nhiên khi một người, đang gặp nguy hiểm và không còn cách nào khác, hỏi tôi chiếc thuyền của chúng tôi đang đi đâu. Tôi nghĩ rằng ai trong hoàn cảnh của anh ta cũng sẽ coi con thuyền của tôi như một đường cứu sinh và không mong muốn gì hơn trên thế giới này. Tuy nhiên, tôi trả lời anh ta một cách thành thật, nói rằng chúng tôi đang khám phá phần phía bắc của thế giới.

Khi anh ta nghe câu trả lời của tôi, anh ta có vẻ hài lòng và đồng ý lên thuyền của chúng tôi. Ôi, Margaret, nếu như em có thể thấy được tình trạng của người đàn ông này. Từ từ, anh ta lấy lại sức mạnh và chúng tôi quấn chăn cho anh ấy và đặt gần lò nấu ấm. Dần dần, anh ta bắt đầu phục hồi và ăn một chút canh, điều này đã tạo ra một sự khác biệt đáng kinh ngạc trong tình trạng sức khỏe của anh ấy.

Đã qua hai ngày như vậy trước khi anh ấy có thể nói. Tôi lo rằng nỗi đau của anh ấy đã khiến anh ấy mất khả năng hiểu. Khi anh ấy bắt đầu khỏi bệnh, tôi đã đưa anh ấy đến căn phòng của tôi và chăm sóc anh ấy mỗi khi có thể. Anh ấy là một người thú vị để quan sát. Tôi gặp khó khăn khi ngăn đoàn thủy thủ bombardier anh ấy với những câu hỏi. Nhưng tôi không muốn anh ấy bị quấy rầy bởi sự tò mò của họ khi cơ thể và tâm trí của anh ấy cần yên tĩnh để lành. Tuy nhiên, lần này, tướng lệnh hỏi tại sao anh ấy đã đi xa trên băng với phương tiện kỳ lạ như vậy.

Ngay lập tức, gương mặt của anh ấy trở nên vô cùng buồn, và anh ấy trả lời: "Để tìm một người đã trốn chạy khỏi tôi."

"Và người mà anh đang đuổi theo đã đi cùng con đường chứ?"

"Đúng vậy."

"Vậy tôi nghĩ chúng tôi đã thấy người đó. Ngày trước khi chúng tôi tìm thấy anh, chúng tôi đã thấy một số chó kéo xe trượt với một người trên băng."

Điều này đã thu hút sự chú ý của người lạ, và anh ta đặt rất nhiều câu hỏi về con đường mà "quỷ dữ," như anh ta gọi người đó, đã đi. Sau đó, khi chúng tôi ở một mình, anh ta nói, "Tôi chắc rằng tôi đã làm cho sự tò mò của bạn sùng sục, cũng như của những người tốt bụng này, nhưng bạn quá lễ độ để hỏi."

"Tất nhiên, việc xâm nhập là một hành động vô lễ và không tốt đẹp."

"Nhưng mà, bạn đã cứu tôi khỏi một tình huống kỳ lạ và nguy hiểm; bạn đã tình yêu thương đưa tôi trở lại cuộc sống."

Sau đó, anh ta hỏi liệu tôi có nghĩ rằng cỗ xe trượt khác đã bị phá hủy khi băng vỡ. Tôi nói tôi không thể chắc chắn vì băng vỡ không xảy ra cho đến gần nửa đêm, và người du khách có thể đã đến nơi an toàn trước thời gian đó. Nhưng tôi không thể chắc chắn.

Kể từ đó, người lạ đã tỏ ra có sức sống mới với cuộc sống. Anh ấy háo hức muốn có mặt trên boong tàu, chờ đợi chiếc xe trượt xuất hiện trước đó. Nhưng tôi đã thuyết phục anh ấy nên ở lại trong lều vì anh ấy vẫn quá yếu đối với cái lạnh bên ngoài. Tôi đã hứa rằng ai đó sẽ theo dõi cho anh ấy và cho anh ấy biết ngay lập tức nếu có gì mới xuất hiện trước mắt.

Dưới đây là đoạn văn mà bạn muốn tôi dịch:

Dưới đây là những sự việc kỳ lạ đã xảy ra cho đến nay. Sức khỏe của người lạ đã tốt hơn nhưng ông ấy không nói nhiều và dường như lo lắng khi có bất kỳ ai khác ngoài tôi đến phòng của ông ấy. Tuy nhiên, ông ấy rất thân thiện và tấm lòng tử tế. Tôi cảm thông và đồng cảm với ông ấy vì ông ấy luôn buồn. Ông ấy chắc chắn đã từng là một người ấn tượng trong quá khứ và ngay cả bây giờ, mặc dù bị tan hoang, ông ấy vẫn quyến rũ và đáng yêu.

Trước đây, thưa Margaret, tôi đã nói rằng tôi sẽ không tìm thấy một người bạn nào giữa đại dương bao la. Tuy nhiên, tôi đã tìm thấy một người đàn ông mà tôi rất hạnh phúc khi gọi ông ấy là anh em ruột của mình.

Tôi sẽ tiếp tục viết về người lạ trong nhật ký của mình mỗi khi có sự kiện mới để báo cáo.

Ngày 13 tháng 8, 17—.

Tình yêu của tôi dành cho khách của mình ngày càng lớn mạnh.

Tôi vừa kinh ngạc vừa đau lòng sâu sắc vì những gì người ấy đã trải qua. Thấy một người quý tộc đáng kính bị tàn phá bởi đau khổ làm tan nát trái tim tôi. Người ấy dịu dàng nhưng thông thái, và trí tuệ của ông ấy được giáo dục tốt. Khi ông ấy nói, lời ông ấy được chọn lọc cẩn thận, nhưng ông ấy nói nhanh và có kỹ năng đáng kinh ngạc.

Dưới đây là những gì đã xảy ra cho sự kiện kỳ lạ này. Sức khỏe của người lạ đã được cải thiện nhiều, nhưng anh ta ít nói và có vẻ lo lắng khi có người khác vào phòng của mình ngoài tôi. Tuy nhiên, anh ta rất thân thiện và tốt bụng. Tôi cảm thông và từ bi cho anh ta vì anh ta luôn buồn. Anh ta chắc chắn đã từng là một người ấn tượng trong quá khứ và ngay cả bây giờ, mặc dù tan hoang, anh ta vẫn quyến rũ và đáng yêu.

Trước đây, thưa Margaret yêu dấu của tôi, tôi từng nói rằng tôi sẽ không tìm thấy một người bạn giữa đại dương rộng lớn. Tuy nhiên, tôi đã tìm thấy một người đàn ông mà tôi sẽ rất vui mừng gọi là anh em của mình.

Tôi sẽ tiếp tục viết về người lạ trong nhật ký của tôi mỗi khi có sự kiện mới để báo cáo.

Ngày 13 tháng 8 năm 17—.

Cảm xúc yêu thương của tôi dành cho khách của mình ngày càng mạnh mẽ. Tôi ngạc nhiên và rất buồn về những gì anh ta đã phải chịu đựng. Trái tim tôi xót xa khi nhìn thấy một người cao quý như anh bị phá hủy bởi khốn khổ. Anh ấy hiền lành nhưng thông thái, và tâm trí của anh ấy được giáo dục tốt. Khi anh ấy nói chuyện, từng lời anh ấy lựa chọn một cách cẩn thận, nhưng anh ấy nói nhanh và với kỹ năng không tưởng.

Những từ đó, bạn có thể nghĩ, chứng tỏ đã làm tôi rất tò mò. Nhưng người lạ bị oánh úp bởi nỗi buồn và cần một vài giờ nghỉ ngơi và cuộc trò chuyện yên tĩnh để lấy lại sự bình tĩnh.

Sau khi ông kiểm soát được cảm xúc của mình, ông dường như không thích bản thân mình khi bị kiểm soát bởi những cảm xúc của mình. Ông đẩy sang một bên nỗi tuyệt vọng và bắt đầu nói về tôi cá nhân. Ông hỏi về tuổi thơ của tôi, và tôi nhanh chóng kể lại câu chuyện của mình. Nhưng điều đó khiến tôi suy nghĩ về những điều khác. Tôi nói về mong muốn của mình tìm một người bạn, một người mà tôi có thể kết nối với một cách sâu sắc hơn bất kỳ ai tôi từng gặp trước đây Tôi tin rằng không có loại bạn bè như vậy sẽ làm cho một người không hạnh phúc.

"Tôi đồng ý với bạn", người lạ nói. "Chúng ta là những người không hoàn chỉnh nếu không có ai đó khôn ngoan hơn, tốt hơn và thân quen hơn chúng ta để giúp chúng ta trở nên tốt đẹp hơn. Tôi từng có một người bạn là người tốt nhất mà tôi từng biết, vì vậy tôi có thể đánh giá được bạn bè là gì. Bạn vẫn còn hy vọng và cả cuộc đời phía trước, vì vậy bạn không có lý do để nản lòng. Nhưng còn tôi... tôi đã mất tất cả và không thể bắt đầu lại."

Khi ông nói điều này, khuôn mặt của ông hiện lên một nỗi buồn sâu sắc làm chạm đến lòng tôi. Nhưng ông không nói gì thêm và quay trở lại khoang của ông.

23   Mặc dù anh ta cảm thấy vỡ lòng và buồn bã, anh ta vẫn có thể đánh giá được vẻ đẹp của thiên nhiên. Anh ta có một sự tồn tại kép. Anh ta có thể trải qua những thời khắc khó khăn và thất vọng, nhưng khi một mình, anh trở nên như một linh hồn thiên đường. Anh ta có một ánh sáng đặc biệt xung quanh mình giữ cho không buồn và dại dột xa.

Bạn có nghĩ rằng tôi quá phấn khích khi nói về nhà du hành tuyệt vời này không? Nếu bạn nhìn thấy anh ta, bạn sẽ không nghĩ vậy. Tôi đã cố gắng tìm hiểu điều gì khiến anh ta tốt hơn nhiều so với bất kỳ ai tôi biết. Tôi nghĩ đó là vì anh ta có thể hiểu những điều một cách nhanh chóng. Anh ta cũng giỏi trong việc nói chuyện.

19 tháng 8, 17—.

24   Tôi quá vui mừng khi người lạ đề nghị kể câu chuyện cho tôi. Nhưng tôi không muốn anh ta phải đau khổ khi phải tái nói lại những trải nghiệm buồn của mình. Tôi thực sự tò mò và muốn giúp anh ta nếu có thể. Tôi nói cho anh ta biết cảm xúc của mình.

"Xin cảm ơn," anh ta nói, "vì đã quan tâm, nhưng điều đó sẽ không tạo ra sự khác biệt. Số phận của tôi đã gần hoàn thành rồi. Tôi chỉ đang đợi một điều cuối cùng xảy ra, sau đó tôi cuối cùng sẽ được nghỉ ngơi. Tôi hiểu cảm xúc của bạn," anh ta nói khi thấy tôi muốn nói gì đó. "Nhưng bạn đã nhầm nếu nghĩ rằng bất cứ điều gì có thể thay đổi điều gì sẽ xảy ra với tôi. Hãy để tôi chia sẻ câu chuyện của mình với bạn, và bạn sẽ thấy nó đã được quyết định từ trước."

Tôi quá vui mừng khi người lạ đề nghị kể câu chuyện cho tôi. Nhưng tôi không muốn anh ta phải đau khổ khi phải tái nói lại những trải nghiệm buồn của mình. Tôi thực sự tò mò và muốn giúp anh ta nếu có thể. Tôi nói cho anh ta biết cảm xúc của mình.

"Xin cảm ơn," anh ta nói, "vì đã quan tâm, nhưng điều đó sẽ không tạo ra sự khác biệt. Số phận của tôi đã gần hoàn thành rồi. Tôi chỉ đang đợi một điều cuối cùng xảy ra, sau đó tôi cuối cùng sẽ được nghỉ ngơi. Tôi hiểu cảm xúc của bạn," anh ta nói khi thấy tôi muốn nói gì đó. "Nhưng bạn đã nhầm nếu nghĩ rằng bất cứ điều gì có thể thay đổi điều gì sẽ xảy ra với tôi. Hãy để tôi chia sẻ câu chuyện của mình với bạn, và bạn sẽ thấy nó đã được quyết định từ trước."

Anh ta nói với tôi rằng anh ta sẽ bắt đầu kể chuyện vào ngày mai khi tôi có thời gian rảnh. Tôi rất cảm kích lời hứa này của anh ấy. Mỗi đêm, nếu tôi không quá bận rộn với nhiệm vụ của mình, tôi sẽ cố gắng viết lại những gì anh ta kể cho tôi. Câu chuyện của anh ta chắc chắn là kì lạ và đau đớn.

CHAPTER 1

²⁷ Tôi sinh ra ở Geneva, và gia đình tôi được tôn trọng ở đó. Tổ tiên của tôi đảm nhiệm những vai trò quan trọng trong chính phủ, và cha tôi cũng phục vụ công chúng với danh dự. Ai biết ông ấy đều kính trọng ông vì tính trung thực và làm việc chăm chỉ. Ông ấy dành hầu hết tuổi trẻ để tập trung vào công việc của đất nước, và những yếu tố khác đã trì hoãn việc kết hôn của ông cho đến khi sau này trong cuộc đời.

28 Cuộc hôn nhân của cha tôi là một ví dụ tuyệt vời về đức tính của ông, và tôi muốn chia sẻ câu chuyện này với bạn. Một trong những người bạn thân nhất của ông, một thương gia tên là Beaufort, trước đây đã giàu có nhưng sau đó trở nên nghèo vì những vấn đề. Beaufort chuyển đến Lucerne cùng con gái, một thị trấn nơi ông sống trong cảnh nghèo đói và không ai biết đến ông. Cha tôi quan tâm sâu đậm đến Beaufort và rất buồn khi thấy ông trải qua những khoảng thời gian khó khăn này. Cha tôi không mất thời gian và ngay lập tức bắt tay vào việc tìm Beaufort, hy vọng thuyết phục ông bắt đầu lại từ đầu với sự giúp đỡ và ủng hộ của mình.

29 Beaufort đảm bảo che giấu mình rất kỹ, vì vậy mất cho cha tôi mười tháng để tìm thấy anh. Ông rất vui mừng khi cuối cùng phát

hiện nơi Beaufort ở. Tuy nhiên, khi ông đi vào, ông lại gặp một cảnh đau đớn và tuyệt vọng. Beaufort chỉ còn một ít tiền từ cuộc sống tan nát của mình, đủ để giúp anh sống sót trong vài tháng. Trong thời gian đó, anh hy vọng tìm được một công việc lương cao tại nhà của một thương gia. Rất tiếc, anh không thể tìm được việc làm, và mỗi lần anh có thời gian để suy nghĩ về tình hình của mình, nỗi đau trong anh càng lớn lên. Sau ba tháng, anh bị bệnh và không thể làm gì được nữa.

Con gái Beaufort, Caroline Beaufort, chăm sóc anh với tình yêu và sự ân cần lớn lao. Nhưng cô cảm thấy tuyệt vọng khi thấy số tiền hạn chế của họ nhanh chóng cạn kiệt và họ không còn cách nào khác để tự nuôi sống mình. Tuy nhiên, Caroline là một người rất mạnh mẽ với tư duy đáng khâm phục, và cô tìm ra cách kiếm một ít tiền để chỉ vừa đủ sống. Cô làm đồ may đơn giản và làm đồ từ rơm, tận dụng mọi cách để đủ sống qua ngày.

Tháng ngày trôi qua như vậy. Bố của Caroline trở nên bệnh nặng hơn, vì vậy cô dành nhiều thời gian để chăm sóc anh ấy. Số tiền để sống của họ ngày càng ít đi. Cuối cùng, sau mười tháng, bố cô qua đời trong vòng tay của cô. Bây giờ cô ấy hoàn toàn cô đơn và không có tiền. Đây là cú sốc khó khăn nhất đối với cô ấy, và cô ấy quỳ xuống bên quan tài của cha, khóc rất nhiều. Đúng lúc đó, cha tôi bước vào phòng. Ông giống như một thiên sứ bảo vệ đối với cô bé nghèo. Cô tin tưởng ông sẽ chăm sóc và bảo vệ cô. Sau khi chôn cất cha cô, ông đã đưa cô đến Geneva và đảm bảo cô an toàn với một người thân. Hai năm sau đó, cha tôi và Caroline kết hôn.

Cha mẹ tôi có sự chênh lệch tuổi tác. Cha tôi có lòng biết ơn sâu sắc và ngưỡng mộ tới mẹ. Điều này làm cho hành vi của cha dành cho mẹ rất duyên dáng và đặc biệt. Anh luôn đặt ước nguyện và sự thoải mái của mẹ lên hàng đầu. Anh bảo vệ mẹ như một người trồng hoa bảo vệ bông hoa t fragile ribs khỏi gió mạnh và che chở mẹ bằng những điều mang lại niềm vui và hạnh phúc cho mẹ bởi vì cô ấy có một tâm hồn tốt và hiền lành. Tuy nhiên, sức khỏe và tinh thần của mẹ đã bị suy weakened bởi những gì cô ấy đã trải qua. Trong hai năm trước khi họ kết hôn, cha tôi đã từ từ từ bỏ những nhiệm vụ quan trọng của mình. Và ngay khi họ kết hôn, họ quyết định đi đến Italy, nơi có khí hậu thanh lọc, và bắt đầu một cuộc hành trình để chiêm ngưỡng những điều tuyệt vời ở đó. Họ hy vọng rằng sự thay đổi cảnh quan này sẽ giúp mẹ tôi phục hồi sức khỏe.

32   Mẹ và Cha từ Ý đã đến thăm Đức và Pháp. Tôi, người con cả của họ, đã được sinh ra ở Naples và là em bé đi cùng họ trong các chuyến đi. Tôi là con một cho đến vài năm sau đó. Họ yêu nhau sâu đậm và tràn đầy tình yêu thương vô tận đối với tôi. Tôi nhớ những sờ mó nhẹ nhàng của mẹ và nụ cười ấm áp của Cha mỗi khi anh ấy nhìn tôi. Tôi là đồ chơi của họ, kho báu của họ và quan trọng nhất, là con của họ. Họ tin rằng tôi là một món quà từ Thiên đường, được giao phó cho họ để nuôi dưỡng và hướng dẫn tôi đi đến một cuộc sống hạnh phúc. Họ hoàn toàn ý thức về trách nhiệm của mình và trân trọng cơ hội để xây dựng tương lai của tôi. Họ dạy tôi kiên nhẫn, tình cảm và tự kiểm soát từ khi tôi còn rất nhỏ, hướng dẫn tôi bằng tình yêu và sự chăm sóc. Nhờ có họ, những năm tháng đầu đời của tôi tràn đầy niềm vui và hạnh phúc.

33   Trong một thời gian dài, tôi là tâm tư duy nhất của họ. Mẹ tôi thật sự muốn có một cô con gái, nhưng tôi là đứa con duy nhất của họ. Khi tôi còn khoảng năm tuổi, chúng tôi đã đi du lịch vượt qua biên giới của Ý và đã dành một tuần ở Hồ Como. Bởi vì tính tốt bụng của họ, ba mẹ tôi thường ghé thăm các gia đình kém may mắn. Điều đó không chỉ là một nhiệm vụ đối với mẹ tôi; đó là điều mà cô ấy cảm thấy bắt buộc phải làm. Cô ấy đã trải qua khó khăn và muốn giúp đỡ những người cần sự trợ giúp. Trong một trong những buổi đi dạo của chúng tôi, chúng tôi tình cờ đi ngang qua một ngôi nhà nhỏ trông rất buồn ở một thung lũng. Có một số đứa trẻ mặc quần áo rời rạc bám chặt quanh nó, tín hiệu của đói nghèo. Một ngày, khi cha tôi đi đến Milan, mẹ tôi và tôi đến thăm ngôi nhà này. Bên trong, chúng tôi gặp một cặp nông dân cần cù đang đấu tranh để nuôi năm đứa trẻ đói khát. Nhưng trong số tất cả đứa trẻ, có một đứa con gái khiến mẹ tôi chú ý. Cô bé dường như khác biệt so với những đứa khác. Bốn đứa trẻ có đôi mắt đen mạnh mẽ, nhưng đứa bé này lại mờ nhạt và mong manh. Tóc của cô bé là vàng tươi nhất, mặc dù quần áo của cô bé thì

rách rưới. Trán của cô bé trơn láng và rộng, đôi mắt trong trẻo và xanh, và khuôn mặt của cô bé đầy cảm xúc và tình yêu thương nên ai nhìn thấy cô bé không thể không nghĩ rằng cô bé đặc biệt, như là một món quà từ thiên đường, với ánh sáng thiêng liêng trong từng nét mặt.

34 Ông bà nông dân nhận ra mẹ tôi thấy pứt với cô bé xinh đẹp đó, và họ vội chia sẻ câu chuyện của mình. Cô bé không phải là con ruột của họ, mà là con gái của một quý tộc từ Milan. Mẹ cô bé, người Đức, đã qua đời khi cô bé mới chào đời. Sau đó, đứa bé được đặt vào chăm sóc bởi cặp vợ chồng hiền lành này. Khi đó, mọi thứ không dễ như hiện tại. Họ chỉ mới kết hôn và vừa sinh được đứa con đầu lòng. Cha của cô bé là người Ý, người vô cùng yêu quý quá khứ vinh quang của Ý. Ông ta đã chiến đấu không ngừng để giải phóng đất nước, nhưng không may, ông ta đã rơi vào thế hện của nước Ý. Không rõ ông đã chết hay vẫn đang bị giam cầm ở Áo. Nhà nước đã cường chiếm tài sản của ông, để lại đứa con mồ côi và ăn xin. Cô bé đã ở với bố mẹ nuôi và phát triển trong ngôi nhà giản dị của họ, sáng lên như một đóa hoa hồng tuyệt đẹp giữa đám bụi đen tối.

35 Khi cha tôi trở về từ Milan, ông nhìn thấy tôi đang chơi với một đứa trẻ trong sảnh nhà chúng tôi. Đứa trẻ này xinh đẹp hơn cả một thiên thần gương trên tranh vẽ. Gương mặt nó rạng rỡ và di chuyển với vẻ thanh lịch. Chúng tôi nhanh chóng tìm hiểu ai nó là. Mẹ tôi đã hỏi những người tốt bụng đã nuôi dưỡng nó liệu họ có thể để nó với chúng tôi không. Họ yêu thương đứa trẻ mồ côi đáng yêu, nhưng họ biết rằng nếu giữ nó trong nghèo khó thì không công bằng, khi một cuộc sống tốt đẹp đang đợi nó. Họ đã nói chuyện với linh mục của làng và quyết định Elizabeth Lavenza sẽ đến sống với chúng tôi. Cô ấy trở thành người chị em không thể nào thiếu.

36 Mọi người đều yêu Elizabeth. Mọi người ngưỡng mộ và trân trọng cô ấy đến mức khiến tôi tự hào và hạnh phúc khi được chia sẻ cùng tình cảm ấy. Đêm trước khi cô ấy đến nhà tôi, mẹ nói đùa, "Con có một món quà đẹp cho con, Victor. Con sẽ nhận được nó vào ngày mai." Ngày hôm sau, khi mẹ tặng cho tôi Elizabeth như một món quà

đặc biệt, tôi hiểu lời của mẹ đúng nghĩa và coi Elizabeth như một người để bảo vệ, yêu thương và chăm sóc. Chúng tôi gọi nhau là anh em họ, nhưng từ "anh em họ" không thể diễn đạt đầy đủ mối quan hệ đặc biệt mà chúng tôi có. Cô ấy là hơn một người chị em đối với tôi và sẽ là của tôi mãi mãi, cho đến chết.

CHAPTER 11

37 CHÚNG TÔI LỚN LÊN CÙNG NHAU. Chúng tôi luôn hoà hợp và cái khác biệt về tính cách đã gắn chúng tôi thêm gần nhau. Elizabeth ít năng động hơn và tập trung hơn, trong khi tôi lại đam mê hơn và có khát khao tìm hiểu mạnh mẽ hơn. Trong khi Elizabeth ngưỡng mộ vẻ đẹp xung quanh chúng ta, tôi lại thích tìm hiểu tại sao mọi chuyện diễn ra như vậy. Thế giới trở thành một bí mật mà tôi muốn khám phá. Tôi tò mò, luôn nghiên cứu và cố gắng hiểu cái quy luật bí ẩn của tự nhiên. Niềm vui và hào hứng tôi cảm nhận khi khám phá những bí mật này là một trong những kí ức đầu tiên của tôi.

38 Khi em trai tôi được sinh ra, bảy năm sau tôi, ba mẹ tôi quyết định dừng cuộc hành trình và lập nghiệp ở quê nhà của chúng tôi. Ở Geneva, chúng tôi có một căn nhà và một ngôi nhà nông trại tên là Belrive nằm trên bờ đông hồ, cách thành phố khoảng một dặm. Chúng tôi chủ yếu sống ở Belrive và ba mẹ tôi sống cuộc sống khá tách biệt. Tôi luôn thích tránh tấp nập đông đúc và thay vào đó thiết lập những tình bạn mạnh mẽ với chỉ một vài người. Tôi không quan tâm nhiều đến bạn cùng lớp nói chung, nhưng tôi trở thành bạn thân cực kỳ thân thiết với một người trong số họ. Henry Clerval là con trai của một thương gia từ Geneva. Anh ta là một cậu bé rất tài năng và

giàu trí tưởng tượng. Anh ấy yêu thích phiêu lưu, thách thức và ngay cả nguy hiểm chỉ vì cảm giác hồi hộp của nó. Anh ấy đã đọc rất nhiều sách về hiệp sĩ và câu chuyện lãng mạn. Anh ấy thường viết những bài hát anh hùng và bắt đầu viết nhiều câu chuyện và truyện cổ tích về hiệp sĩ và cuộc phiêu lưu của họ. Anh ta thậm chí cố gắng khiến chúng tôi đóng kịch hoặc mặc trang phục, giả bộ là những nhân vật từ các anh hùng của vùng Roncesvalles, Bàn tròn của vua Arthur và những chiến binh gan dạ chiến đấu để cứu đất đai thánh khỏi kẻ không tin.

39   Tuổi thơ của tôi thật sự hạnh phúc. Ba mẹ tôi luôn tử tế và thông cảm. Họ không kiểm soát mọi việc chúng tôi làm, nhưng họ đã mang đến cho chúng tôi nhiều trải nghiệm tuyệt vời. Khi so sánh gia đình của tôi với người khác, tôi nhận ra mình có nhiều may mắn. Điều đó khiến tôi rất biết ơn và yêu quý ba mẹ hơn.

   Đôi khi, tôi cảm thấy rất tức giận hoặc nhiệt huyết với những điều. Nhưng thay vì chỉ quan tâm đến những thứ của trẻ con, tôi có khát khao học hỏi mạnh mẽ. Nhưng không phải bất cứ điều gì. Tôi không quan tâm đến ngôn ngữ, chính phủ hoặc chính trị. Tôi muốn biết về bí mật của thế giới, dù đó là khía cạnh vật lý của vạn vật hay ý nghĩa sâu xa đằng sau tự nhiên và con người. Các câu hỏi của tôi tập trung vào thế giới siêu hình, hay những bí mật bí ẩn của thế giới.

40   TRONG KHI ĐÓ, Clerval tập trung vào khía cạnh đạo đức của cuộc sống. Anh quan tâm đến những hành động anh hùng và hành động của con người, và anh khao khát trở thành một trong số họ. Elizabeth, với tâm hồn hiền lành của mình, mang đến sự ấm áp và ánh sáng cho ngôi nhà yên bình của chúng ta. Tất cả chúng ta đều bị chạm đến bởi lòng tốt của cô ấy, nụ cười, giọng nói nhẹ nhàng, và ánh nhìn yêu thương trong mắt cô ấy. Sự hiện diện của cô ấy đã làm êm dịu và truyền cảm hứng cho tôi, ngăn không để tôi trở nên quá nghiêm túc hoặc thô lỗ do bản chất đam mê của tôi. Còn với Clerval, tinh thần cao quý của anh vẫn giữ nguyên không bị ảnh hưởng bởi những ảnh hưởng tiêu cực.

41   Tôi yêu việc nghĩ về những kỷ niệm thời thơ ấu của mình. Khi ấy, trước khi những điều xấu xảy ra, tâm trí tôi tràn đầy những ước mơ sáng rỡ về việc làm thay đổi thế giới lớn lao. Nhưng theo thời gian trôi đi, suy nghĩ của tôi trở nên tập trung hơn vào chính mình và mất đi sự rạng rỡ. Nhìn lại những ngày đầu đời, tôi nhận ra rằng những sự kiện nhất định đã dẫn tới câu chuyện buồn cười xót xa sau đó. Giống như hầu hết mọi thứ, những sự kiện nhỏ đã dẫn tới những sự kiện lớn hơn.

Nghiên cứu triết học tự nhiên là điều đã quyết định số phận của tôi. Trong việc kể câu chuyện của mình, tôi muốn giải thích những điều đã khiến tôi yêu thích khoa học này. Khi tôi 13 tuổi, cả gia đình tôi đi du lịch. Do thời tiết xấu, chúng tôi phải ở trong khách sạn một ngày. Tại đó, tôi tìm thấy một quyển sách của Cornelius Agrippa. Ban đầu, tôi mở nó mà không có nhiều hứng thú. Nhưng khi tôi đọc về những ý tưởng ông ấy đang cố chứng minh và những điều đáng kinh ngạc ông ấy nói về, tôi đã bị cuốn hút. Đó giống như ánh sáng sáng chói đang chiếu sáng trong tâm trí tôi và tôi không thể kiềm chế niềm vui của mình. Tôi ngay lập tức kể cho cha tôi biết về những gì tôi đã khám phá. Tuy nhiên, khi ngẫu nhiên nhìn vào tựa đề của cuốn sách, ông ấy nói, "Ồ, Cornelius Agrippa! Con yêu dấu của cha đừng lãng phí thời gian vào cái này. Nó không đáng đọc."

42   Nếu cha tôi đã giải thích cho tôi rằng những ý tưởng trong cuốn sách của Agrippa không còn được tin tưởng và đã có một hệ thống khoa học tốt hơn và thực tế hơn hiện nay, tôi đã dừng đọc sách của Agrippa và tập trung vào việc học các môn khác. Tuy nhiên, cha tôi không thật sự xem cuốn sách tôi đang đọc, vì vậy tôi không chắc rằng ông ấy biết sách đó nói về điều gì. Vì vậy, tôi tiếp tục đọc nó với lòng háo hức.

43   Khi tôi trở về nhà, điều đầu tiên tôi làm là thu thập tất cả các cuốn sách của tác giả này. Dù các nhà khoa học hiện đại đã làm rất nhiều công việc đáng kính và khám phá đáng kinh ngạc, nhưng sau khi nghiên cứu, tôi luôn cảm thấy không hài lòng. Đại học Sir Isaac Newton từng nói rằng ông cảm thấy như một đứa trẻ thu thập vỏ sò

bên cạnh đại dương chưa được khám phá rộng lớn của sự thật. Các nhà khoa học khác mà tôi biết đều giống như người mới học với tôi.

Mọi người bình thường có thể nhìn thấy những điều xung quanh và biết cách sử dụng chúng một cách thực tế. Các nhà khoa học thông thái nhất cũng chỉ biết ít hơn thế. Họ đã bắt đầu hiểu một số bí mật của thiên nhiên, nhưng vẫn còn rất nhiều điều chúng ta không biết.

44 Nhưng đây là những quyển sách và đây là những người biết nhiều hơn và đã đi sâu hơn. Tôi tin tưởng mọi điều họ nói và trở thành học trò của họ. Cha tôi không quan tâm đến khoa học, vì vậy tôi phải tự tìm hiểu như một đứa trẻ mù cố gắng học hỏi. Với sự giúp đỡ của các giáo viên mới của tôi, tôi làm việc rất cật lực để hiểu về giả kim và việc tìm kiếm nước thần đời. Nhưng cuối cùng, tôi hoàn toàn tập trung vào nước thần. Tiền bạc không quan trọng đối với tôi, nhưng hãy tưởng tượng vinh dự và vinh quang mà tôi sẽ có được nếu tôi có thể chữa bệnh và làm cho con người trở nên bất khả chiến bại!

45 Tôi cũng có những khứu niệm khác. Các tác giả ưa thích của tôi hứa hẹn rằng họ có thể triệu tập ma hoặc quỷ dữ, và tôi ao ước được chứng kiến điều đó xảy ra. Dù cho những nỗ lực của tôi luôn thất bại, tôi tin rằng điều đó là do tôi còn ít kinh nghiệm, không phải vì giáo viên của tôi thiếu kỹ năng hay sự trung thực. Vì vậy, tôi dành nhiều thời gian nghiên cứu các ý tưởng lỗi thời, kết hợp những lý thuyết mâu thuẫn và khó khăn để hiểu rõ một loạt kiến thức lộn xộn đó. Trí tưởng tượng và tâm trí trẻ của tôi đã dẫn lãnh tôi qua mê cung rối ren này.

Khi tôi khoảng mười lăm tuổi, gia đình tôi và tôi ở trong căn nhà gần Belrive. Một ngày nọ, chúng tôi chứng kiến một cơn bão sấm sét mạnh mẽ và đáng sợ. Cơn bão đến từ dãy núi Jura. Bất ngờ, tôi nhìn thấy một tia sáng bừng từ một cây sồi cổ xưa và xinh đẹp cách nhà chúng tôi khoảng hai mươi thước. Khi tia sáng mờ đi, cây sồi biến mất, chỉ còn lại một cục cổ nhựa bị thiêu cháy, phần lớn nó đã bị rách thành từng sợi mỏng mảnh.

46 Tôi đã có một số kiến thức về điện cơ bản trước khi sự việc này xảy ra. Lúc đó, chúng tôi có một người đàn ông rất am hiểu về triết

học tự nhiên và ông ấy rất phấn khởi vì sự cố này. Ông bắt đầu giải thích cho tôi về một lý thuyết điện và galvanism mới và đáng kinh ngạc. Những gì ông ấy nói đã khiến những nhà tư tưởng danh tiếng mà tôi ngưỡng mộ như Cornelius Agrippa, Albertus Magnus và Paracelsus trở nên ít quan trọng hơn. Thật không may, việc nghe ông ấy giải thích đã làm tôi mất đi sự quan tâm vào những nghiên cứu thông thường của mình. Cảm giác như không có gì sẽ bao giờ được biết và được hiểu rõ. Mọi thứ từng khiến tôi say mê tự nhiên trở nên vô nghĩa đột ngột. Trong một sự thay đổi tâm lý lạ lùng thường xảy ra khi chúng ta còn trẻ, tôi ngay lập tức bỏ đi những sở thích cũ của mình. Tôi quyết định rằng lịch sử tự nhiên và mọi thứ liên quan đến nó là vô giá trị và xấu xí. Tôi cũng phát triển một sự khó chịu mạnh mẽ đối với một "khoa học" được gọi là có khả năng không bao giờ thực sự hiểu thế giới. Trong tình trạng tâm trí này, tôi chuyển sang toán học và các môn học liên quan. Tôi tin rằng chúng được dựa trên nền tảng vững chắc và xứng đáng được tôi chú ý.

47 Tâm hồn chúng ta được xây dựng theo một cách riêng biệt, và số phận của chúng ta có thể được xác định bởi những điều nhỏ bé. Cảm giác như lựa chọn của tôi được hướng dẫn bởi thiên sứ bảo hộ của tôi.

Đây là một nỗ lực mạnh mẽ từ phía sức mạnh thiện, nhưng không may, nó không thành công. Định mệnh quá mạnh mẽ và những luật lệ không thể thay đổi của nó đã quyết định trước sự sụp đổ hoàn toàn và khủng khiếp của tôi.

CHAPTER III

48   Khi tôi tròn 17 tuổi, ba mẹ quyết định tôi nên nhập học Đại học Ingolstadt để tiếp tục học vấn. Cho đến thời điểm đó, tôi đã từng đi học ở Geneva. Song bố tôi tin rằng trải nghiệm các phong tục khác nhau ở nước ngoài là một điều quan trọng để tôi có được. Chúng tôi xác định một ngày sớm cho ngày khởi hành của tôi. Tuy nhiên, trước khi ngày đó tới, bi kịch đầu tiên trong đời tôi đã xảy ra. Nó tạo cảm giác như là một dấu hiệu cho sự không hạnh phúc mà tương lai đang chờ đợi tôi.

49   Elizabeth bị bệnh sốt xuất huyết đặc trị và rơi vào nguy cơ nguy hiểm. Nhiều người đã cố gắng thuyết phục mẹ tôi không chăm sóc cô ấy. Ban đầu, bà nghe theo lời của chúng tôi và tránh xa, nhưng khi bà biết cuộc sống của Elizabeth đang gặp nguy hiểm, bà không thể kiềm chế nỗi lo lắng nữa. Bà chăm sóc cho cô ấy và tình quan tâm tận tâm của bà đã đánh bại căn bệnh. Elizabeth hồi phục, nhưng không may, mẹ tôi cũng bị bệnh. Bệnh sốt của bà rất nặng, và các bác sĩ lo lắng rằng đây sẽ là kết quả tồi tệ nhất. Ngay cả trên bệnh giường, mẹ tôi vẫn mạnh mẽ và tử tế. Bà đã đưa Elizabeth và tôi quay lại bên nhau và nói, "Con cái của mẹ, mẹ luôn hy vọng rằng hai người sẽ có cuộc sống hôn nhân hạnh phúc. Bây giờ, cha của hai người có thể tìm

niềm an ủi trong hy vọng đó. Elizabeth, con yêu dấu của mẹ, con phải chăm sóc cho các em nhỏ của mẹ. Đối với mẹ, rất khó để rời xa các con vì mẹ đã sống hạnh phúc và được yêu thương. Nhưng những suy nghĩ đó không phù hợp với mẹ. Mẹ sẽ cố gắng chấp nhận cái chết và hy vọng được gặp lại các con trong một thế giới khác."

50   Bà ấy qua đời một cách yên bình, và ngay cả sau khi chết, khuôn mặt bà vẫn hiện lên tình yêu thương. Tôi không cần phải giải thích cảm giác khi mất đi người mình yêu thương nhiều như thế nào. Nó tạo ra một khoảng trống. Nhưng khi thời gian trôi qua và bạn nhận ra rằng sự mất mát là thật, nỗi đau của nỗi buồn trở nên càng mãnh liệt hơn. Nhưng ai mà chưa từng trải qua nỗi đau mất đi người thân yêu? Tôi không cần phải miêu tả một sự buồn tủi mà mọi người đã trải qua và sẽ trải qua. Mẹ tôi đã ra đi, nhưng chúng tôi vẫn còn những trách nhiệm phải hoàn thành. Chúng tôi phải tiếp tục đi và coi mình may mắn vì vẫn còn ai đó chúng tôi chưa mất đi.

51   Kế hoạch của tôi để rời đi đến Ingolstadt. Tôi đã nhờ cha cho tôi thêm vài tuần nữa. Tôi không muốn xa cách những người còn ở đây, đặc biệt là Elizabeth yêu dấu của tôi, hy vọng rằng cô ấy sẽ tìm được một chút an ủi.

Cô ấy cố gắng che giấu nỗi đau và trở thành nguồn an ủi cho chúng tôi. Cô ấy đối diện với cuộc sống một cách kiên cường và nhiệt tình, đảm nhiệm trách nhiệm của mình. Cô ấy tập trung chăm sóc chúng tôi, cậu chú và anh em họ. Cô ấy thậm chí đã quên đi nỗi buồn của mình khi làm việc để làm chúng tôi quên đi nỗi buồn của chúng tôi.

Cuối cùng, ngày đến lúc tôi phải rời đi đã đến. Clerval đã dành buổi tối cuối cùng với chúng tôi. Anh ấy đã cố gắng thuyết phục cha mình để cho anh ấy đến cùng tôi, nhưng ông không thấy giá trị ở giấc mơ và khát vọng của con trai mình. Henry đã rất buồn khi không thể tiếp tục việc học rộng hơn. Anh ấy không nói nhiều, nhưng tôi có thể thấy sự quyết tâm và nguồn cảm hứng trong anh ấy.

52   Chúng tôi thức khuya. Chúng tôi không muốn xa nhau hay nói lời "Tạm biệt!" Cuối cùng, chúng tôi nói lời đó, nhưng giả vờ đi ngủ, nghĩ rằng người kia đã bị lừa. Tôi đi xuống xe cơ giới sẽ đưa tôi ra đi.

Clerval nắm chặt tay tôi một lần nữa, Elizabeth yêu cầu tôi hãy viết thường xuyên và ôm và chăm sóc tôi lần cuối như đồng hành và bạn thời thơ ấu của tôi.

53   Tôi lên xe một mình. Khi tôi đến đại học, tôi sẽ phải tạo ra những người bạn mới và tự chăm sóc bản thân. Tôi luôn được bảo vệ và quen với những khuôn mặt quen thuộc, vì vậy ý tưởng ở gần những người lạ làm tôi cảm thấy bất an. Giờ đây, những mong muốn của tôi đang trở thành hiện thực, và không thể ngốc nghếch nếu có bất kỳ hối tiếc nào.

Tôi có rất nhiều thời gian để suy nghĩ về những điều này và hơn thế nữa trong suốt hành trình dài và mệt mỏi đến Ingolstadt. Tôi xuống xe và được đưa vào phòng nhỏ của riêng mình, nơi tôi có thể dành cả buổi tối theo ý thích.

54   Hôm sau, tôi đến giao phòng những lá thư tôi đã được giao và đi thăm một số giáo sư quan trọng. Tình cờ, tôi đã gặp ông Krempe, một giáo sư về triết học tự nhiên. Ông ta là một người lạ lùng, nhưng rất có kiến thức trong lĩnh vực của mình. Ông ta hỏi tôi một vài câu về những điều tôi đã học trong triết học tự nhiên. Tôi không nghĩ nhiều về điều đó và thoáng qua đề cập rằng tôi đã nghiên cứu những công trình của các nhà giả kim. Giáo sư bị sốc và hỏi liệu tôi thật sự đã lãng phí thời gian vào những điều vô nghĩa như vậy.

Tôi nói rằng tôi đã làm như vậy. Ông Krempe trở nên nhiệt tình và nói: "Mỗi phút mà bạn dành cho những cuốn sách đó đều là một sự lãng phí hoàn toàn. Bạn đã làm đầu óc mình tràn đầy những ý tưởng lỗi thời và những cái tên vô dụng. Làm sao bạn có thể sống ở một nơi mà không ai nói với bạn rằng những ý tưởng này đã cổ xưa và không liên quan? Thật không thể tin nổi rằng trong thời đại của sự khai sáng và khoa học, bạn vẫn theo đuổi những lời dạy của những người như Albertus Magnus và Paracelsus. Thưa ông, bạn cần bắt đầu lại học tập từ đầu."

55   Với những lời đó, ông ta lùi lại và lập một danh sách những cuốn sách về triết lý tự nhiên mà ông ta muốn tôi mua. Sau đó, ông ta cho tôi đi, nhưng trước khi đi, ông ta nói sẽ bắt đầu giảng dạy về triết lý tự nhiên vào tuần tới. Ông ta cũng đề cập rằng một giáo sư khác, ông

Waldman, sẽ giữ các bài giảng về hóa học vào những ngày ông ta không giảng.

Tôi trở về nhà cảm thấy okay, vì tôi đã không quan tâm nhiều đến những tác giả mà giáo sư không thích. Nhưng cuộc gặp này không khiến tôi muốn học những môn học đó nữa. M. Krempe, giáo viên khác, không thân thiện với tôi. Tôi nghĩ việc học hiện đại về triết học tự nhiên hoàn toàn vô ích. Trước đây, khi các nhà khoa học theo đuổi bất tử và quyền lực, mọi thứ đã khác. Những ý tưởng đó, dù không thành công, cũng đã gây ấn tượng mạnh. Nhưng mọi thứ đã thay đổi bây giờ. Các nhà khoa học dường như chỉ quan tâm đến việc chứng minh những ý tưởng đó không tồn tại, điều đó thực sự làm thất vọng vì những điều đó là những thứ khiến tôi quan tâm đến khoa học. Họ muốn tôi bỏ những khả năng thú vị để qua một thực tế nhàm chán.

Trong những ngày đầu tiên tại Ingolstadt, tôi dành thời gian để hiểu về khu vực và những người sống ở đó. Tôi cũng nhớ những gì ông Krempe nói với tôi về các bài giảng. Mặc dù tôi không muốn nghe người tự mãn đó phát biểu từ bục giảng, nhưng tôi nhớ rằng ông Waldman là một giáo sư khác được ông Krempe nhắc đến. Tôi chưa gặp ông ấy vì ông ấy đi xa.

Tò mò và vì không có việc gì khác để làm, tôi đã đến phòng bài giảng nơi ông Waldman cuối cùng tới. Giáo sư này rất khác biệt so với ông Krempe. Ông trông khoảng năm mươi tuổi và có một khuôn mặt hiền lành. Ông có một ít tóc bạc ở thái dương nhưng phần còn lại của tóc ông hầu như là đen. Ông thấp nhưng đứng thẳng, và giọng nói ngọt ngào nhất mà tôi từng nghe. Ông bắt đầu bài giảng của mình bằng việc nói về lịch sử của hoá học và những khám phá quan trọng do các nhà khoa học nổi tiếng khác nhau thực hiện. Sau đó, ông giải thích một cách ngắn gọn về trạng thái hiện tại của khoa học và định nghĩa một số thuật ngữ cơ bản. Sau khi thực hiện một số thí nghiệm để chuẩn bị, ông kết thúc bài giảng của mình bằng việc khen ngợi hoá học hiện đại một cách mà tôi sẽ không bao giờ quên.

"Những người thầy cũ trong khoa học này," hắn nói,"đã đưa ra những lời hứa không thể thực hiện được và không làm gì được. Những nhà hiện đại thì có những tuyên bố khiêm tốn hơn. Họ biết rằng kim loại không thể được biến thành một thứ khác. Họ đào sâu vào bí mật của tự nhiên và tiết lộ cách nó hoạt động trong những nơi ẩn. Họ khám phá thiên đường, khám phá cách máu lưu thông và hiểu về bản chất không khí ta hít vào. Họ đạt được quyền năng mới và gần như không giới hạn. Họ có thể kiểm soát âm thanh của cơn sấm, bắt chước động đất và thậm chí tạo ra những ảo ảnh của thế giới vô hình."

Đó là những lời của giáo sư - hoặc chính là những lời từ số phận - được phán để hủy diệt tôi. Khi hắn tiếp tục nói, cảm giác như tâm hồn tôi đang chiến đấu. Hắn chạm vào những khía cạnh khác nhau của linh hồn tôi, đánh thức tâm trí tôi đến một suy nghĩ duy nhất, một khái niệm và mục đích. "Đã có rất nhiều điều đã được đạt được," linh hồn của Frankenstein tuyên bố, "nhưng tôi sẽ đạt được nhiều hơn thế. Theo con đường đã được khởi đi, tôi sẽ tiên phong một cách mới, khám phá những khả năng chưa được khám phá, và tiết lộ cho thế giới những bí mật sâu nhất về sự tạo dựng."

Đêm đó, tôi không thể ngủ. Bên trong tôi đầy hỗn loạn và xáo trộn, và tôi hy vọng mọi thứ sẽ trở nên gọn gàng. Nhưng tôi không có cách nào để thực hiện điều đó. Dần dần, khi bình minh vừa ló dạng, giấc ngủ cuối cùng cũng đến. Khi tôi thức dậy, có vẻ như suy nghĩ của tối qua chỉ là một giấc mơ. Tất cả những gì còn lại chỉ là một quyết tâm để trở lại nghiên cứu cũ và tập trung vào một ngành khoa học tôi tin rằng tôi có tài năng tự nhiên. Trong ngày đó, tôi đi thăm ông Waldman. Ông ấy còn tốt bụng và thân thiện hơn trong đời tư so với đời công. Ở nhà của ông ấy, ông đã thay thế những phẩm giá ông ấy có trong bài giảng bằng sự ấm áp và tử tế. Tôi kể cho ông ấy nghe câu chuyện về việc học của tôi trong quá khứ cũng như tôi đã kể cho đồng nghiệp của ông ấy. Ông ấy lắng nghe câu chuyện nhỏ của tôi một cách chăm chú và cười nhoẻn khi nhắc đến tên Cornelius Agrippa và Paracelsus, nhưng không có tí chê bai như ông Krempe đã thể hiện. Ông ấy nói: "Những người này là những người đã dành rất nhiều thời gian và công sức cho tri thức của chúng ta. Họ đã mở đường cho chúng ta đặt tên mới và tổ chức các sự thật mà họ giúp khám phá. Công trình của những cá nhân tài năng, dù có là sai lầm, hầu như luôn có lợi cho nhân loại cuối cùng." Tôi lắng nghe những gì ông ấy nói, không có vẻ lịch sự hay kiêu căng. Sau đó, tôi hỏi ông ấy về lời khuyên về những cuốn sách tôi nên tìm mua.

"Tôi rất vui," ông Waldman nói, "đã tìm được một học sinh như em. Nếu em làm việc chăm chỉ, tôi tin rằng em sẽ thành công. Hóa học là một lĩnh vực khoa học mà đã và vẫn có thể đạt được những tiến bộ vĩ đại. Đó là lý do tại sao tôi đã tập trung vào việc nghiên cứu nó. Nhưng tôi cũng không bỏ qua các lĩnh vực khoa học khác. Một người không thể trở thành một nhà hóa học giỏi nếu chỉ quan tâm đến hóa học. Nếu em muốn thực sự trở thành một nhà khoa học và không chỉ là một người thử nghiệm cỡ nhỏ, tôi để nghị em khám phá tất cả các nhánh triết học tự nhiên, bao gồm cả toán học."

Sau cuộc trò chuyện của chúng tôi, ông Waldman dẫn tôi vào phòng thí nghiệm của ông và cho tôi thấy cách máy móc của ông hoạt động. Ông nói cho tôi biết trang thiết bị tôi cần và hứa sẽ cho tôi mượn các máy móc của ông khi tôi đã tiến bộ đủ mức đủ trong việc học tập. Ông cũng cung cấp cho tôi một danh sách các quyển sách mà tôi đã yêu cầu. Với những điều đó, tôi nói lời chia tay.

Ngày hôm đó quan trọng đối với tôi. Nó quyết định con đường tương lai của tôi.

CHAPTER IV

 TỪ NGÀY ĐÓ TRỞ ĐI, tôi tập trung hầu như hoàn toàn vào việc nghiên cứu triết học tự nhiên, đặc biệt là hóa học. Tôi háo hức đọc các tác phẩm của những nhà tư tưởng hiện đại đã viết về những chủ đề này. Tôi tham dự các bài giảng và làm quen với các nhà khoa học tại trường đại học. Ngay cả M. Krempe, mặc dù ngoại hình và cách cư xử không dễ chịu, cũng có rất nhiều kiến thức thực tiễn để cung cấp. Nhưng đó là M. Waldman đã trở thành một người bạn thực sự đối với tôi. Ông ấy tử tế. Ông làm cho những khái niệm khó hiểu trở nên dễ dàng và hướng dẫn tôi. Thường xuyên, tôi làm việc trong phòng thí nghiệm cho đến sáng sớm, đắm chìm trong việc học tập đến mức không thể nhận ra cảnh sao bị nhạt dần khi ánh ban mai ló dạng.

 Với sự siêng năng của mình, dễ hiểu tại sao tôi đã tiến bộ nhanh chóng. Những sinh viên ngạc nhiên trước sự say mê của tôi. Hai năm trôi qua như vậy, trong suốt thời gian đó tôi không ghé thăm Geneva chút nào. Tôi hoàn toàn bị cuốn hút trong việc khám phá những điều thú vị. Và trước cuối hai năm đó, tôi đã thậm chí cải tiến một số thiết bị hóa học cụ thể, điều này đã đem lại cho tôi sự tôn trọng và ngưỡng mộ nhiều ở trường đại học. Lúc này, tôi đã học được mọi thứ có thể từ các giáo sư ở Ingolstadt. Vì ở lại đó không còn giúp ích gì cho tôi nữa, tôi muốn quay trở lại với bạn bè và quê nhà. Tuy nhiên, một sự việc đã xảy ra khiến tôi phải kéo dài thời gian lưu lại.

63   Một trong những điều đã thu hút sự chú ý đặc biệt của tôi là cấu trúc của cơ thể con người. Để tìm hiểu nguyên nhân của sự sống, chúng ta phải hiểu cái chết trước. Tôi đã làm quen với khoa học giải phẫu, nhưng điều này chưa đủ. Tôi biết rằng tôi cần nhìn thấy cách một cơ thể phân hủy. Trước đây, cha tôi đã chú trọng đặc biệt đến việc suy ngẫm để tâm hồn tôi không bị ảnh hưởng bởi những kinh hoàng siêu nhiên. Tuy nhiên, bây giờ tôi phải nghiên cứu nguyên nhân và tiến trình của sự phân hủy này và buộc phải dành ngày đêm quan sát. Tôi thấy làm thế nào hình dáng tuyệt đẹp của con người bị suy vi và lãng phí. Tôi dừng lại, xem xét và phân tích tất cả các yếu tố nhỏ nhặt trong nguyên nhân, như được thể hiện qua sự thay đổi từ sự sống sang cái chết, và từ cái chết trở lại sự sống, cho đến khi từ giữa bóng tối này, một ánh sáng bất ngờ vỡ ra trên tôi. Tôi không thể tin rằng trong số tất cả mọi người, chính tôi là người được định mệnh khám phá một bí mật đáng kinh ngạc đến vậy.

64   Hãy nhớ rằng, tôi không ghi lại cái nhìn của một kẻ điên. Sau những ngày đêm làm việc cực kỳ vất vả và mệt mỏi, tôi đã thành công trong việc tìm ra cách để tạo ra một thứ mang sự sống.

Sự kinh ngạc mà tôi cảm thấy lúc đầu khi phát hiện này sớm biến thành niềm vui và ám ảnh. Phát hiện này quá lớn và áp đảo nên tất cả những bước tiến mà tôi đã dần dần dẫn đến nó đã được xóa bỏ và tôi chỉ nhìn thấy kết quả. Điều mà đã làm nghiên cứu và mong muốn của những người thông thái nhất từ khi thế giới được tạo ra nay đã nằm trong tầm tay của tôi. Không phải như một cảnh kỳ diệu, tất cả đã mở ra trước mắt tôi cùng một lúc: thông tin mà tôi đã thu thập được có tính chất hướng dẫn những nỗ lực của tôi ngay khi tôi chỉ định chúng vào mục tiêu của tìm kiếm, hơn là trưng bày mục tiêu đó đã được hoàn thành rồi.

65   Tôi có thể thấy sự hăng hái và sự tò mò trong ánh mắt của bạn, bạn ơi. Có vẻ như bạn muốn biết bí mật mà tôi biết, nhưng tôi không thể chia sẻ trực tiếp với bạn. Hãy lắng nghe toàn bộ câu chuyện một cách kiên nhẫn, và bạn sẽ hiểu tại sao tôi giữ nó là một bí mật. Tôi sẽ

không dẫn dắt bạn vào một con đường nguy hiểm như tôi từng làm, nơi bạn chỉ kết thúc bằng sự hủy diệt và khốn khổ. Hãy cẩn thận từ kinh nghiệm của tôi, nếu không lấy lời khuyên từ tôi, và hiểu rõ những nguy hiểm của việc tìm kiếm quá nhiều kiến thức. Việc một người hài lòng với thị trấn của họ và không nhắm đến việc trở thành điều gì hơn những gì họ tự nhiên là tốt hơn nhiều.

66 Khi tôi lần đầu khám phá ra sức mạnh đặc biệt này mà tôi có, tôi không thể quyết định cách sử dụng nó. Việc tạo ra một cơ thể với tất cả những phần phức tạp như sợi, cơ và mạch máu là một công việc khó khăn. Ban đầu, tôi tự hỏi liệu tôi có nên tạo ra một hiện thân giống như tôi hay một thứ đơn giản hơn. Nhưng sự tự tin và phấn khích của tôi sau thành công ban đầu đã khiến tôi tin rằng tôi có thể mang đến đời một sinh vật phức tạp và kỳ diệu như con người. Nguyên liệu mà tôi có không hề đủ cho nhiệm vụ đầy thách thức này, nhưng tôi luôn tin rằng cuối cùng tôi sẽ thành công. Tôi biết rằng sẽ có nhiều khó khăn trên đường đi và công việc của tôi có thể không hoàn hảo, nhưng tôi tin rằng những nỗ lực của tôi sẽ đặt nền móng cho thành công trong tương lai. Tôi không coi kích thước và sự phức tạp của kế hoạch của mình là lý do để từ bỏ. Với những suy nghĩ đó, tôi bắt đầu tạo ra một con người. Vì những chi tiết nhỏ này đã làm tôi chậm lại, tôi đã thay đổi kế hoạch ban đầu và quyết định tạo ra một sinh vật khổng lồ, khoảng tám chiều cao. Sau khi đưa ra quyết định này và dành mấy tháng để thu thập và sắp xếp nguyên liệu, tôi bắt đầu công việc của mình.

67 Tôi cảm thấy một loạt cảm xúc đẩy tôi tiến lên với sức mạnh mạnh mẽ, giống như một cơn gió mạnh, khi tôi lần đầu trải qua thành công. Sự sống và cái chết dường như là những giới hạn mà tôi muốn vượt qua, mang ánh sáng vào thế giới tăm tối của chúng ta. Tôi tưởng tượng ra việc tạo ra một loài mới. Nghĩ về điều này, tôi tin rằng nếu tôi có thể mang lại sự sống cho các vật thể vô tri nhưng sống lại trong thời gian (mặc dù tôi biết rằng điều này là không thể), tôi có thể làm sống lại sự sống trong những cơ thể đã được coi là chết và mục rữa.

68 Những suy nghĩ này giúp tôi tiếp tục làm việc không ngừng trên

dự án của mình. Tôi dành rất nhiều thời gian nghiên cứu đến mức khuôn mặt tôi trở nên nhợt nhạt và cơ thể tàn nhẫn từ việc bị giam giữ trong một nơi chốn. Đôi khi, khi tôi gần thành công, tôi thất bại. Nhưng tôi không bao giờ từ bỏ hy vọng. Tôi tin rằng ngày mai hoặc thậm chí chỉ trong một giờ nữa có thể mang đến sự đột phá mà tôi cần. Tôi có một bí mật chỉ riêng tôi biết, và đó là sức mạnh thúc đẩy đằng sau tất cả những nỗ lực của tôi. Tôi làm việc khuya theo đêm, với mặt trăng làm chứng, không mệt mỏi tìm kiếm những bí ẩn của tự nhiên. Đó là một quá trình rùng rợn và bất thánh. Tôi can thiệp vào những ngôi mộ và sử dụng những sinh vật sống để mang lại sự sống cho đất sét vô tri. Những ký ức về những khoảnh khắc đó bây giờ gây rung động mạnh mẽ trong tôi, nhưng vào lúc đó, tôi bị cuốn theo một impetus không thể cưỡng lại và gần như điên cuồng. Tôi tập trung hoàn toàn vào mục tiêu này, đến mức cả linh hồn và giác quan của tôi cũng bị mất hẳn. Giống như tôi đang trong một trạng thái ma thuật, nhưng ngay khi sự thúc đẩy không tự nhiên dừng lại, tôi trở về bản thân như trước. Tôi thu thập xương từ những nghĩa địa và làm diệt đối kỵ bí mật thánh thiện của cơ thể người bằng đôi bàn tay không trong sạch của mình. Tôi có một phòng làm việc ở một góc tối tại tầng trên của ngôi nhà, hoàn toàn cách biệt với các phòng khác. Nó tràn đầy những công cụ và vật liệu cần thiết cho sự sáng tạo đáng ghê tởm của tôi. Tôi mê mệt với công việc của mình đến mức mắt tôi căng đến khỏi lỗ chân lông khi tôi chú ý đến từng chi tiết nhỏ nhặt. Tôi lấy vật liệu từ phòng mổ và nhà giết mổ. Có những lúc tôi không thể chịu đựng được hành động của mình, nhưng lòng nhiệt huyết đẩy tôi tiếp tục, luôn luôn tiến gần đến việc hoàn thành tác phẩm của mình.

69 Những tháng hè trôi qua. Tự nhiên chưa bao giờ trông đẹp đến vậy. Và những cảm xúc giống nhau khiến tôi quên đi những cảnh quan xung quanh và cũng làm tôi quên đi những người bạn xa xôi, những người tôi đã không gặp trong một thời gian dài. Tôi biết sự im lặng của mình làm họ lo lắng. Tôi vẫn nhớ những lời của cha tôi: "Tôi biết trong khi bạn hài lòng với chính mình, bạn sẽ nghĩ đến chúng tôi với tình thương, và chúng tôi sẽ nghe tin tức của bạn đều đặn. Bạn

phải tha thứ cho tôi nếu tôi coi bất kỳ gián đoạn nào trong việc trao đổi thư từ của bạn là một minh chứng rằng những trách nhiệm khác của bạn cũng bị bỏ qua."

70   Tôi nghĩ rằng cha tôi sẽ trách móc tôi vì sự sao nhãng của tôi, nhưng giờ tôi thấy ông ấy đã có lý. Một người hoàn hảo luôn phải có một tâm trí bình tĩnh và yên bình, không để cảm xúc mạnh hay những khao khát ngắn ngủi làm xao lạc sự yên tĩnh đó. Tôi tin rằng điều này cũng áp dụng trong việc theo đuổi tri thức. Nếu chủ đề mà bạn học làm bạn mất đi hứng thú với những niềm vui đơn giản và trong sáng, thì việc học đó là sai, có nghĩa là không tốt cho tâm trí con người. Tuy nhiên, nếu ai ai cũng tuân thủ quy tắc này và không để bất cứ điều gì can thiệp vào tình yêu gia đình và hòa bình của họ, chúng ta sẽ không có nhiều thứ quan trọng.

Nhưng tôi quên mình đang truyền dạy cho mọi người về cuộc sống khi phần thú vị nhất của câu chuyện đang diễn ra, và những biểu cảm của các bạn nhắc tôi tiếp tục.

71   Cha tôi không trách mắng tôi trong những lá thư của ông ấy, nhưng ông ấy đã nhận ra sự im lặng của tôi và hỏi về những gì tôi làm nhiều hơn trước. Qua mùa đông, mùa xuân và mùa hè, tôi đã quá chìm đắm trong công việc của mình mà không để ý đến vẻ đẹp của những đoá hoa nở và những chiếc lá xanh mọc, mà trước đây đã mang đến cho tôi rất nhiều niềm vui. Những chiếc lá đã héo úa mất rồi khi tôi gần đến cuối dự án của mình. Tuy nhiên, thay vì cảm thấy như một nghệ sĩ đang tận hưởng hoạt động yêu thích, tôi cảm thấy mình giống như một người nô lệ làm việc trong mỏ hoặc công việc khó khăn khác. Mỗi đêm, tôi mắc phải một cơn sốt chậm và trở nên cực kỳ lo lắng. Tôi sợ cảm giác công việc đã ảnh hưởng đến sức khỏe của mình. Tuy nhiên, tôi tin rằng khi hoàn thành tác phẩm của mình, việc tập luyện và vui chơi sẽ giúp tôi hồi phục từ giai đoạn đầu của bệnh tật. Tôi mong đợi cả hai điều đó.

CHAPTER V

72 Đó là một đêm tháng Mười Một u ám khi tôi thấy kết quả của cả công sức làm việc vất vả của mình. Tôi tràn đầy lo lắng đến mức nó gần như là một sự đau khổ. Tôi thu thập những dụng cụ cần thiết để mang lại sự sống cho vật thể vô hồn trước mặt tôi. Đã là một giờ sáng rồi, và mưa đang rơi buồn thảm vào cửa sổ. Đèn nến của tôi gần như đã tắt, nhưng trong ánh sáng mờ ảo đó, tôi nhìn thấy con mắt vàng nhợt của con quái vật mở ra. Nó cố gắng thở và chiếc bàn tay của nó run rẩy không kiểm soát được.

Tôi không thể miêu tả đầy đủ được sự pha trộn của những cảm xúc tôi cảm nhận trong khoảnh khắc khủng khiếp này, hoặc truyền đạt được sự ghê tởm của con quái vật. Những bàn chân của nó có kích thước đúng và các đặc điểm khuôn mặt của nó được thiết kế để đẹp đẽ. Nhưng ôi, trời ơi! Da màu vàng nhạt chỉ che lấp vỏ cơ và mạch máu dưới nó. Nó có mái tóc đen bóng sáng và răng trắng ngọc trai. Nhưng những tiện ích được cho là xa xỉ này chỉ tạo ra một sự kinh hãi tương phản với cặp mắt mờ ướt, gần giống màu với các lỗ cấu này trên quả mắt nhợt nhạt, làn da nhăn nhúm và đôi môi đen thẳng.

73 Hơn hai năm ròng rã đã qua đầy thể lực của tôi, chỉ để ra một esh

39

dơ dáy. Tôi đã hy sinh giấc ngủ và sức khỏe để hoàn thành công việc không tưởng này. Khi tôi ngủ, tôi bị ám ảnh bởi những cơn ác mộng kỳ lạ. Tôi nghĩ mình thấy Elizabeth, tràn đầy sức sống, đi dạo trên các con phố của Ingolstadt. Tôi vui mừng và ngạc nhiên, tôi ôm lấy cô ấy, nhưng khi tôi hôn lên môi cô ấy lần đầu, chúng biến thành màu xanh tái như cái chết; khuôn mặt của cô ấy trở nên khác biệt và tôi nghĩ rằng tôi ôm lấy xác của người mẹ đã khuất trong vòng tay. Thế là, tôi nhìn thấy con quái vật - con quái vật đáng thương mà tôi đã tạo ra. Nó vén màn giường, và ánh mắt của nó, nếu mắt đó có thể được gọi là mắt, nhìn chằm chằm vào tôi. Răng đen một mảnh, nó lẩm bẩm. Tôi trốn vào sân nội của ngôi nhà mà tôi ở, nơi tôi ở trong phần còn lại của đêm, đi lên đi xuống trong sự xáo động lớn nhất, lắng nghe một cách chú ý, nắm bắt và sợ hãi với mỗi âm thanh, như nó sẽ báo hiệu sự tiếp cận của xác chết ma quỷ mà tôi đã thảm sủng mang lại cho nó.

74   Oh không! Không ai có thể chịu đựng được cảnh kinh hoàng của khuôn mặt đó. Ngay cả một xác ướp sống lại cũng không đáng sợ bằng sinh vật kia. Tôi trải qua đêm đau khổ tột cùng. Đôi khi tim tôi đập nhanh và mạnh đến nỗi tôi có thể cảm nhận nó đập trong từng chiếc mạch máu. Đôi khi, tôi cảm thấy yếu đuối và mệt mỏi đến nỗi tôi chỉ biết đứng nổi. Cùng với nỗi kinh hoàng đó, tôi cũng cảm thấy sự thất vọng sâu sắc. Những giấc mơ trước đây mang lại niềm vui và sự an ủi đã trở thành ác mộng sống. Mọi thứ thay đổi một cách nhanh chóng và tôi cảm thấy hoàn toàn áp đảo.

Cuối cùng, sáng đã đến, u ám và mưa giăng khắp nơi. Tôi nhìn ra với đôi mắt mệt mỏi và đau nhức và nhìn thấy nhà thờ Ingolstadt, với chuông tháp trắng và đồng hồ cho thấy đã là sáu giờ. Người trông coi cổng vào sân, nơi tôi tìm được nơi ẩn náu tạm thời qua đêm. Tôi bước ra đường phố, đi nhanh như muốn tránh sinh vật mà tôi sợ có thể xuất hiện ở mọi góc đường. Tôi không dám quay trở lại phòng của mình, tôi cảm thấy buộc phải tiếp tục di chuyển, dù mưa đổ từ bầu trời đen tối và tối tăm.

75   Tôi tiếp tục đi như vậy một lúc, cố gắng để đánh tan mối gánh nặng nặng nề đè lên tâm trí. Tôi lang thang qua những con phố mà

không thực sự biết đang ở đâu và làm gì. Tôi tràn đầy nỗi sợ hãi, và trái tim tôi đập nhanh. Tôi vội vã đi, không dám nhìn xung quanh.

Cảm giác như tôi đang đi một mình trên một con đường tối tăm và đáng sợ. Tôi tiếp tục đi về phía trước, không dám quay đầu vì tôi biết rằng có một sinh vật đáng sợ đang theo sát phía sau.

Tôi tiếp tục như vậy cho đến khi đến khu nhà nghỉ, nơi các xe buýt và xe ngựa thông thường dừng chân. Tôi dừng lại đó vì một lý do gì đó, mặc dù tôi không thể giải thích tại sao. Tôi đứng đó trong vài phút, nhìn một chiếc xe ngựa đến từ đầu phố. Khi nó đến gần, tôi nhận ra đó là chiếc xe ngựa Thụy Sĩ. Nó dừng ngay chỗ tôi đứng, và khi cánh cửa mở, tôi nhìn thấy Henry Clerval bên trong. Anh ta nhìn thấy tôi và ngay lập tức nhảy ra khỏi xe ngựa. "Frankenstein đáng yêu của tôi!" anh ta la lên. "Tôi rất vui khi thấy bạn! May mắn là bạn ở đây ngay khi tôi xuống xe!"

Tôi tràn đầy niềm vui khi nhìn thấy Clerval. Sự hiện diện của anh ấy gợi nhớ đến cha tôi, Elizabeth và những kỷ niệm an lành của gia đình. Tôi nắm lấy tay anh ấy và trong khoảnh khắc đó, tất cả nỗi kinh hoàng và bất hạnh của tôi tan biến. Đó là lần đầu tiên trong vài tháng qua tôi cảm thấy yên bình và thực sự hạnh phúc. Tôi mừng mừng chào đón người bạn thân và chúng tôi đi về phía trường đại học của tôi. Clerval nói về những người bạn của chúng tôi và làm sao anh ấy may mắn được phép đến Ingolstadt. Anh ấy nói, "Bạn có thể tưởng tượng được khó khăn của việc thuyết phục cha tôi rằng có nhiều điều cần biết hơn là chỉ biết ghi sổ sách. Ông ấy không tin cho đến cuối cùng, luôn nói điều giống nhau: 'Tôi đã có đủ tiền và thức ăn mà không cần tiếng Hy Lạp.' Nhưng cuối cùng, tình yêu của ông dành cho tôi vượt qua sự chống cự với việc học tập, và ông ấy cho phép tôi bắt đầu một cuộc hành trình khám phá trên vùng đất tri thức."

"Tôi rất phấn khởi khi gặp lại anh! Trước khi nói gì khác, vui lòng cho tôi biết cha, anh em và Elizabeth đang làm gì."

"Được rồi, và họ đang rất hạnh phúc, chỉ hơi lo lắng vì không thường xuyên nghe tin từ anh. Nhân tiện, tôi muốn nói chuyện với anh về họ. Nhưng thưa Frankenstein yêu," anh ấy nói, dừng lại và nhìn chăm chú vào tôi, "Trước đây tôi không để ý làm sao anh trông ốm. Anh mỏng manh và trắng bệch, giống như anh đã thức qua nhiều đêm.”

“Anh đoán đúng; tôi đã bận rộn với một việc gần đây và không nghỉ ngơi đủ, như anh có thể thấy. Nhưng tôi thật sự hy vọng rằng tất cả những hoạt động đó đã kết thúc và tôi tự do bây giờ.”

78   Tôi đã rất sợ và không thể chịu đựng được nghĩ về hoặc thậm chí để cập đến những gì đã xảy ra đêm qua. Tôi đi nhanh và sớm chúng tôi đã đến đại học của tôi. Sau đó, tôi nhận ra với một cảm giác run rẩy rằng hình thù tôi đã bỏ lại trong phòng có thể vẫn còn ở đó, sống và đi lang thang. Tôi sợ gặp con quái vật này, nhưng tôi càng sợ hơn là Henry sẽ gặp được nó. Vì vậy, tôi yêu cầu Henry đợi ở dưới cầu thang vài phút trong khi tôi vội vàng trèo lên phòng của mình. Tôi với tay áo vội vã đến cái núm cửa trước khi nhớ lại để lại. Tôi dừng lại và cảm thấy cảm giác lạnh lẽo chạy qua tôi. Tôi đẩy cửa mạnh mẽ, như cách trẻ em làm khi họ mong đợi có ma ở phía bên kia. Nhưng không có gì ở đó. Tôi đi vào phòng cảnh giác: nó trống rỗng. Phòng ngủ của tôi cũng không còn khách kinh khủng nữa. Rất khó tin rằng tôi lại được may mắn đến như vậy. Nhưng khi tôi nhận ra kẻ thù của tôi thật sự đã đi xa, tôi vui mừng vỗ tay và chạy trở lại bên Clerval.

79   Chúng tôi lên phòng của tôi, và ngay lập tức người hầu mang đến bữa sáng; nhưng tôi không thể kiềm chế được mình. Tôi cảm thấy không chỉ là niềm vui; da tôi nhức nhối và tim tôi đập nhanh. Tôi không thể yên lặng nổi một giây; tôi nhảy qua những chiếc ghế, vỗ tay và cười to. Ban đầu, Clerval nghĩ rằng tôi chỉ vui mừng thấy anh ta, nhưng khi anh ta nhìn sát tôi, anh ta thấy sự điên cuồng trong ánh mắt tôi mà anh ta không thể hiểu được. Tiếng cười to và không kiểm soát của tôi khiến anh ta sợ và ngạc nhiên.

“Victor, em yêu,” anh ta kêu, “chuyện gì xảy ra trên thế giới này? Đừng cười như vậy. Em trông không khỏe! Lý do của tất cả là gì?”

“Đừng hỏi tôi,” tôi kêu, che mắt bằng hai tay vì tôi nghĩ rằng tôi thấy ma quái đáng sợ bước vào phòng. “Hắn có thể kể cho anh biết. Ồ, cứu tôi đi! cứu tôi!” Tôi tưởng tượng rằng con quái vật đang giữ tôi; tôi chiến đấu quyết liệt và rồi ngã xuống trong một cơn co giật.

Thương Clerval! Tôi chỉ có thể tưởng tượng được anh ta cảm thấy thế nào. Buổi gặp mặt mà anh ta mong đợi với những niềm hạnh phúc biến thành một thứ đắng đo và lạ lẫm. Nhưng tôi không chứng kiến được sự buồn bã của anh ta vì tôi mất ý thức và không lấy lại được ý thức trong một thời gian rất dài.

80   Đây là bắt đầu của một cơn sốt loạn thần mà khiến tôi phải nằm trên giường trong nhiều tháng. Henry là người duy nhất chăm sóc cho tôi trong suốt thời gian đó. Sau này, tôi biết rằng anh ta không muốn cha tôi và Elizabeth lo lắng, vì vậy anh ta giữ bí mật tình trạng bệnh tật của tôi. Anh ta biết rằng mình có thể chăm sóc tốt hơn bất kỳ ai khác, và anh ta tự tin vào sự phục hồi của tôi. Anh ta nghĩ rằng việc chăm sóc tôi là cách để làm điều tốt cho họ.

Nhưng sự thật là, tôi thực sự bị ốm. Nếu không có sự chăm sóc và quan tâm không ngừng của người bạn tôi, có lẽ tôi đã không qua khỏi. Tôi không thể ngừng thấy con quái vật mà tôi đã tạo ra trong tâm trí, và tôi luôn nói về nó một cách liên tục. Ban đầu, Henry nghĩ rằng đó chỉ là trí tưởng tượng của tôi, nhưng cách tôi liên tục quay trở lại cùng một chủ đề khiến anh ta nghĩ rằng đã có điều gì đó thực sự khủng khiếp đã xảy ra gây ra bệnh tật của tôi.

81   Bằng việc từ từ phục hồi và trải qua những rủi ro khiến bạn bè lo lắng, tôi dần dần bình phục. Tôi nhớ lần đầu tiên khi tôi có thể nhìn ra ngoài và cảm thấy vui vẻ một chút. Tôi nhận ra rằng những lá rụng đã biến mất và những nụ mới đang mọc trên cây gần cửa sổ. Mùa xuân tuyệt đẹp ấy đã giúp tôi bình phục. Tôi cũng bắt đầu cảm nhận lại niềm hạnh phúc và tình yêu trong lòng. Bóng tối đã tan biến và không lâu sau, tôi trở nên vui vẻ như trước khi mắc bệnh.

"Ông Clerval dấu yêu," tôi nói, "ông rất tử tế và tốt bụng với tôi. Thay vì học suốt mùa đông như ông đã lên kế hoạch, ông đã ở bên tôi trong phòng khi tôi bị ốm. Làm sao tôi có thể đền bù cho ông? Tôi cảm thấy tội lỗi vì làm ông thất vọng, nhưng tôi hy vọng ông có thể tha thứ cho tôi."

"Ông sẽ đền bù đủ cho tôi nếu ông không lo lắng và tập trung vào việc phục hồi sức khỏe càng nhanh càng tốt," Clerval trả lời. "Và vì ông dường như đang có tinh thần tốt, tôi có thể nói chuyện với ông về một điều gì đó không?"

Tôi cảm thấy hơi lo lắng. Ông ta đang ám chỉ điều gì? Liệu ông ta đang nói về điều gì đó mà tôi không được phép suy nghĩ đến?

"Đừng lo," Clerval nói khi ông nhận ra sự thay đổi màu sắc của tôi. "Tôi sẽ không đề cập nếu điều đó làm bạn khó chịu. Nhưng cha của bạn và người em họ sẽ rất vui mừng được nhận thư từ bạn viết bằng chính tay. Họ không biết bạn bị ốm nặng như vậy và lo lắng vì bạn không viết thư cho họ trong một thời gian dài."

"Đó có phải là tất cả, Henry yêu dấu? Làm sao bạn có thể nghĩ rằng tôi sẽ không suy nghĩ ngay đến những người bạn yêu quý mà tôi quan tâm sâu sắc và xứng đáng nhận hết tình yêu của tôi?"

"Nếu bạn cảm thấy như vậy bây giờ, bạn có thể sẽ vui lòng đọc một lá thư đã có ở đây một vài ngày, được gửi đến địa chỉ của bạn. Tôi nghĩ nó là từ người họ hàng của bạn."

CHAPTER VI

 Clerval gave me a letter. It was from my cousin Elizabeth.

"Mẹ thân yêu,

Anh bị ốm rất nặng và thậm chí những lá thư từ Henry cũng không làm tôi cảm thấy yên tâm về anh. Anh không được phép viết thư hay cầm bút, nhưng tôi cần phải được nghe từ anh, Victor. Điều này quan trọng đối với chúng tôi để biết rằng anh đã ổn. Tôi đã chờ đợi mỗi ngày một lá thư và thuyết phục chú bác của tôi không đến Ingolstadt. Tôi không muốn ông ấy trải qua những khó khăn và nguy hiểm trong chuyến đi dài như vậy. Tôi ước rằng tôi có thể đi thay và ôm chăm sóc bản thân! Tôi tưởng tượng một người già và không quan tâm lắm đang chăm sóc anh. Họ không thể hiểu nhu cầu của anh như tôi, người chị họ tàn tật của anh. Nhưng giờ đây không còn là quá khứ. Clerval nói rằng anh đang dần khỏe hơn. Tôi thật sự hy vọng anh sẽ viết sớm để xác nhận tin tức này."

 "Get well soon and come back to us. Nhà của chúng ta đầy tình yêu và hạnh phúc, và chúng tôi nhớ bạn rất nhiều. Cha của bạn khỏe mạnh và chỉ muốn biết rằng bạn ổn. Anh ấy luôn có nụ cười hiền lành trên khuôn mặt và không có gì khiến anh ấy lo lắng. Bạn sẽ rất vui mừng khi thấy em trai của chúng ta, Ernest đã lớn lên bao nhiêu! Anh ấy bây giờ đã mười sáu tuổi và tràn đầy năng lượng. Anh ấy mơ ước trở thành một người Thụy Sĩ tự hào và phục vụ đất nước, nhưng chúng tôi không thể để anh ấy đi cho đến khi anh trai lớn trở về. Chú ý của chúng tôi không thích ý tưởng anh ấy gia nhập quân đội ở xa, nhưng Ernest không thích học tập như bạn đã từng. Anh ấy thích dành thời gian ngoài trời, leo núi hoặc chèo thuyền trên hồ. Tôi lo rằng anh ấy có thể trở nên lười biếng nếu chúng tôi không cho phép anh ấy theo đuổi con đường nghề nghiệp mà anh ấy đã chọn."

85   Rất ít thay đổi từ khi bạn rời chúng tôi, ngoại trừ sự lớn lên của những đứa trẻ chúng ta. Hồ nước xanh tuyệt đẹp và những ngọn núi phủ tuyết vẫn như cũ. Ngôi nhà yên bình của chúng tôi và những trái tim hạnh phúc được chỉ đạo bởi những quy tắc không thay đổi. Tôi bận rộn với những công việc nhỏ mang lại niềm vui cho mình, và cái nhìn thấy mọi người xung quanh tôi hạnh phúc và tử tế là phần thưởng của tôi. Chỉ có một điều đã thay đổi trong ngôi nhà nhỏ của chúng tôi kể từ khi bạn đi. Bạn còn nhớ khi chúng tôi mời Justine Moritz vào gia đình chúng tôi không? Có lẽ bạn không nhớ, vì vậy để tôi kể cho bạn nghe câu chuyện của cô ấy một cách ngắn gọn. Mẹ Justine, bà Moritz, là một người góa phụ có bốn đứa con, và Justine là đứa con thứ ba. Cha cô ấy yêu mến cô, nhưng mẹ cô ấy không chịu được cô ấy và đã đối xử tệ với cô ấy sau cái chết của cha cô ấy. Dì tôi nhận ra điều này và thuyết phục mẹ Justine để cô ấy sống với chúng tôi khi cô ấy tròn mười hai tuổi. Cách sống dân chủ của đất nước chúng tôi đã tạo ra những phong tục đơn giản và hạnh phúc hơn so với những quốc gia quyền quý lớn xung quanh. Điều này có nghĩa là các tầng lớp xã hội không cách biệt nhau nhiều, và các tầng lớp dưới không nghèo hơn hoặc bị khinh thường. Kết quả là họ cư xử lịch sự và đạo đức hơn. Ở Geneva, việc làm người hầu không có nghĩa giống như ở Pháp và Anh Quốc. Khi Justine trở thành một phần của gia đình chúng tôi, cô ấy đã nắm vững trách nhiệm của một người hầu. Nhưng ở đất nước giàu có chúng ta, việc làm người hầu không có nghĩa là bạn thiếu hiểu biết hoặc mất phẩm giá như một con người.

Justine là người bạn thích của bạn và bạn từng nói rằng sự vui vẻ của cô ta có thể ngay lập tức làm tươi sáng tâm trạng của bạn, giống như vẻ đẹp của Angelica trong một câu chuyện của Ariosto. Cô dì của tôi rất yêu mến Justine, vì vậy cô quyết định cung cấp cho cô một giáo dục tốt hơn so với kế hoạch ban đầu. Justine rất biết ơn cho sự tử tế này, mặc dù cô không bao giờ diễn đạt điều đó một cách rõ ràng. Bạn có thể nhìn thấy qua đôi mắt của cô ta rằng cô ta ngưỡng mộ và kính trọng cô dì tôi rất nhiều. Mặc dù Justine là một cô gái sống động và đôi khi thiếu suy nghĩ, cô ta chú ý mọi từ ngữ và hành động từ cô dì tôi. Cô ta nhìn cô dì như một người mẫu và cố gắng hết sức để nói và hành động giống như cô ta, điều đó vẫn còn làm tôi nhớ về cô ta đến hôm nay.

Khi cô dì yêu quý của tôi qua đời, ai cũng mải mê trong nỗi buồn của riêng mình, không để ý đến Justine nghèo khổ, người đã chăm sóc cô dì với tình yêu và quan tâm tận tâm trong thời gian cô ấy ốm. Chính Justine cũng mắc bệnh, nhưng còn có những thử thách đang chờ đợi cô ấy.

Một sau một, anh em ruột của Justine từ từ qua đời, chỉ còn mình cô bị bỏ rơi bởi người mẹ. Người phụ nữ cảm thấy tội lỗi, nghĩ rằng những mất mát này là một sự trừng phạt vì đã thiên vị một số con hơn những người khác. Với tư cách là một người Công giáo La Mã, bà tin rằng viên biện tòa của bà đã chứng thực niềm tin ấy. Vậy nên, vài tháng sau khi anh ra đi đến Ingolstadt, Justine được mẹ gọi trở lại bởi sự hối hận của người mẹ. Thứ tạm biệt nước mắt từ Justine khi cô rời khỏi ngôi nhà của chúng ta. Vẻ bề ngoài của cô đã thay đổi kể từ khi dì tôi qua đời; sự đau buồn làm dịu đi tính năng sống vui nhộn trước đây của cô và làm cho cô trở nên nhẹ nhàng hơn. Tuy nhiên, sống cùng mẹ không mang lại niềm vui cho cô. Sự hối lỗi của người phụ nữ không ngừng dao động. Đôi khi bà van xin Justine tha thứ, nhưng thường thì bà buộc tội cô gây ra cái chết cho anh em ruột của mình. Bị trách mắng liên tục đã làm hao mòn Madame Moritz, và cuối cùng bà ốm yếu. Ban đầu, căn bệnh khiến bà trở nên dễ cáu, nhưng giờ đây bà đã an nghỉ mãi mãi. Bà qua đời vào đầu mùa đông khi thời tiết trở lạnh. Justine đã trở lại với chúng ta, và tôi yêu cô ấy một cách sâu sắc.

Cô ấy thông minh, tử tế và rất xinh đẹp. Cũng như tôi đã nói trước đây, cô ấy làm tôi nhớ đến nguyên cô của mình với cử chỉ và diễn đạt của mình.

"Hãy để tôi kể cho bạn về cậu bé William nhỏ của chúng ta, anh em họ thân yêu. Bạn sẽ yêu mến cậu ấy nếu bạn nhìn thấy. Cậu ấy thật cao cho tuổi của mình và đôi mắt của cậu ấy có màu xanh đẹp. Mi cậu ấy thì tối, còn tóc của cậu ấy thì xoăn. Mỗi khi cậu ấy cười, trên gò má của cậu ấy xuất hiện những lỗ hổng xinh xắn, và chúng đỏ lên vì cậu ấy khỏe mạnh. Cậu ấy đã có một vài nàng bạn gái nhỏ rồi, nhưng người yêu của cậu ấy nhất là Louisa Biron, một cô bé đáng yêu đã năm tuổi.

Bây giờ, tôi chắc bạn muốn nghe tin tức xã giao về những người ở Geneva, Victor. Cô gái duyên dáng Miss Mansfield đã nhận được nhiều lượt thăm chúc mừng vì cuộc hôn nhân sắp tới của cô ấy với người Anh tên John Melbourne. Chị gái của cô, Manon, không mấy xinh đẹp đã kết hôn với một ngân hàng giàu có tên M. Duvillard vào mùa thu năm ngoái. Bạn cùng lớp yêu thích của bạn, Louis Manoir, đã không có nhiều may mắn kể từ khi Clerval rời khỏi Geneva. Nhưng cậu ta đang cảm thấy tốt hơn và được nghe nói là sắp cưới một phụ nữ Pháp sống đáng yêu và nhiều sức sống tên là Madame Tavernier. Chị ấy lớn tuổi hơn Manoir và là một người góa phụ, nhưng mọi người đều yêu mến chị ấy.

Khi viết những dòng này, tôi cảm thấy vui vẻ hơn, anh em họ thân yêu. Nhưng khi kết thúc, tôi lại lo lắng một lần nữa. Xin, Victor, hãy viết cho chúng tôi. Chỉ một câu hoặc một từ của anh em sẽ có ý nghĩa rất lớn đối với chúng tôi. Chúng tôi rất biết ơn những ân tứ, tình cảm và tất cả những lá thư của Henry. Tạm biệt, anh em thân yêu. Hãy chăm sóc bản thân và xin, tôi van xin, hãy viết!

Yêu thương,

Elizabeth Lavenza."

Geneva, ngày 18 tháng 3, năm 17—.

***

"Thưa Elizabeth," tôi nói hồi hộp khi đọc thư của cô ấy, "Tôi sẽ viết ngay để cho họ biết tôi ổn." Tôi viết thư, và nó khiến tôi cảm thấy mệt mỏi, nhưng tôi bắt đầu dần khỏe lại. Hai tuần sau đó, tôi đã đủ sức để rời giường.

90   Một trong những việc đầu tiên tôi phải làm khi phục hồi là giới thiệu Clerval với các giáo sư tại trường đại học. Điều đó khó khăn với tôi vì những gì đã xảy ra. Kể từ đêm tất cả mọi thứ trở nên sai lầm, tôi phát triển một sự căm ghét mạnh mẽ với bất cứ điều gì liên quan đến khoa học. Chỉ cần nhìn thấy một dụng cụ hóa học là tôi lại nhớ lại cảm giác đau đớn và bất tiện. Henry nhận ra điều này và loại bỏ tất cả thiết bị và đưa tôi vào một căn phòng khác. Nhưng việc đó không quan trọng khi tôi gặp gỡ các giáo sư. M. Waldman làm tình hình trở nên tồi tệ hơn bằng cách khen ngợi tôi về tiến bộ của tôi trong khoa học. Ông không nhận ra rằng tôi không còn thích môn học này nữa và ông nghĩ rằng tôi chỉ khiêm tốn. Ông tiếp tục cố gắng nói về điều đó, mặc dù nó làm tôi đau lòng. Có cảm giác như ông đang trình diễn cho tôi những công cụ mà sẽ được sử dụng để gây tổn thương cho tôi. Tôi muốn thể hiện sự đau khổ của mình, nhưng tôi không thể. Clerval, luôn hiểu được cảm xúc của tôi, đã thay đổi chủ đề vì ông không biết nhiều về khoa học. Tôi biết ơn sự hiểu biết của ông, nhưng tôi không thể tự mình kể cho ông về những gì đã xảy ra. Tôi biết rằng ông sẽ sốc, và tôi không muốn gánh nặng thêm cho ông với những chi tiết nữa.

91   Ông Krempe không thân thiện như ông Waldman. Vì tôi đang cảm thấy rất nhạy cảm vào thời điểm đó, những lời khen khắc nghiệt và thẳng thừng của ông làm tổn thương tôi hơn cả những lời đồng ý tốt của ông Waldman. "Thật chết!," ông ta la to, "Tôi nói cho bạn biết, ông Frankenstein đã vượt qua chúng tôi tất cả. Vâng, cứ ngắm đi, nhưng điều này là sự thật. Một chàng trai trước đây chỉ cách đây vài năm tin tưởng tuyệt đối vào Cornelius Agrippa cũng như tin vào Tin Mừng, nay đã trở thành số một trong lớp tại trường đại học. Và nếu ông ấy không sớm bị hạ bệ, chúng ta sẽ đều phải xấu hổ. Vâng, vâng," ông ta tiếp tục, nhìn thấy sự đau đớn trên khuôn mặt tôi, "Ông Frankenstein khiêm tốn. Điều đó là một phẩm chất tuyệt vời ở một chàng trai trẻ. Chàng trai trẻ nên hoài nghi về bản thân, bạn biết không, ông Clerval. Tôi cũng từng như vậy khi còn trẻ, nhưng không

kéo dài lâu." Ông Krempe bắt đầu khoe khoang về bản thân mình, điều mà may mắn đã thay đổi chủ đề từ điều làm phiền tôi.

92   Clerval không chia sẻ sở thích của tôi về khoa học, và học hành của anh ấy khác với của tôi. Anh ấy đến đại học với mục tiêu trở thành một chuyên gia về các ngôn ngữ phương Đông vì anh ấy tin rằng điều đó sẽ dẫn anh ấy đến cuộc sống anh ấy mong muốn. Khác với Clerval, tôi không cố gắng hiểu sâu về ngôn ngữ vì tôi chỉ muốn tận hưởng chúng một cách tạm thời. Tôi đọc để đơn giản chỉ hiểu ý nghĩa của chúng, và mọi nỗ lực tôi bỏ ra đều đáng đồng tiền bát gạo. Các bài viết của họ có tác dụng làm dịu lòng tôi và mang lại niềm vui mà không cái gì khác tôi đã từng đọc. Khi bạn đọc câu chuyện của họ, cảm giác như cuộc sống chỉ xoay quanh sự ấm áp của ánh mặt trời, sự đẹp của một vườn hoa đầy hồng, cảm xúc đan xen từ một kẻ thù quyến rũ và niềm đam mê rực cháy trong tim bạn. Nó hoàn toàn khác biệt so với những bài thơ mạnh mẽ và hùng tráng của Hy Lạp và La Mã.

93   Mùa hè đã trôi qua với những hoạt động đó, và tôi dự định trở về Geneva vào mùa thu. Tuy nhiên, có một số sự kiện xảy ra khiến việc trở về bị trì hoãn, và trước khi biết được, mùa đông đã đến với những con đường phủ đầy tuyết. Dù có trễ hẹn, chúng tôi đã tận hưởng mùa đông tối đa, và khi mùa xuân cuối cùng đến, đợi chờ đã đáng giá bởi vì mọi thứ trông thật đẹp.

Tháng năm đã bắt đầu, và tôi đang trông chờ một lá thư sẽ cho biết khi nào tôi cuối cùng có thể ra đi. Nhưng sau đó, Henry đề xuất chúng tôi đi một chuyến đi bộ quanh Ingolstadt trước khi tôi ra đi. Đó là cơ hội cho tôi để nói lời tạm biệt với nơi đã từng là tổ ấm của tôi trong một thời gian dài. Tôi đồng ý vui mừng với ý kiến của anh ta vì tôi thích hoạt động, và Clerval luôn là người bạn đồng hành yêu thích của tôi khi khám phá vùng quê của quê hương chúng ta.

94   Chúng tôi đã dành hai tuần để đi những chuyến đi bộ này: sức khỏe và tâm trạng của tôi đã cải thiện rồi, và nó càng tốt hơn từ không khí trong lành, những điều thú vị chúng tôi nhìn thấy, và nói chuyện với bạn tôi. Trước đây, việc học hành đã khiến tôi cô lập mình và trở nên không hòa đồng. Nhưng Clerval đã đem lại phần tốt đẹp

nhất trong tôi; anh ấy nhắc tôi cách trân trọng thiên nhiên và năng lượng hạnh phúc của trẻ em. Bạn đã là một người bạn tuyệt vời! Bạn thật sự yêu thương tôi và cố gắng làm tôi giống bạn hơn. Tôi đã tự ái và hẹp hòi nghĩ; nhưng lòng tốt và tình yêu của bạn mở cửa cảm giác của tôi và làm tôi cảm thấy sống lại. Tôi trở thành một người vui vẻ như trước đây vài năm trước, khi mọi người yêu quý tôi và tôi yêu thương họ lại, không có lo lắng hay buồn phiền. Được môi trường thiên nhiên xinh đẹp bao quanh khiến tôi cảm thấy vui sướng. Bầu trời trong lành và những cánh đồng xanh làm tôi tràn đầy niềm vui. Mùa này thực sự tuyệt vời; những đóa hoa mùa xuân đang nở rực rỡ trên bụi cây, và những đóa hoa mùa hè bắt đầu nẩy mầm. Tôi không có bất kỳ suy nghĩ rối loạn nào đã làm phiền tôi trong năm ngoái, mặc dù tôi đã cố gắng đẩy chúng đi.

95   Henry đắm chìm trong niềm vui của tôi, và chân thành thông cảm với cảm xúc của tôi. Anh ấy là một người bạn đồng hành tuyệt vời và kể rất nhiều câu chuyện tuyệt vời để giữ chúng tôi bận rộn.

Chúng tôi trở về trường đại học vào một buổi chiều Chủ Nhật: những người nông dân đang nhảy múa và tất cả những người chúng tôi gặp đều trông vui vẻ và hạnh phúc. Tâm trạng của riêng tôi rất tốt.

CHAPTER VII

 TRÊN ĐƯỜNG TRỞ VỀ, tôi nhặt được một lá thư từ cha tôi. Nó nói:

"Thưa Victor,

Tôi biết rằng con đã hằng mong muốn nhận được một lá thư từ tôi, cho con biết khi nào con có thể về nhà. Ban đầu, tôi đã cân nhắc viết chỉ vài dòng, đề cập đến ngày con nên trở về. Nhưng điều đó sẽ không công bằng với con, và tôi không thể làm điều đó được. Con ơi, hãy tưởng tượng xem con sẽ bị sốc như thế nào nếu thay vì một sự chào đón vui vẻ và ấm cúng, con bị đón nhận bằng nước mắt và buồn bã. Victor, làm sao cha có thể kể cho con nghe về những điều khủng khỉnh đã xảy ra với chúng tôi? Tôi biết rằng dù con đã đi xa, con vẫn quan tâm đến hạnh phúc và sự đau buồn của chúng ta. Làm sao cha tôi có thể làm tổn thương con, đứa con của cha đã biệt mất trong suốt thời gian dài? Tôi muốn chuẩn bị con cho tin tức thảm khốc đó, nhưng tôi biết điều đó là không thể. Tôi có thể thấy con đang quét ngang mắt trên trang sách, tìm kiếm những từ ngữ sẽ mang đến thông điệp tồi tệ.

"William đã chết! Anh ấy là một đứa trẻ dễ thương, luôn cười và mang đến sự ấm áp cho trái tim của tôi. Anh ấy tốt bụng và tràn đầy sự sống. Victor, ai đó đã cướp đi cuộc sống của anh ấy khỏi chúng tôi!

"Bây giờ, tôi không cố gắng an ủi con. Thay vào đó, tôi chỉ đơn giản kể cho con nghe những gì đã xảy ra."

"Thứ Năm tuần trước, ngày 7 tháng 5, tôi, cháu gái của tôi và hai anh em của bạn đã đi dạo trong Plainpalais. Tối ấy ấm áp và yên bình, nên chúng tôi đi xa hơn bình thường. Chúng tôi không nhận ra cho đến khi trời trở nên tối tăm và không thể tìm thấy William và Ernest, hai người đã đi trước chúng tôi. Chúng tôi ngồi xuống và chờ đợi họ quay lại. Cuối cùng, Ernest trở về và hỏi chúng tôi có thấy anh trai của mình không. Anh ta nói rằng anh ấy đã chơi với William, nhưng William đã bỏ trốn để trốn chạy và không trở lại mặc dù đã chờ lâu.

Chúng tôi lo lắng, vì vậy chúng tôi tiếp tục tìm kiếm cho đến khi trời tối. Elizabeth nghĩ rằng có thể William đã quay trở về nhà. Nhưng anh ấy không ở đó. Chúng tôi quay lại với đèn pin vì tôi không thể yên nghỉ khi biết rằng cậu bé dễ thương của tôi bị lạc và tiếp xúc với sự lạnh lẽo vàẩm ướt của đêm. Elizabeth cũng rất lo lắng. Vào khoảng năm giờ sáng, tôi tìm thấy cậu con trai quý giá của tôi. Đêm trước, anh ấy còn sống động và khỏe mạnh, nhưng giờ anh ấy nằm trên cỏ, trắng bệch và không chuyển động. Có một vết nhấn trên cổ anh ấy được để lại bởi tay của kẻ giết người."

Anh đã đưa anh ấy về nhà, và nỗi buồn hiện hữu trên gương mặt tôi tiết lộ bí mật với Elizabeth. Cô ấy rất háo hức muốn nhìn thấy xác chết. Ban đầu tôi cố gắng ngăn cản cô ấy, nhưng cô ấy cứ kiên trì, và khi nhanh chóng đi vào căn phòng nơi xác chết nằm, cô ấy kiểm tra cổ nạn nhân một cách vội vã và đan tay lại kêu lên: "Ôi Chúa ơi! Tôi đã giết chết đứa con yêu dấu của mình!"

Cô ấy ngất đi và được hồi phục với sự khó khăn cực độ. Khi cô ấy tỉnh lại, cô ấy chỉ biết khóc và thở dài. Cô ấy nói với tôi rằng cùng một buổi tối đó, William đã trêu chọc cô ấy để cho anh ấy mặc một bức ảnh thu nhỏ rất quý giá cô ấy sở hữu về mẹ anh. Bức hình này đã biến mất, và chắc chắn là động lực đã thúc đẩy tên kẻ giết người thực hiện hành động đó. Hiện tại, chúng tôi không có dấu vết gì của hắn, mặc dù tất cả những nỗ lực của chúng tôi để tìm ra hắn vẫn không ngừng; nhưng chúng sẽ không thể mang lại cho tôi con trai yêu quý!

Hãy đi đây, Victor yêu dấu, chỉ có anh mới có thể giúp Elizabeth. Cô ấy khóc suốt ngày đêm.

"Hãy đi, Victor; hãy đặt điểm cuối cho ý định trả thù kẻ giết người và thay vào đó, hãy tiếp cận tình huống này với sự bình yên và lòng nhân hậu, để chúng ta có thể bắt đầu lành lặn lại tâm hồn đau khổ của mình. Hãy tiến vào ngôi nhà tang lễ, bạn tôi, với lòng yêu thương và chăm sóc cho những người quan tâm đến bạn, chứ không phải với lòng căm hận đối với kẻ thù của bạn.

"Cha yêu thương và đau khổ của bạn,

"Alphonse Frankenstein.

"Geneva, ngày 12 tháng 5 năm 17undefined."

~

Clerval, người đã theo dõi tôi một cách cẩn thận khi tôi đọc lá thư, bị ngạc nhiên khi nhìn thấy sự buồn bã lấn áp lấy niềm vui ban đầu của tôi khi nhận tin từ những người bạn. Tôi đặt lá thư lên bàn và che mặt bằng hai bàn tay.

"Ôi Frankenstein thân yêu của tôi," Henry thốt lên, nhìn thấy nước mắt và sự khó khăn của tôi, "mày mãi mãi sẽ bất hạnh sao? Chuyện gì đã xảy ra, bạn tôi thân yêu?"

Tôi ra hiệu cho anh ta lấy lá thư trong khi tôi đi qua lại phòng, trong tâm trạng hoang mang lớn. Nước mắt cũng tràn đầy trong mắt Clerval khi anh ta đọc về sự bi kịch không may đã xảy đến với tôi.

"Tôi không thể đem lại cho bạn sự an ủi, bạn tôi," anh ấy nói, "thảm họa của bạn không thể hoàn tác được. Bạn định làm gì?"

"Tôi cần phải đến Geneva ngay lập tức. Đi cùng tôi, Henry, để chúng ta sắp xếp xe ngựa."

Trong quá trình đi dạo, Clerval cố gắng đưa ra những lời an ủi; anh chỉ có thể diễn đạt sự đồng cảm từ tận đáy lòng. "Thật là thảm thiết cho William!" anh nói, "một đứa trẻ dễ thương và đáng yêu như vậy. Bây giờ cậu ấy nghỉ với mẹ thiên thần của mình! Những người đã từng thấy cậu ấy, tràn đầy niềm vui và tươi đẹp của tuổi trẻ, sẽ khóc cho sự mất mát đáng tiếc! Chết đi một cách khủng khiếp như vậy;

phải dưới sự bất lực của vụ án! Càng đáng tiếc hơn nữa, là phải hủy diệt một sự trong sạch tuyệt đối như vậy! Poor little boy! Chúng ta chỉ có thể tìm sự an ủi trong việc rằng bạn bè của cậu ấy đang đau buồn và khóc, nhưng cậu ấy yên thân. Nỗi đau đã qua, cơn khủng hoảng của cậu ấy đã kết thúc mãi mãi. Cậu ấy nằm dưới lòng đất, không còn đau đớn nào nữa. Đối với cậu ấy, chúng ta không còn cần đổ cho một sự thương hại, bởi chúng ta phải dành nó cho những ai đang tiếp tục chịu đựng.”

Clerval nói những lời này khi chúng tôi vội vàng qua những con phố; chúng dính vào trong đầu tôi, và tôi nhớ lại chúng khi tôi ở một mình sau này. Nhưng ngay khi bọn ngựa đến, tôi nhanh chóng lên xe cabriolet và nói lời chia tay với bạn tôi.

Chuyến đi của tôi rất buồn. Ban đầu, tôi muốn nhanh chóng về đây để an ủi và ở bên người thân yêu đang tang thương, nhưng khi tôi đến gần quê hương, tôi chậm lại. Tôi không thể chịu đựng được tất cả những cảm xúc tràn đầy trong tâm trí. Tôi đi qua những nơi quen thuộc từ khi còn nhỏ, nhưng đã không nhìn thấy chúng trong gần sáu năm qua. Tôi tự hỏi làm sao mọi thứ có thể thay đổi trong khoảng thời gian đó! Có một sự thay đổi đột ngột và tàn khốc, nhưng có thể còn nhiều những điều nhỏ khác đã từ từ gây ra những thay đổi khác cũng quan trọng. Tôi cảm thấy sợ hãi và không thể đi tiếp vì mất lòng vì những vấn đề chưa biết rõ khiến tôi sợ hãi, dù tôi không thể đặt tên chính xác chúng là gì.

Tôi đã ở lại Lausanne hai ngày, cảm thấy như thế. Tôi nhìn ra hồ; nước bình yên và thanh bình. Mọi thứ xung quanh tôi đều yên tĩnh và im lặng, và những ngọn núi phủ tuyết, mà tôi coi là “cung điện của thiên nhiên”, vẫn không đổi. Dần dần, cảnh tượng yên bình và tuyệt đẹp giúp tôi cảm thấy tốt hơn, và tôi tiếp tục cuộc hành trình của mình đến thành phố Geneva.

Con đường theo bờ hồ, và khi tôi đến gần quê hương, hồ trở nên hẹp hơn. Tôi có thể nhìn thấy các mặt bên tối của dãy Jura và đỉnh Mont Blanc rực rỡ hơn. Tôi khóc như một đứa trẻ. “Núi yêu quý! Hồ đẹp của tôi! Làm sao các ngọn đèo đón chào người lang thang này? Đỉnh núi trong trẻo, bầu trời và hồ màu xanh yên bình. Liệu điều này có nghĩa là sẽ có hòa bình hay chỉ đang trêu đùa với nỗi buồn của tôi?"

102   Tôi e rằng, bạn ơi, tôi có thể trở nên nhàm chán bằng cách nói nhiều về những sự việc sớm đó. Tuy nhiên, những ngày đó là những ngày hạnh phúc tương đối và tôi nhớ chúng với tình yêu. Ồ, đất nước tôi, quê hương yêu dấu của tôi! Chỉ có người sinh ra ở đây mới hiểu được niềm vui tôi cảm nhận khi nhìn thấy lại những con sông, những ngọn núi và hơn hết, con hồ đẹp của bạn!

Tuy nhiên, khi tôi đi càng gần nhà, nỗi buồn và sợ hãi lại trỗi dậy một lần nữa. Đêm xuống, và khi tôi chỉ có thể trông thấy những ngọn núi tối tăm, tôi cảm thấy buồn thêm. Cảnh tượng dường như là một nơi rộng lớn và u ám của rắc rối, và tôi mơ hồ cảm nhận rằng tôi định mệnh trở thành người không may nhất trên trái đất này. Thật đáng tiếc, dự đoán của tôi trở thành sự thật, và tôi chỉ sai một điều: tôi không thể thậm chí tưởng tượng hoặc dự đoán được một phần nhỏ của nỗi đau mà tôi phải trải qua.

103   Đã tối tăm khi tôi đến ngoại ô Geneva. Cổng thành đã đóng càng sớm và vì thế tôi phải trải qua một đêm tại làng Secheron, cách thành phố nửa dặm. Bầu trời trong xanh, và vì tôi không thể ngủ được, tôi quyết định đến nơi mà thiếu nhi khốn khổ của tôi bị sát hại. Vì không thể đi qua thị trấn, tôi phải chèo thuyền qua hồ để đến Plainpalais. Trong chuyến đi ngắn này, tôi nhìn thấy tia chớp tạo thành những hình dáng tuyệt đẹp ở đỉnh Mont Blanc. Cơn bão dường như đang ngày càng gần, và khi đến bờ, tôi leo lên một ngọn đồi nhỏ để theo dõi nó di chuyển. Nó tiến lại rất nhanh; bầu trời trở nên âm u, và tôi nhanh chóng cảm nhận mưa bắt đầu rơi từ từ trong những giọt to, nhưng nhanh chóng trở nên dồn dập hơn.

104   Tôi đứng dậy từ chỗ ngồi và tiếp tục đi bộ, dù màn đêm trở nên tối tăm hơn và mưa bão ngày càng dữ dội. Tiếng sấm vang vọng trên đầu tôi, vang lên từ Salêve, dãy Jura và dãy Alps của Savoy. Những tia chớp sáng chói làm mù tôi, chiếu sáng cho hồ và làm nó trông như một tấm chắn lửa rực rỡ. Rồi, trong một khoảnh khắc, mọi thứ trở nên hoàn toàn tối mịt cho đến khi mắt tôi thích nghi lại với bóng tối. Ở Thụy Sĩ, cơn bão thường xuất hiện ở các vùng trời khác nhau cùng

một lúc. Trận bão mạnh nhất đang nằm chính giữa phía bắc của thị trấn, trên phần hồ nằm giữa Belrive và làng Copêt. Cơn bão khác phát ra những tia sáng mờ ở Jura, trong khi một cơn bão khác lại làm cho Môle, một ngọn núi nhọn ở phía đông hồ, có khi hiển thị và có lúc trở nên che mờ.

105   Trong khi tôi ngắm nhìn cơn bão, vừa đẹp đẽ vừa kinh khủng, tôi tiếp tục vùng vẫy nhanh chóng. Cuộc chiến cao quý này trên bầu trời làm tinh thần tôi cao lên; tôi ôm chặt tay và thốt lên: "William, thiên thần thân yêu!" Khi tôi đọc những lời này, trong cái tối tăm tôi thấy một hình ảnh trộm từ sau một đám cây gần tôi. Tôi đứng im lìm, nhìn chằm chằm. Tôi không thể nhầm lẫn. Hình ảnh đi qua tôi nhanh chóng, và tôi đã mất nó trong bóng tối. Không có hình dạng con người nào có thể hủy diệt đứa bé xinh đẹp đó. Nó là kẻ giết chết anh trai tôi! Tôi không thể nghi ngờ, và tôi đã tin chắc vào sự thật này. Sự hiện diện duy nhất của ý niệm là một bằng chứng không thể chối cãi về sự việc. Tôi nghĩ đến việc đuổi theo quỷ, nhưng nó sẽ vô ích, vì một tia chớp khác đã tiết lộ nó đang treo giữa những tảng đá trên sườn dốc gần như thẳng đứng của Mont Salêve, một ngọn đồi giới hạn Plainpalais ở phía nam. Nó nhanh chóng đạt đến đỉnh, và biến mất.

106   Tôi đứng im. Đã hai năm gần như đã trôi qua kể từ đêm quỷ vượt khỏi sống và đây có phải tội ác đầu tiên của hắn không? Ôi! Tôi đã thả quỷ tàn bạo này ra thế giới, người thích thú trong đau khổ; liệu hắn có giết anh trai tôi không?

Không ai có thể hình dung được nỗi đau tôi chịu đựng trong phần còn lại của đêm, tôi trải qua, lạnh lẽo và ướt mưa, dưới trời đêm. Nhưng tôi không cảm nhận được sự bất tiện của thời tiết; trí tưởng tượng của tôi bận rộn trong những cảnh ác và tuyệt vọng. Tôi xem xét nhân vật mà tôi đã gieo vào giữa loài người, đã trao cho hắn ý chí và quyền lực để thực hiện những mục đích kinh khủng, như hành động mà hắn vừa thực hiện, gần như nhìn như thể đó là ma cà rồng của riêng tôi, tinh linh của riêng tôi tách ra từ mổ, và bắt buộc phải phá hủy hết những gì quý giá đối với tôi.

107   Mặt trời bắt đầu mọc, và tôi đi về phía thị trấn. Cổng đã mở, vì

vậy tôi vội vàng đến nhà cha tôi. Ý nghĩ đầu tiên của tôi là tìm hiểu những gì tôi biết về kẻ giết người và đảm bảo rằng họ sẽ được truy đuổi ngay lập tức. Nhưng sau đó tôi dừng lại để suy nghĩ về câu chuyện mà tôi phải kể. Một sinh vật mà tôi đã tạo ra và ban cho nó mạng sống đã gặp tôi lúc nửa đêm trên một ngọn núi nguy hiểm. Tôi cũng nhớ lại trạng thái sốt mà tôi đã có khi tạo ra sinh vật này, điều đó có thể khiến câu chuyện của tôi nghe như là tôi mê sảng. Tôi biết rằng nếu ai đó khác kể cho tôi câu chuyện này, tôi sẽ nghĩ họ điên rồ. Hơn nữa, sinh vật này quá kỳ lạ đến mức không thể bắt được, ngay cả khi gia đình tôi tin và cố gắng truy đuổi nó. Và dù cho chúng tôi truy đuổi nó, thì điều đó có ý nghĩa gì? Ai có thể bắt được một sinh vật có thể leo lên các mặt dốc dựng đứng của Mont Salêve? Sau khi suy nghĩ về tất cả điều này, tôi quyết định giữ im lặng.

Đến khoảng năm giờ sáng khi tôi đến nhà cha tôi. Tôi bảo người hầu đừng đánh thức gia đình và đi vào phòng thư viện, nơi tôi thường chờ đợi cho đến khi họ thức dậy.

108 Đã có sáu năm trôi qua, như một kỉ niệm xa xôi, kể từ lần cuối cùng tôi nói lời tạm biệt với cha trước khi rời đi Ingolstadt. Tôi đứng ngay chính chỗ mà chúng tôi đã ôm nhau. Cha yêu quý và tôn trọng của tôi! Ông vẫn ở bên tôi bằng tinh thần. Tôi nhìn vào bức tranh của mẹ tôi treo trên lò sưởi. Đó là một cảnh lịch sử, được vẽ theo yêu cầu của cha tôi. Nó miêu tả Caroline Beaufort trong trạng thái đau buồn sâu sắc, quỳ gối bên cạnh quan tài của cha cô ấy. Bộ trang phục của cô ấy đơn giản, và khuôn mặt cô ấy trắng bệch. Nhưng có một vẻ đẹp và thanh tao nào đó về cô ấy làm cho khó để cảm thấy tiếc thương cho cô ấy. Dưới bức tranh này là một tấm ảnh nhỏ của William, và nước mắt tuôn trào trong mắt tôi khi nhìn vào nó. Khi đó, Ernest bước vào. Anh ấy đã nghe tôi đến và vội chạy đến chào tôi. Anh ấy bày tỏ cả sự buồn bã và niềm vui khi gặp tôi. "Chào mừng, Victor yêu dấu", anh ấy nói. "Ồ, tôi ước rằng bạn đã đến ba tháng trước. Chúng tôi đã tràn đầy niềm hạnh phúc lúc ấy. Bạn đến với chúng tôi lúc này trong cảnh khốn khó mà không gì có thể xoa dịu được. Nhưng tôi hy vọng sự hiện diện của bạn sẽ làm sống lại cha chúng ta, người dường như đang mất đi hy vọng. Và có lẽ bạn có thể thuyết phục Elizabeth

khỏi cái án tự trách mình và tra tấn linh hồn của mình. Ôi, poor William! Anh ấy là em trai bé bỏng yêu thương của chúng ta, sự tự hào và niềm vui của chúng ta!"

Những giọt nước mắt trôi trên khuôn mặt của em trai tôi, và một cảm giác đau đớn mãnh liệt bao trùm tôi. Trước đây, tôi chỉ tưởng tượng được nỗi buồn của ngôi nhà hủy hoại của chúng tôi; giờ đây, nó lại tấn công tôi như một tai họa mới mà cũng không kém kinh khủng. Tôi cố gắng làm dịu Ernest và yêu cầu anh ấy kể thêm chi tiết về cha chúng ta và người anh ấy để cập là ai, người cũng tình cờ là họ hàng của chúng ta.

"Cô ấy cần sự an ủi nhất," Ernest nói, giọng nói anh ấy tràn đầy sự đau khổ. "Cô ấy đổ lỗi cho chính mình về cái chết của anh trai tôi, và nó làm cô ấy đau khổ sâu sắc. Nhưng từ khi chúng tôi khám phá ra kẻ sát nhân—"

"Kẻ sát nhân bị bắt! Trời ơi! Làm sao có thể? Ai dám đuổi theo hắn? Thật không thể; nó giống như cố gắng bắt gió hay cầm búa nắm kìm dòng sông sót. Tối qua tôi còn nhìn thấy hắn tự do đi mà!"

"Tôi không hiểu anh nói gì," em trai tôi trả lời, giọng nói anh ấy ngạc nhiên. "Nhưng đối với chúng tôi, việc khám phá ra sự thật chỉ làm gia tăng thêm sự đau khổ của chúng tôi. Ban đầu không ai tin, và ngay cả bây giờ Elizabeth cũng từ chối chấp nhận điều đó, mặc dù có tất cả bằng chứng. Ai có thể tin rằng Justine Moritz, người từng tốt bụng và yêu thích gia đình chúng tôi đến không thể tưởng tượng, lại có thể thực hiện một tội ác khủng khiếp như vậy?"

"Justine Moritz! Cô gái nghèo khó này chịu cáo buộc? Nhưng điều đó không công bằng; mọi người đều biết điều đó. Chắc chắn, Ernest, không ai tin vào điều đó chứ?"

"Ban đầu, không ai tin điều đó, nhưng sau đó một số sự việc được tiết lộ gần như làm chúng tôi tin điều đó. Và hành vi của Justine đã trở nên rất mơ hồ, khiến chúng tôi tin rằng cô ấy có tội. Thật không may, cô ấy sẽ bị xét xử hôm nay, và em sẽ biết mọi thứ vào lúc đó."

Anh ta nói với tôi rằng vào buổi sáng khi họ phát hiện ra vụ án mạng đau lòng của poor William, Justine đã bị ốm và nằm trong giường một vài ngày. Trong khoảng thời gian đó, một trong những người hầu tìm thấy một bức ảnh của mẹ tôi trong những bộ quần áo mà Justine đã mặc vào đêm án. Họ cho rằng đây là thứ mắc kẹt dẫn tới vụ án mạng. Nhân viên đã cho nhân viên khác nhìn thấy nó mà không báo cho gia đình, và nhân viên đó đã đi tới một quan tòa. Dựa trên lời khai của họ, Justine đã bị bắt giữ. Khi bị buộc tội, cô ấy hành động rất mơ hồ, khiến người ta càng nghi ngờ hơn.

Đó là một câu chuyện kỳ lạ, nhưng nó không làm tôi nghi ngờ. Tôi nói mạnh mẽ: "Mọi người sai cả. Tôi biết kẻ giết người là ai. Justine, cô nghèo và tốt bụng, là vô tội."

111 Khi đó, cha tôi bước vào. Tôi thấy ông trông rất buồn, nhưng ông cố gắng chào tôi với khuôn mặt vui vẻ. Sau khi chúng tôi trao nhau những lời chào buồn, ông muốn nói về một chủ đề khác ngoài tình hình khủng khiếp của chúng ta. Nhưng trước khi ông làm được điều đó, Ernest nói một cách lung tung, "Ồ Chúa ơi, Cha! Victor nói rằng anh biết ai đã giết poor William."

"Chúng ta cũng biết, không may thay," cha tôi đáp. "Tôi thà không biết và không phát hiện ra những điều ác và sự lòng biết ơn trong một người mà tôi ngưỡng mộ rất nhiều."

"Cha ạ, con chắc chắn là Justine vô tội," tôi nói.

"Nếu cô ấy vô tội, tôi hy vọng và cầu nguyện rằng cô ấy sẽ không bị trừng phạt như một kẻ có tội. Cô ấy sẽ bị xét xử ngay hôm nay, và tôi thực sự hy vọng cô ấy sẽ được tuyên bố vô tội," cha tôi nói.

Nghe những lời của cha tôi, tôi cảm thấy tốt hơn. Tôi mạnh mẽ tin rằng Justine, và mọi người nói chung, không có tội giết người này. Vì vậy, tôi không sợ bất kỳ bằng chứng nào có đủ mạnh để chứng minh cô ấy làm việc đó. Câu chuyện mà tôi phải kể không phải là điều tôi có thể chia sẻ với mọi người; nó quá kinh khủng đối với hầu hết mọi người để hiểu được. Liệu ai, ngoài tôi, nhà sáng tạo, có thể tin vào sự tồn tại của kết quả kinh khủng do kiêu ngạo và sự ngu dốt của tôi đã phóng thích ra thế giới?

112 Chẳng bao lâu sau đó, Elizabeth đã đến. Thời gian đã làm thay đổi cô kể từ lần gặp cuối cùng của tôi với cô; nó làm cho cô thêm xinh đẹp hơn từ khi cô còn là một đứa trẻ. Cô vẫn giữ được tính chân thật và năng động, nhưng giờ đây có thêm sự hiện hữu của sự nhạy cảm

và thông minh. Cô chào đón tôi với rất nhiều tình yêu thương. "Sự xuất hiện của em, người anh em họ thân yêu," cô nói, "đem lại hy vọng cho tôi. Có lẽ em có thể tìm cách chứng minh Justine vô tội. Nhưng ai là an toàn nếu cô ta bị kết án vì một tội ác? Tôi tin vào sự vô tội của cô ta cũng mạnh mẽ như tôi tin vào chính mình. Tai họa của chúng ta rất khó khăn; chúng ta không chỉ mất đi đứa bé quý giá của chúng ta, mà cô gái tội nghiệp này, người tôi thật lòng yêu, sẽ bị mất đi và phải đối mặt với một số phận kinh khủng hơn nữa. Nếu cô ấy bị kết án, tôi sẽ không bao giờ tìm thấy niềm vui nữa. Nhưng tôi biết cô ấy không phải là tội phạm, tôi chắc chắn về điều đó. Và sau đó, tôi sẽ lại hạnh phúc, ngay cả sau cái chết bi thảm của thiên thần bé nhỏ William."

"Cô ấy vô tội, Elizabeth yêu dấu," tôi nói, "và chúng ta sẽ chứng minh điều đó. Đừng lo lắng, hãy để tâm hồn anh em được thăng hoa bởi sự hiểu biết rằng cô ấy sẽ được tuyên bố vô tội."

"Anh thật là tốt bụng và rộng lượng! Tất cả mọi người khác đều tin cô ấy có tội, và điều đó khiến tôi rất khổ sở vì tôi biết điều đó là không thể. Nhìn thấy mọi người khác có thành kiến như vậy đã khiến tôi mất hy vọng và cảm thấy tuyệt vọng." Cô khóc.

"Quynh điều thân yêu của ta," cha tôi nói, "đừng khóc. Nếu cô ta thật sự vô tội, hãy tin vào sự công bằng của luật pháp chúng ta và vào ý chí của ta để ngăn chặn bất kỳ dấu hiệu thiên vị nào."

CHAPTER VIII

113   Chúng tôi đợi đau buồn trong vài giờ cho đến lúc 11 giờ, khi phiên tòa được cho là bắt đầu. Vì cha tôi và những người khác trong gia đình phải đi làm nhân chứng, tôi đã đi cùng họ đến tòa án. Cả cuộc phiên tòa đều là một sự chế nhạo khủng khiếp đối với công lý, và nó làm đau đớn tôi khi chứng kiến nó. Định mệnh của hai sinh mạng đặt nằm trên quyết định này: một đứa bé ngây thơ và vui vẻ, và một cô gái tên Justine có rất nhiều phẩm chất tốt và tương lai hứa hẹn. Nhưng bây giờ, mọi thứ sẽ bị lấy đi một cách ô nhục từ cô ấy, và tôi là người chịu trách nhiệm. Tôi thà thú nhận mình là tội phạm mà Justine bị buộc tội, ngay cả khi tôi không có mặt khi sự việc xảy ra. Nhưng nếu tôi làm một cuộc thú nhận như vậy, mọi người sẽ nghĩ tôi điên rồ và nó cũng không giúp Justine được tẩy trắng.

114   Vẻ bề ngoài của Justine rất bình tĩnh. Cô ấy mặc đồ màu đen và khuôn mặt luôn thu hút rất chân thành và xinh đẹp. Cô ấy vừa vững và vững, điều mà những người đang nhìn không ngờ đến. Khi cô ấy bước vào tòa án, cô quét ánh mắt xung quanh và nhanh chóng nhìn thấy chúng tôi ngồi. Một giọt nước mắt dường như làm mờ ánh mắt cô ấy khi cô thấy chúng tôi; nhưng cô nhanh chóng tỉnh lại, và một cái nhìn đầy đau buồn tỏ ra sự vô tội tuyệt đối của cô ấy.

115   Cuộc phiên tòa bắt đầu. Người đang đấu kiện đối địch với Justine đã giải thích cáo buộc, sau đó họ triệu tập một số nhân chứng đến làm chứng. Có một số sự thật kỳ lạ có vẻ đối lập với cô, nhưng tôi có chứng cứ về sự vô tội của cô, vì vậy chúng không làm tôi lo lắng quá nhiều. Họ nói rằng cô đã ở ngoài cả đêm trong khi vụ án giết người xảy ra, và có người thấy cô gần nơi tìm thấy thi thể của đứa bé vào buổi sáng. Người đó hỏi cô đang làm gì ở đó, nhưng cô trông lạ lùng và trả lời mập mờ. Cô trở về nhà vào khoảng tám giờ sáng, và khi có người hỏi cô đã ở đâu suốt đêm, cô nói rằng cô đang tìm kiếm đứa bé và cầu xin nghe tin tức về cậu ấy. Khi họ cho cô xem thi thể, cô phản ứng mạnh mẽ và trở nên hấp tấp. Cô đã nằm trên giường trong vài ngày. Sau đó, họ một bức tranh mà người hầu tìm thấy trong túi của cô. Elizabeth, nói với giọng run rẩy, xác nhận rằng đó là bức tranh mà cô đã mặc cổ cực của đứa bé chỉ một giờ trước khi cậu ta mất tích. Phòng tòa tràn đầy sự kinh tởm và giận dữ.

       Cuối cùng, đến lượt Justine phải tự bảo vệ mình. Khi phiên tòa tiếp tục diễn ra, khuôn mặt của cô thay đổi. Cô trông ngạc nhiên, khiếp sợ và khốn khổ. Thỉnh thoảng cô cố gắng kìm nén nước mắt, nhưng khi được yêu cầu phát biểu, cô tụ tập và nói bằng một giọng nói có thể được nghe thấy, dù nó đã thay đổi về sức mạnh.

116   "Chúa biết," cô ấy nói, "rằng tôi hoàn toàn vô tội. Nhưng tôi hiểu rằng chỉ nói tôi vô tội chưa đủ để chứng minh điều đó. Tôi dựa vào việc đưa ra một giải thích rõ ràng và đơn giản về những sự thật đã được nêu chống lại tôi, và tôi hy vọng tên tuổi tốt của mình sẽ khiến các thẩm định viên nhìn thấy mọi thứ theo một cách tích cực khi có điều gì đó không chắc chắn hoặc đáng ngờ."

117   Cô ấy sau đó kể rằng, được sự cho phép của Elizabeth, cô ấy đã ở nhà dì ở Chêne, một ngôi làng cách Geneva khoảng một li từ. Khi trở về, khoảng chín giờ, cô ấy gặp một người đàn ông, người hỏi xem cô ấy đã thấy đứa trẻ bị mất không. Cô ấy bị hoảng sợ với câu chuyện này và dành vài giờ để tìm kiếm. Cô ấy bị buộc phải ở trong một chuồng nằm trong một ngôi nhà nhỏ suốt đêm, vì không muốn gọi các cư dân, người mà cô ấy thân quen. Cô ấy đã dành hầu hết đêm ở đây để canh gác. Khi sáng, cô ấy tưởng rằng mình có thể tìm thấy anh

trai tôi. Nếu cô ấy đã đến gần nơi nhà anh trai tôi nằm, đó là trong không có ý thức của cô ấy. Việc cô ấy bị hoang mang khi bị hỏi bởi người bán hàng trên thị trường không ngạc nhiên, vì cô ấy đã trải qua một đêm không ngủ và số phận của poor William vẫn chưa chắc chắn. Về bức tranh, cô ấy không nhớ gì.

118 "Tôi hiểu," người buồn nói, "rằng một sự việc như thế này khiến tôi trông thực sự tội lỗi, nhưng tôi không thể giải thích được. Khi tôi nói rằng tôi không biết làm sao nó lại có ở đó, tôi chỉ có thể đoán làm sao nó có thể tự mình nằm trong túi của tôi. Nhưng ngay cả khi vậy, tôi không thể chắc chắn. Tôi không nghĩ mình có kẻ thù, và thậm chí nếu có, tôi không thể tưởng tượng tại sao họ lại làm điều độc ác như vậy để làm hại tôi. Liệu kẻ giết người có thể làm như vậy không? Tôi không biết làm sao họ có thể có cơ hội, và ngay cả nếu có, tại sao họ lại trộm viên ngọc đó chỉ để vứt đi mau chóng?

"Tôi tin tưởng vào những người xét xử để có một phiên tòa công bằng cho tôi, nhưng tôi không thấy nhiều hy vọng. Tôi muốn có một số người biết về tôi tiết lộ về nhân cách tốt của tôi. Nhưng nếu lời của họ không vượt qua sự tin tưởng rằng tôi là tội phạm, tôi sẽ bị kết án, dù cho tôi biết mình vô tội."

Một số nhân chứng đã biết cô ấy từ lâu được triệu tập, và họ nói về cô ấy tích cực. Tuy nhiên, do sợ hãi và căm ghét tội ác mà họ nghĩ cô ấy đã phạm, họ quá sợ hãi để lên tiếng. Elizabeth nhìn thấy hy vọng cuối cùng của mình, những phẩm chất tốt và hành vi vô tư, sắp biến mất. Mặc dù rất buồn bực, cô ấy hỏi xem liệu cô có thể nói chuyện với tòa án không?"

119 "Tôi là người em họ," cô nói, "của đứa trẻ bất hạnh đã chết, hay nói cách khác, là chị của anh ta, vì tôi đã được nuôi dưỡng bởi cha mẹ anh ta và đã sống với họ trước cả khi anh ta sinh ra. Một số người có thể xem việc tôi phát biểu trong tình huống này là không thích hợp, nhưng khi tôi thấy một người sắp bị tổn thương vì sự hèn nhát của những người bạn tưởng chừng là của họ, tôi muốn có thể nói và chia sẻ những gì tôi biết về tính cách của họ. Tôi rất quen biết người bị buộc tội. Chúng tôi đã sống chung trong một ngôi nhà, một lần trong năm năm và một lần nữa trong gần hai năm. Trong suốt thời gian đó,

cô ấy đã trông như là người tốt nhất và chu đáo nhất đối với tôi. Cô ấy đã chăm sóc cô dì của tôi, ngài Frankenstein, với tình yêu và sự cống hiến tuyệt vời trong cuối cuộc đời của bà. Và sau đó, cô ấy cũng chăm sóc mẹ ruột của mình trong suốt một thời gian dài khi mẹ bị ốm, để lại ấn tượng mạnh cho tất cả những ai biết đến cô ấy bởi tình yêu thương và sự hiến dâng của cô. Sau đó, cô ấy sống trong nhà của chú tôi, nơi cô ấy được gia đình yêu thương hết lòng. Cô ấy đã rất yêu quý đứa trẻ đã ra đi và đối xử với anh ấy như một người mẹ đáng yêu. Cá nhân tôi không nghi ngờ khi nói rằng, bất chấp tất cả các bằng chứng chống lại cô ấy, tôi tin rằng cô ấy vô tội. Cô không có lý do để làm việc đó. Và về vật dụng nhỏ là bằng chứng chính chống lại cô ấy, nếu cô ấy thật sự muốn nó, tôi sẽ vui lòng tặng nó cho cô ấy vì đó là giá trị và sự tôn trọng mà tôi dành cho cô ấy.”

120 Một tiếng thì thầm đồng tình tiếp theo lời bà Elizabeth chân thành và mạnh mẽ. Nhưng mọi người chỉ hạnh phúc với sự can thiệp của bà, không đứng về phía cô Justine nghèo nàn, người phải đối mặt với sự tức giận gia tăng của công chúng. Họ cáo buộc cô ta phản bội một cách tồi tệ nhất. Justine khóc khi Elizabeth nói ra, nhưng cô không nói gì. Tôi lo lắng và đau đớn cả trong suốt toàn bộ phiên xử. Tôi tin vào sự vô tội của cô, tôi biết điều đó. Liệu con quái vật mà (tôi không nghi ngờ) đã giết chết anh trai tôi có thể phản bội người vô tội đến chết và bị xấu hổ chỉ vì niềm vui tàn ác của mình? Tôi không thể chịu đựng được mọi nỗi kinh hoàng đó. Khi nhìn thấy công chúng và các thẩm phán đã kết tội nạn nhân nghèo của tôi, tôi chạy ra khỏi phòng xét xử trong đau khổ. Sự đau khổ của người bị cáo không quá kịch liệt như của tôi. Cô ta có sự vô tội để ủng hộ mình, nhưng tôi lại bị nuốt chửng bởi sự hối lỗi. Nỗi đau sẽ không buông tha tôi.

Tôi trải qua một đêm đầy đau khổ tột cùng. Khi bình minh đến, tôi tới tòa án. Môi và cổ khô khốc. Tôi không thể tự mình hỏi câu hỏi đáng sợ, nhưng tôi được nhận ra, và người quản lý hiểu vì sao tôi lại đến đó. Các phiếu bầu đã được ném đi. Chúng đen tối, và Justine đã bị kết án tử hình.

121 Tôi không thể hoàn toàn diễn đạt được những cảm xúc tôi có vào thời điểm đó. Trước đây, tôi đã cảm nhận được nỗi kinh hoàng và tôi

đã cố gắng hết sức để đặt những cảm xúc đó thành lời. Nhưng không có từ ngữ nào có thể diễn tả được sự tuyệt vọng áp đảo mà tôi cảm nhận lúc đấy. Người tôi nói chuyện thêm vào đó rằng Justine đã thừa nhận tội. Hắn nói rằng bằng chứng này không cần thiết vì vụ án rất rõ ràng, nhưng hắn rất vui thú vì có nó. Các quan tòa của chúng ta không thích kết tội ai đó chỉ dựa trên chứng cứ nhân chứng, bất kể cái thuyết phục nó có thể mang lại.

Thông tin này kỳ lạ và bất ngờ. Điều đó có ý nghĩa gì? Liệu tôi có đang nhìn nhầm không? Liệu tôi có thực sự điên điên như mọi người sẽ nghĩ nếu tôi nói cho họ biết những gì tôi nghi ngờ? Tôi vội vàng trở về nhà, và Elizabeth hào hứng hỏi tôi về kết quả.

"Kết quả đã như bạn đã dự đoán," tôi trả lời. "Các quan tòa thà bắt mười người vô tội chịu đau khổ còn hơn để một người có tội thoát khỏi trừng phạt. Nhưng Justine đã thú nhận."

Điều này là một đòn giáng nặng nề đối với Elizabeth, người đã tin tưởng mạnh mẽ vào sự vô tội của Justine. "Ồ không!" cô hét lên. "Làm sao tôi có thể tin vào tốt lành của con người nữa? Justine, người tôi yêu thương và xem như một người chị em, làm sao cô ấy có thể giả vờ vô tội và sau đó phản bội chúng ta tất cả? Ánh mắt hiền hậu của cô ấy chưa bao giờ tỏ ra thô bạo hay gian dối, mà cô ấy lại phạm tội giết người."

122   Không lâu sau đó, chúng tôi nghe nói nạn nhân nghèo đã muốn gặp người chị em họ của tôi. Cha tôi không muốn cô ấy đi, nhưng ông nói điều đó là quyết định của cô ấy. "Vâng," Elizabeth nói, "Tôi sẽ đi, dù cô ấy có tội. Và còn bạn, Victor, bạn sẽ đi cùng tôi. Tôi không thể đi một mình." Tư tưởng về cuộc viếng thăm này làm tôi đau đớn, nhưng tôi không thể từ chối.

Chúng tôi bước vào căn phòng tù tối tăm và nhìn thấy Justine ngồi trên một ít rơm góc phòng. Hai tay cô ấy bị xích lại và cô ấy đầu gối chụm lại. Khi thấy chúng tôi vào, cô ấy đứng dậy. Khi chỉ có chúng tôi ba người ở trong phòng, cô ấy quỳ xuống chân của Elizabeth, khóc không kiểm soát được. Cô chị họ của tôi cũng khóc.

"Ồ, Justine!" Elizabeth nói, "Tại sao cô ấy đã cướp đi hy vọng cuối cùng của tôi? Tôi tin vào sự vô tội của cô ấy, và dẫu sao, lúc đó tôi không vui lòng, nhưng tôi không đau khổ như bây giờ."

"Và cô cũng tin rằng tôi tàn độc đến như vậy? Cô cũng đang gia nhập vào hàng địch của tôi để hủy diệt tôi, để buộc tôi một kẻ giết người?" Cô ấy gần như không thể nói lên được vì tiếng sobs.

"Đứng lên, cô gái nghèo," Elizabeth nói, "Sao cô lại quỳ nếu cô không có tội? Tôi không phải là một trong những kẻ thù của bạn. Tôi đã tin bạn vô tội, ngay cả khi có tất cả bằng chứng chống lại bạn, cho đến khi tôi nghe rằng bạn đã thú nhận. Bạn nói báo cáo đó là sai, và để tôi nói với bạn, Justine thân yêu, không có gì có thể làm tôi nghi ngờ bạn cho dù chỉ một khoảnh khắc, trừ khi bạn tự thú của mình."

123

"Sau đó, tôi thú nhận một lời nói dối. Tôi thú nhận vì tìm sự tha thứ, nhưng giờ đây sự nói dối ấy còn nặng nề hơn tất cả những tội ác khác trên tâm hồn tôi. Xin Chúa tha thứ cho con! Kể từ khi con bị kết tội, linh mục tư tưởng của con liên tục ám hãm con; ông ta đe dọa và làm sợ con, khiến con tin rằng con là quái vật mà ông ta nói đến. Ông ta đe dọa trục xuất con khỏi giáo hội và dẫn con tới địa ngục nếu con không thay đổi ý kiến. Thưa người, con không có ai để ủng hộ con; mọi người nhìn thấy con như một người khốn khổ, định mệnh an bài hãy hê hụt và tàn phá. Con có thể làm gì được? Trong một phút yếu đuối, con nói dối, và bây giờ con thật oan uổng."

Cô ta ngừng lại, khóc và tiếp tục, "Tôi sợ hãi khi nghĩ rằng người, thưa người, sẽ tin rằng Justine, người được người thân hậu đã tôn vinh và người mà người yêu thích, có thể phạm tội mà chỉ quỷ dữ mới làm được. William thân yêu! Đứa trẻ bé bỏng, phước hạnh! Tôi sẽ gặp lại em trong Thiên Đường, nơi chúng ta sẽ sum vầy hạnh phúc. Điều đó đem lại sự an ủi cho tôi dù tôi đang chuẩn bị chịu đựng sự xấu hổ và cái chết."

"Ôi Justine! Xin hãy tha thứ cho tôi khi tôi hoài nghi về bạn, ngay cả khi chỉ là trong một khoảnh khắc. Tại sao bạn thú nhận? Nhưng đừng lo, cô gái thân yêu. Đừng sợ. Tôi sẽ tuyên bố sự vô tội của bạn, và tôi sẽ chứng minh điều đó. Tôi sẽ làm mềm lòng những kẻ thù của bạn bằng nước mắt và những lời cầu nguyện của tôi. Bạn sẽ không chết! Bạn, người bạn, người đồng hành, người chị em của tôi sẽ không chết trên cái giá treo! Không! Tôi không thể sống sót qua một bi kịch khủng khiếp như vậy."

124   Justine buồn bã khẽ lắc đầu. "Tôi không sợ chết nữa," cô nói. "Tôi đã tìm sức mạnh từ Thiên Chúa, và Người ban cho tôi sự dũng cảm để đối mặt với những điều tồi tệ nhất. Tôi sẽ để lại một thế giới u ám và đau khổ. Nếu bạn nhớ về tôi và coi tôi như một người bị vu cáo trái phép, tôi chấp nhận số phận chờ đợi tôi. Hãy học từ tôi, quý bà, để kiên nhẫn chấp nhận những gì Đấng Trời đã sắp đặt cho chúng ta."

Trong lúc nói chuyện, tôi đã lui về một góc trong căn phòng tù để che giấu nỗi đau tan tác. Nỗi tuyệt vọng! Ai dám đề cập đến chuyện đó? Nạn nhân nghèo khốn, người sẽ vượt qua biên giới đáng sợ giữa sự sống và cái chết vào ngày mai, không cảm nhận được sự thống khổ sâu sắc và chua xót như tôi. Tôi cắn răng và thổn thức chua sầu từ tận đáy linh hồn. Justine giật mình. Cô lại lại gần tôi và nói, "Quý ông thật là tốt bụng đã đến thăm tôi. Hy vọng ông không nghĩ rằng tôi có tội?"

Tôi không thể trả lời. "Không, Justine," Elizabeth gián đoạn. "Ông tin vào sự vô tội của em hơn cả tôi. Ngay cả sau khi ông nghe tin em thú nhận, ông vẫn không tin điều đó."

"Tôi thật lòng cảm ơn ông. Trong những giây phút cuối cùng này, tôi biết ơn sâu sắc nhất đối với những ai nghĩ đến tôi một cách tốt đẹp. Tình yêu thương của người khác thật ngọt ngào với một người như tôi, người đã trải qua biết bao nhiêu khó khăn. Nó giảm bớt hơn nửa sự buồn phiền của tôi. Giờ đây, khi quý bà và người em họ của quý bà tin vào sự vô tội của tôi, tôi cảm thấy như có thể an nhiên đón nhận cái chết."

125   Như vậy, người chịu đau khổ nghèo nàn cố gắng an ủi bản thân và người khác. Cô ấy nhận được điều cô ước ao. Nhưng ta, kẻ giết người thật sự, cảm nhận ôi ngọn giun không ngừng sống trong lòng ta, không mang đến hy vọng hay sự an ủi. Elizabeth cũng khóc và rất buồn, nhưng nỗi đau của cô ấy cũng là nỗi đau của sự trong sạch. Ta tan nát lòng. Ta mang một địa ngục sâu thẳm trong ta, mà không có thứ gì có thể giải quyết. Chúng ta ở lại với Justine trong vài giờ và

Elizabeth khó lòng rời xa. "Cầu xin," cô ấy gào lên, "rằng tôi cùng chết với em; tôi không thể sống trong thế giới khốn khổ này."

Justine đặt một vẻ vui vẻ, trong khi cô ấy cố gắng kìm nén những giọt lệ đắng cay. Cô ấy ôm Elizabeth và nói, giọng thoát yếu, "Tạm biệt, người phụ nữ tốt bụng, người bạn thân yêu nhất Elizabeth, người tôi yêu thương và duy nhất; rồi thiên đường, trong sự hào phóng của nó, sẽ ban phước và bảo vệ bạn; hy vọng đây sẽ là tai họa cuối cùng mà bạn phải chịu đựng bao giờ! Hãy sống, hãy hạnh phúc và khiến người khác cũng vui vẻ."

126 Và vào ngày tiếp theo, Justine qua đời. Những lời đau lòng của Elizabeth không thành công trong việc thuyết phục các thẩm phán thay đổi quyết định về sự nghi ngờ ác độc của kẻ vô tội này. Những lời cầu xin mãnh liệt và tức giận của tôi cũng vô nghĩa. Khi nghe những câu trả lời lạnh lùng và lý lẽ không từ tâm của những người đàn ông này, tôi không thể tự bản thân thú nhận sự thật. Kết quả chỉ có thể là tôi tuyên bố chính mình bị điên cuồng, nhưng điều này cũng không thay đổi mức án dành cho nạn nhân không may của tôi. Cô ấy qua đời trên chiếc giường gỗ như một tên sát nhân!

Bị tàn phá bởi sự tội lỗi, tôi chuyển sự tập trung của mình vào nỗi buồn sâu sắc và im lặng của Elizabeth. Điều này cũng là do tôi! Hành động của tôi dẫn đến nỗi đau đớn của cha tôi và sự phá hủy của tổ ấm hạnh phúc trước kia. Các người khóc, những người thân yêu của tôi, nhưng những giọt nước mắt này sẽ không phải là cuối cùng! Các bạn sẽ khóc trong sự đau đớn một lần nữa! Frankenstein, con trai của bạn, người thân và người bạn thân quen đã từng hy sinh tất cả cho bạn, chỉ cảm thấy hạnh phúc khi thấy gương mặt các bạn sáng lên. Hắn chỉ mong muốn mang lại hạnh phúc và phục vụ các bạn một cách không biết mệt mỏi. Hắn yêu cầu các bạn hãy khóc, hãy rơi những giọt nước mắt không đếm xuể. Có lẽ khi đó, nếu số phận có thể được xoa dịu và sự tàn phá được dừng lại trước khi cướp đi sự bình yên của các bạn trong nghĩa trang, các bạn có thể tìm được bình an khỏi sự hành hạ.

127 Tiếng nói trong tâm hồn tôi đã thốt ra những lời này, tiên đoán

tương lai, khi tôi cảm nhận mình bị ám ảnh bởi tội lỗi, sợ hãi và buồn khổ. Tôi nhìn thấy những người tôi quan tâm khóc tại mộ William và Justine, những cái chết bi thảm đầu tiên của những phép thử cấm đoán của tôi.

CHAPTER IX

128 Không có gì đau đớn hơn cho tâm hồn con người hơn sự yên lặng và chắc chắn sau những cảm xúc và sự kiện mạnh mẽ. Nó xóa đi hy vọng và nỗi sợ hãi. Justine đã chết và tôi vẫn còn sống. Cơ thể tôi tràn đầy máu, nhưng trái tim lại chèn chặt bởi nỗi tuyệt vọng và tiếc nuối. Tôi không thể ngủ. Tôi cảm thấy như một linh hồn tàn ác vì đã làm những việc kinh khủng mà thậm chí còn không thể diễn tả thành lời. Và còn nhiều hơn thế nữa, rất nhiều, mà tôi tự thuyết phục bản thân tôi rằng tôi vẫn phải làm. Bất chấp tất cả điều này, tôi vẫn cảm thấy lòng nhân từ và khao khát làm điều tốt đẹp. Tôi bắt đầu cuộc sống với ý định lành mạnh và muốn tạo ra sự khác biệt cho người khác. Nhưng giờ đây mọi thứ đã bị phá hủy. Thay vì cảm thấy hạnh phúc với những gì tôi đã làm trong quá khứ và trông mong một tương lai đầy hy vọng, tôi bị áp đảo bởi sự cảm thấy tội lỗi và tiếc nuối. Cảm giác như tôi đang bị kéo xuống một nơi đau đớn mà không thể diễn tả bằng lời.

Nỗi buồn này đã khiến sức khỏe của tôi suy giảm, vì tôi chưa bao giờ hồi phục hoàn toàn từ cú sốc đầu tiên mà tôi trải qua. Tôi tránh xa việc tiếp xúc với những người khác. Bất kỳ âm thanh của sự hạnh phúc hay thỏa mãn nào đều là không thể chịu đựng được đối với tôi.

Chỉ có một điều mang lại sự an ủi cho tôi là ở một mình trong bóng tối hoàn toàn và im lặng, như thể tôi đã chết.

129   Cha tôi nhìn thấy những cảm xúc của tôi và cố gắng giúp tôi tìm được sự minh mẫn và tự tin. Ông ấy hỏi: "Victor à, anh có nghĩ rằng bố không chịu đau khổ sao? Không ai có thể yêu con hơn là bố yêu anh trai của anh. Đừng cảm thấy như anh phải kìm nén cảm xúc của mình. Hãy cảm nhận những gì anh cần cảm nhận."

Lời khuyên này, dẫu tốt đẹp, nhưng hoàn toàn không thích ứng với tình huống của tôi. Tôi nên là người đầu tiên để an ủi bạn bè của mình, nhưng thay vào đó, hối tiếc đã hoàn toàn làm chủ tôi. Bây giờ tôi chỉ có thể trả lời cha một cái nhìn buồn bã và nỗ lực che giấu mình khỏi tầm nhìn của ông ấy.

130   Vào khoảng thời gian này, gia đình tôi đã chuyển đến ngôi nhà của chúng tôi ở Belrive. Tôi rất hạnh phúc về sự thay đổi này. Sống trong thành phố Geneva đã trở nên khó chịu với tôi vì cổng đóng lại mỗi đêm lúc mười giờ, và chúng tôi không thể ở ngoài hồ sau thời gian đó. Nhưng bây giờ, tôi cuối cùng đã được tự do.

Đôi khi, khi tất cả mọi người trong gia đình ngủ, tôi sẽ ra khỏi bè và trải qua nhiều giờ trên hồ. Với gió trong buồm, tôi sẽ để nó cuốn đi. Hoặc đôi khi, tôi sẽ chèo đến giữa hồ và để thuyền tự mình trôi, trong khi tôi mất mình trong những suy nghĩ buồn của riêng mình.

Đôi lúc, tôi cảm thấy cám dỗ để nhảy xuống hồ yên lặng, hy vọng nó sẽ nuốt chửng tôi và sự phiền muộn của tôi mãi mãi. Nhưng sau đó, tôi lại nghĩ về Elizabeth, một người dũng cảm và đang chịu đựng mà tôi yêu thương sâu sắc, người cuộc sống của cô liên kết với tôi. Tôi cũng nghĩ về cha tôi và người anh trai còn sống của tôi. Nếu tôi bỏ rơi họ và để họ không được bảo vệ khỏi sinh vật ma tạo mà tôi đã phóng thích, đó sẽ là một hành động hèn nhất.

131   Trong những khoảnh khắc đó, nước mắt tràn dọc trên khuôn mặt tôi và tôi khát khao một tâm trí yên bình để tôi có thể mang sự an ủi và hạnh phúc đến người thân yêu. Nhưng điều đó là không thể. Sự hối tiếc làm tan chảy mọi hy vọng trong tôi. Tôi chịu trách nhiệm cho những thiệt hại không thể đảo lộn và hàng ngày, tôi sống trong sự sợ hãi rằng con quái vật đã tạo ra sẽ gây ra thêm những hành động độc

ác. Tôi có thấy rằng chuyện vẫn chưa kết thúc và rằng hắn sẽ tiếp tục làm một điều gì đó đáng sợ đến mức gần như xóa nhòa ký ức về những tội ác trong quá khứ. Miễn là có điều gì đó tôi quý trọng, sợ hãi sẽ luôn tìm cách xâm nhập. Từ ngữ không thể diễn tả được sự ghê tởm của tôi dành cho sinh vật này. Mỗi khi tôi nghĩ về hắn, tôi nhắm chặt răng, đôi mắt tôi bị cháy rực trong cơn giận và tôi nguyền rủa, nguyện cầu hết lòng để chấm dứt cuộc sống mà tôi đã ngỡ ngẩn trao cho hắn. Khi tôi xem xét sự to lớn của tội ác và sự tàn bạo của hắn, sự thù hận và mong muốn trả thù của tôi không có ranh giới. Nếu có thể, tôi sẽ leo lên đỉnh cao nhất của dãy Andes chỉ để hất hắn xuống. Tôi khát khao được đối mặt với hắn một lần nữa để tôi có thể trút toàn bộ sự ghê tởm của mình lên hắn và trả thù cho cái chết của William và Justine.

132   Nhà của chúng tôi tràn đầy nỗi buồn. Những sự kiện khủng khiếp gần đây đã ảnh hưởng sâu đậm đến sức khỏe của cha tôi. Elizabeth cảm thấy buồn và tuyệt vọng. Cô không còn tìm thấy niềm vui trong những hoạt động thông thường của mình, tin rằng bất kỳ niềm vui nào cũng sẽ là sự không tôn trọng với người đã khuất. Cô nghĩ rằng sự buồn vui mãi mãi và nước mắt là cách duy nhất phù hợp để tôn vinh sự trong sáng đã bị hủy diệt. Cô không còn là người hạnh phúc như trước khi chúng tôi cùng đi dạo bên hồ và nói về tương lai với lòng hăng hái. Niềm buồn đầu tiên để chúng ta tách xa khỏi những điều trần tục đã ảnh hưởng đến cô, và hiệu ứng của nó đã lấy đi những nụ cười rạng rỡ nhất của cô.

133   "Khi nghĩ về cái chết buồn của Justine Moritz, người chị em họ yêu dấu thân quen," cô nói, "thế giới không còn như ngày xưa nữa. Trước đây, khi tôi đọc về những hành vi sai trái và bất công trong sách hoặc nghe người khác kể, tôi thấy như là những câu chuyện từ thời xa xưa hoặc hư cấu. Chúng dường như cách xa, điều mà lý lẽ hiểu rõ hơn trí tưởng tượng. Nhưng bây giờ, nỗi khốn khó đã đến cửa nhà chúng ta, và con người trông như những con quái vật khao khát hại nhau. Tuy nhiên, tôi biết mình đang không công bằng. Mọi người đều tin rằng cô gái nghèo kia đã phạm tội, và nếu cô ấy thực sự đã gây ra tội ác mà cô bị buộc tội, cô ấy sẽ là kẻ ác nhất. Giết một đứa trẻ

của nhà hảo tâm và người bạn, người mà cô ấy đã chăm sóc từ khi còn nhỏ và yêu thương như con ruột của mình, chỉ để lấy vài mảnh trang sức! Tôi không bao giờ chấp nhận cái chết của bất kỳ con người nào, nhưng tôi đã tin rằng một người như cô ấy không xứng đáng sống trong xã hội. Nhưng cô ấy vô tội. Tôi biết điều đó, tôi cảm nhận được, và ý kiến của anh ủng hộ tôi. Ôi không, Victor, khi dối trá có thể trông giống sự thật đến như vậy, làm sao chúng ta có thể bao giờ an tâm với hạnh phúc? Cảm giác như tôi đang đi trên mép vực, với hàng ngàn người xô đẩy tôi vào cõi vực. Cả William và Justine đã bị giết, và kẻ sát nhân đã được tự do, có thể thậm chí là được tôn trọng trên thế giới. Nhưng ngay cả khi tôi bị kết án tử hình vì những tội ác tương tự, tôi sẽ không bao giờ muốn đổi chỗ với một người đáng thương như vậy.”

134 Tôi cảm thấy đau đớn tột cùng khi nghe những lời của cô ấy. Một cách nào đó, tôi là kẻ giết người thực sự. Elizabeth có thể nhìn thấy nỗi đau của tôi trên khuôn mặt, và cô ấy âu yếm nắm lấy tay tôi và nói: “Người bạn thân thiết của tôi, hãy bình tĩnh đi. Những sự kiện này đã ảnh hưởng sâu sắc đến tôi, nhưng tôi không bằng bạn đau khổ. Cái nhìn tuyệt vọng và đôi khi đầy ác ý trên gương mặt bạn làm tôi sợ hãi. Víctor, hãy buông bỏ những cảm xúc u ám này đi. Hãy nhớ về những người bạn quan tâm tới bạn và muốn thấy bạn hạnh phúc. Liệu chúng tôi đã mất khả năng làm bạn hạnh phúc? Miễn là chúng ta yêu nhau ở nơi yên bình và đẹp đẽ này, quê hương của bạn, chúng ta có thể có mọi phước lành yên bình. Điều gì có thể làm xáo trộn sự yên bình của chúng ta?”

Liệu những lời cô ấy, từ người tôi trân quý hơn tất cả, có đủ để xua tan con quái vật trong tâm hồn tôi? Khi cô ấy nói, tôi tiến gần hơn đến cô ấy, sợ rằng ngay trong khoảnh khắc đó, kẻ phá huỷ đang ở gần, sẵn sàng cướp cô ấy khỏi tôi.

Nhưng cả sự ấm áp của tình bạn hay vẻ đẹp của thế giới, ngay cả vẻ đẹp của bầu trời, cũng không thể làm tôi thoát khỏi nỗi buồn. Ngay cả những lời yêu thương cũng vô dụng. Tôi bị bao phủ bởi một đám mây mà không điều tích cực nào có thể xuyên qua được. Con nai bị thương, kéo những chân mệt mỏi đến một nơi ẩn náu, nơi nó có thể nhìn vào mũi tên đã làm tổn thương nó và chết, là biểu tượng của tình huống của tôi .

135   Đôi khi tôi có thể chịu đựng được nỗi buồn sâu sắc tràn đầy bản thân. Nhưng những lúc khác, những cảm xúc áp đảo khiến tôi tìm thấy sự giải tỏa qua tập thể dục. Tôi đột nhiên rời khỏi nhà và đi về phía các thung lũng Alpine gần đó. Tôi hy vọng rằng vẻ đẹp hùng vĩ và vĩnh cửu của những nơi đó sẽ giúp tôi quên đi bản thân và những nỗi buồn tạm thời của một con người. Tôi cụ thể đi đến thung lũng Chamounix, nơi tôi đã ghé thăm nhiều lần khi còn trẻ. Đã từ sáu năm qua kể từ lần cuối tôi đến đó, và mặc dù tâm trạng tôi rối ren, những cảnh đời mãi mãi và hoang dã ấy vẫn giữ nguyên.

136   Tôi bắt đầu cuộc hành trình của mình trên một con ngựa. Sau đó, tôi thuê một con lau năm vì chúng chắc chân hơn và ít có khả năng bị thương trên những con đường gồ ghề này. Thời tiết đẹp, đó là vào giữa tháng Tám, gần hai tháng sau cái chết của Justine. Đó là một thời gian thật buồn đối với tôi. Nhưng khi tôi tiến sâu hơn vào hẻm núi Arve, tôi cảm thấy tốt hơn một chút. Những ngọn núi và vách đá khổng lồ xung quanh, âm thanh của dòng sông xô lộc qua những tảng đá và những thác nước đổ tới, tất cả thể hiện một sức mạnh mạnh mẽ như bất cứ thứ gì trên thế giới. Tôi không còn sợ hãi hoặc lo lắng về bất cứ điều gì ngoại trừ người tạo ra và kiểm soát tất cả xung quanh tôi. Đi lên thung lũng, mọi thứ trở nên ngạc nhiên và ấn tượng hơn. Có những lâu đài cũ đổ nát treo trên núi dốc che phủ bởi cây thông, dòng sông Arve mạnh mẽ và những căn nhà nhỏ bất ngờ mọc lên khắp nơi trong khu rừng. Đó là một khung cảnh vô cùng tuyệt đẹp. Nhưng điều làm cho nó càng phi thường hơn chính là những dãy núi Alps lớn. Những đỉnh núi lấp lánh và cúp cao của chúng vươn lên hơn tất cả mọi thứ khác, như thể chúng thuộc về một thế giới khác, nơi sinh sống của một dạng người khác nhau.

137   Tôi vượt qua cây cầu Pélissier và bắt đầu leo núi ven hẻm sông. Sau đó, tôi bước vào thung lũng Chamounix. Thung lũng này thật tuyệt vời và tráng lệ, nhưng không như thung lũng Servox mà tôi vừa mới qua. Những ngọn núi tuyết cao chót vót là ranh giới của nó, nhưng tôi không thấy thêm nữa những lâu đài hoang tàn hay những

cánh đồng màu mỡ. Các sông băng lớn tiến gần đến đường, và tôi nghe thấy tiếng ầm ĩ của tuyết lở và thấy dòng khói nó để lại. Đỉnh cao và lộng lẫy nhất là Đỉnh Mont Blanc chùng trên thung lũng với đỉnh núi to lớn của nó.

Trong suốt hành trình này, tôi thường cảm nhận được một cảm giác khêu gợi mà tôi đã không còn từ lâu. Đôi khi, một khúc quanh đường hoặc một điều mới mà tôi nhìn thấy sẽ nhắc tôi về những ngày đã qua và mang lại những kỷ niệm về hạnh phúc thoải mái từ tuổi thơ của tôi. Nhưng sau đó, cảm giác an ủi ấy sẽ tan biến - tôi sẽ thấy mình bị mắc kẹt trong nỗi đau đớn một lần nữa, chìm đắm trong nỗi buồn của những suy nghĩ. Trong những lúc như vậy, tôi sẽ đẩy mạnh con vật của mình, cố gắng quên thế giới, nỗi sợ hãi và hơn hết, chính mình. Hoặc trong những khoảnh khắc tuyệt vọng hoàn toàn, tôi sẽ xuống xe và ngã lưng xuống cỏ, áp đảo bởi sự kinh hoàng và tuyệt vọng.

Cuối cùng, tôi đến được làng Chamounix. Tôi hoàn toàn kiệt sức, cả về thể chất lẫn tinh thần. Tôi đứng bên cửa sổ một lát, điểm qua những tia sáng le lói chiếu sáng cho Đỉnh Mont Blanc và lắng nghe tiếng gầm vang của dòng sông Arve chảy dưới chân. Những âm thanh êm dịu này nhưng là h lời ru, làm dịu đi những cơn cảm xúc mãnh liệt trong tôi. Khi tôi đặt đầu lên gối, giấc ng ủ nhẹ nhàng ôm lấy tôi. Tôi nhận ra sự hiện diện của nó và cảm thấy biết ơn vì những giảm nhẹ mà nó mang lại.

CHAPTER X

139 Hᴏ̂ᴍ ɴᴀʏ ᴛᴏ̂ɪ ᴅᴀ̀ɴʜ ᴄᴀ̉ ɴɢᴀ̀ʏ ᴆᴇ̂̉ ᴋʜᴀ́ᴍ ᴘʜᴀ́ ᴛʜᴜɴɢ ʟᴜ̃ɴɢ. Tôi đứng bên bờ sông Arveiron, nơi nước chảy từ con sông băng nổi giữa đỉnh núi, từ từ trượt xuống để chặn cửa thung lũng. Những ngọn núi cao vút xung quanh tôi, với những tảng băng đọng trên đầu. Có vài cây thông bị gãy rải rác. Đây là một nơi ấn tượng đến mức chỉ có tiếng nước chảy, tiếng tảng băng rơi và tiếng vỡ gây bão của tuyết lở vang lên trong núi. Băng trông vững chãi nhưng đôi khi cũng vỡ tan như một món đồ chơi. Những cảnh quan tuyệt vời và đẹp mắt này mang lại cho tôi một sự an ủi tối đa. Chúng khiến tôi cảm thấy lớn hơn những vấn đề của mình và, mặc dù chúng không thể xóa đi nỗi buồn của tôi, nhưng chúng lại làm dịu và an ủi tôi. Chúng cũng giúp tôi quên đi những suy nghĩ đã ám ảnh tôi suốt tháng qua. Khi tôi đi ngủ vào đêm hôm đó, những giấc mơ của tôi được lấp đầy bởi những hình ảnh hùng vĩ tôi đã thấy trong ngày. Đỉnh núi trắng tinh khôi, đỉnh cao tỏa sáng, rừng thông, vực núi hiểm trở và đại bàng tung bay cao trên bầu trời - tất cả đã tụ về xung quanh tôi và nói với tôi hãy tìm thấy hòa bình.

140 Sáng hôm sau khi thức dậy, họ đi đâu? Tất cả những điều đã lấp đầy tâm hồn tôi với cảm hứng biến mất cùng với giấc ngủ và một nỗi

buồn u ám che phủ mọi suy nghĩ. Mưa đang rơi mạnh và màn sương dày che khuất đỉnh núi, đến nỗi tôi không thể nhìn thấy được gương mặt của những người bạn mạnh mẽ ấy. Nhưng tôi quyết định sẽ tìm ra chúng trong nơi che mờ của mình. Mưa và bão có quan trọng gì đối với tôi? Con lừa của tôi được đưa đến cửa, và tôi quyết định leo lên đỉnh Montanvert. Tôi nhớ lại cảm giác mênh mông và liên tục chuyển động của con sông băng đã ảnh hưởng đến tôi lần đầu tôi nhìn thấy nó. Nó đã tràn đầy niềm phấn khởi vĩ đại đã nâng tâm hồn tôi và cho phép nó bay lên từ thế giới bình thường đến niềm vui và ánh sáng. Nhìn thấy những điều kính trọng và uy nghi trong thiên nhiên luôn có sức mạnh làm tôi cảm thấy tôn trọng và quên đi những lo lắng của cuộc sống hàng ngày. Tôi quyết định đi một mình mà không cần hướng dẫn viên, vì có ai đó ở đó sẽ làm mất đi sự tuyệt đẹp đơn độc của cảnh quan.

141 Đường lên núi rất dốc, nhưng có nhiều khúc cua giúp bạn leo lên những đoạn dốc. Cảnh tượng cực kỳ hoang vắng. Bạn có thể nhìn thấy hậu quả của lở tuyết mùa đông ở nhiều nơi, nơi cây bị gãy và rải rác trên mặt đất. Một số cây bị phá hoại hoàn toàn, trong khi cây khác bị uốn cong và tựa vào đá hoặc cây khác. Khi bạn đi lên cao hơn, con đường bị chia cắt bởi những khe nứt đầy tuyết, và đá tiếp tục lăn xuống từ trên cao. Một trong những khe nứt này đặc biệt nguy hiểm vì ngay cả một âm thanh nhỏ, như nói to, cũng có thể gây tàn phá cho người đó. Cây thông không cao cũng không um tùm, nhưng chúng xám xịt và tạo ra một cảm giác nghiêm trọng cho cảnh tượng. Tôi nhìn xuống thung lũng bên dưới và có thể thấy sương mù dày đặc nổi lên từ các con sông chảy qua đó. Sương mù quấn quanh những ngọn núi ở phía bên kia, che giấu đỉnh núi trong mây. Trời tối mù và từ đó làm cho các vật thể xung quanh cảm thấy buồn tủi và ảm đạm hơn. Ôi, tại sao con người tự hào có cảm xúc mạnh mẽ hơn động vật? Điều đó chỉ làm cho chúng ta trở nên dễ tổn thương hơn. Nếu chúng ta chỉ có những nhu cầu cơ bản như đói, khát và mong muốn, chúng ta có thể gần như tự do. Nhưng bây giờ, chúng ta bị ảnh hưởng bởi từng điều nhỏ bé, từng lời nói hoặc cảnh tượng chúng ta được chứng kiến.

142   Chúng ta dừng lại và một giấc mơ có thể phá vỡ giấc ngủ của chúng ta.

    Chúng ta tỉnh dậy và một suy nghĩ lạc đường làm hỏng ngày của chúng ta.

    Chúng ta trải nghiệm, tưởng tượng hoặc suy nghĩ. Cười hoặc khóc,

    Ôm lấy nỗi buồn buồn, hoặc buông bỏ những lo lắng của chúng ta...

    Điều đó không quan trọng: dù đó là hạnh phúc hay nỗi buồn,

    Cách nó biến mất vẫn không thay đổi.

    Quá khứ của một người không bao giờ có thể giống như tương lai của họ;

    Chỉ có sự thay đổi là tồn tại mãi mãi!

143   Đến gần trưa khi tôi đến đỉnh đồi. Tôi ngồi trên một tảng đá và nhìn ra biển băng phía dưới. Có một màn sương che phủ mặt đất băng và các ngọn núi xung quanh. Nhưng sau đó, một cơn gió đến và làm tan màn sương, vì vậy tôi bắt đầu đi xuống vào sông băng. Bề mặt bị gập ghềnh, giống như sóng trên biển trong cơn bão, với những điểm thấp và khe nứt sâu ở giữa. Bãi băng có khoảng một dặm rộng, và mất gần hai giờ của tôi để đi qua nó. Ở phía bên kia, có một ngọn núi đá dốc. Từ đứng đó, tôi có thể nhìn thấy Montanvert, một địa điểm cách đó khoảng một dặm. Và phía trên nó, có Mont Blanc, một ngọn núi hùng vĩ trông thật ấn tượng. Tôi tìm một đối tượng trong những tảng đá và chỉ nhìn chằm chằm vào cảnh tượng kỳ diệu này. Sông băng xoắn lượn qua những ngọn núi, với đỉnh cao của chúng lung linh trong ánh nắng mặt trời trên đám mây. Trái tim của tôi, một lúc trước đây đã buồn, giờ đây cảm thấy một chút hạnh phúc. Tôi không thể không nói, "Nếu có những linh hồn lang thang ở đó, xin hãy để cho tôi có niềm hạnh phúc nhỏ này, hoặc đưa tôi cùng bạn đi, xa khỏi những khó khăn của cuộc sống."

144   Khi tôi đã nói, đột nhiên tôi nhìn thấy một người đàn ông từ xa, tiến đến gần tôi nhanh hơn bất kỳ người nào có thể. Người đó nhảy qua những khe nứt trên băng, nơi tôi đã đi bước cẩn thận. Khi anh ta đến gần hơn, tôi nhận ra rằng anh ta cao hơn một người bình thường.

Tôi sợ hãi và cảm thấy chóng mặt, nhưng cơn gió lạnh từ núi đã đưa tôi trở lại ý thức. Tôi nhìn thấy với nỗi kinh hoàng rằng người đang tiến lại là con quái vật tôi đã tạo ra. Tôi run bần bật trong lòng tức giận và sợ hãi, quyết định đối đầu và chiến đấu với hắn cho đến chết. Hắn lại gần, khuôn mặt thể hiện sự đau khổ và sự căm hận, và sự xấu xí kỳ quái của hắn khiến tôi gần như không thể nhìn vào. Nhưng sự giận dữ và sự căm hận đã làm cho tôi không để ý. Ban đầu, tôi không thể nói vì những cảm xúc mãnh liệt, nhưng sau đó, tôi tìm thấy giọng nói của mình và phóng ra một luồng tức giận và khinh thường dồn dập lên hắn.

"Quái vật!" Tôi la lên. "Làm sao mày dám lại gần tôi? Mày có sợ trừng phạt dữ dội sẽ rơi lên mày à? Đi ra đi, sinh vật kinh tởm! Không, ở lại! Tôi muốn nghiền nát mày thành bụi tro! Ôi, giá như tôi có thể mang lại những sinh mạng trong sạch mà mày đã tàn nhẫn lấy đi!"

145   "Tôi đã mong đợi điều này," quái vật nói. "Tất cả mọi người đều căm ghét những người bất hạnh, tôi biết mình bị căm hận! Nhưng ông, người sáng tạo của tôi, cũng căm ghét tôi! Ông muốn giết tôi. Hãy làm nhiệm vụ của ông đối với tôi, và tôi sẽ làm nhiệm vụ của tôi đối với ông và tất cả những người khác. Nếu ông tuân theo các điều kiện của tôi, tôi sẽ để họ và ông yên bình. Tuy nhiên, nếu ông từ chối, tôi sẽ tròn bụng tử thần, cho đến khi nó được thoả mãn bằng máu của những người bạn còn lại của ông."

"Quái vật! Ác quỷ đáng khinh! Ông căm ghét tôi vì ông đã tạo ra tôi và bây giờ tôi sẽ tiêu diệt cuộc sống của ông!"

Sự tức giận trong tôi không một giới hạn. Tôi nhảy lên hắn, bị thúc đẩy bởi tất cả những cảm xúc có thể trang bị một sinh vật chống lại sự tồn tại của sinh vật khác.

Hắn dễ dàng né tránh tôi và nói -

146   "Này, xin yên bình! Tôi van nài bạn hãy lắng nghe tôi trước khi bạn trút giận dữ lên tôi. Liệu tôi chưa đủ gánh chịu? Tại sao bạn muốn làm tôi càng thêm khổ đau? Cuộc sống, ngay cả khi nó đầy đau khổ, là quý giá đối với tôi và tôi sẽ bảo vệ nó. Hãy nhớ rằng, bạn đã tạo ra

tôi mạnh mẽ hơn bạn. Tôi cao to hơn và linh hoạt hơn. Nhưng tôi sẽ không bị cám dỗ để chiến đấu với bạn. Tôi là sự sáng tạo của bạn và tôi sẽ hiền lành và vâng lời với người sáng tạo và người cai trị tự nhiên nếu bạn cũng làm phần của mình. Ôi, Frankenstein, đừng đối xử bất công với tôi trong khi đối xử tốt với những người khác. Hãy nhớ rằng, tôi là sự sáng tạo của bạn. Tôi nên giống như Adam của bạn, nhưng thay vào đó, tôi cảm thấy như một thiên sứ sa ngã, bị đuổi khỏi hạnh phúc mà không có lý do. Mọi nơi tôi nhìn, tôi thấy sự vui vẻ mà tôi không bao giờ có thể trải nghiệm. Tôi từng tốt lành và tốt, nhưng đau khổ đã biến tôi thành một con quái vật. Làm cho tôi hạnh phúc và tôi sẽ trở nên thiện hiệu một lần nữa."

"Đi đi mà! Tôi sẽ không nghe bạn. Chúng ta không thể có một mối quan hệ. Chúng ta là kẻ thù. Trở đi, hoặc hãy thử sức chiến đấu để một trong chúng ta phải bị đánh bại."

147 "Làm thế nào tôi có thể thuyết phục được bạn? Liệu những lời cầu xin của tôi có thể khiến bạn nhìn nhận đến sáng tạo của chính mình, người van xin sự tốt lành và lòng trắc ẩn của anh? Tin lời tôi đi, Frankenstein, trước đây tôi từng có trái tim nhân hậu; linh hồn tôi tràn đầy tình yêu và nhân đạo. Nhưng giờ đây, liệu tôi còn có ai bên cạnh, đơn độc ghê gớm? Anh, tạo hóa của tôi, khinh thường tôi. Tôi hy vọng gì từ những người khác, những người không nợ tôi gì? Họ chối từ và căm ghét tôi. Những ngọn núi hoang vắng và những hang đá lạnh giá là nơi trú ẩn duy nhất của tôi. Tôi đã rong ruổi ở đây trong nhiều ngày, chỉ tìm sự an ủi trong những hang đá lạnh giá mà ngay cả con người cũng không khao khát. Tôi hoan nghênh những bầu trời khắc nghiệt này, vì chúng đã đối xử tốt với tôi hơn con người đồng loại của anh. Nếu thế giới biết đến tôi, họ sẽ làm như anh - vũ trang để tiêu diệt tôi. Liệu tôi có không hận những ai khinh thường tôi? Tôi sẽ không giương binh khí với kẻ thù. Tôi bất hạnh và họ cần phải trải qua niềm đau của tôi. Nhưng anh có quyền trả lại tôi và cứu họ khỏi tội ác mà anh có thể làm nên - tội ác ấy sẽ làm diệt vong không chỉ anh và gia đình anh, mà còn hàng nghìn người khác. Xin hãy từ bi và đừng khước từ tôi. Hãy lắng nghe câu chuyện của tôi. Khi anh đã nghe, anh có thể bỏ rơi tôi hoặc cảm thương tôi theo ý anh

cho rằng tôi xứng đáng. Nhưng xin anh hãy lắng nghe tôi. Ngay cả những tên tội phạm, theo pháp luật nhân loại, cũng được phép tự vệ trước khi bị kết án. Hãy lắng nghe tôi, Frankenstein. Anh tố tôi là kẻ giết người, nhưng anh lại, mà không suy nghĩ hai lần, hủy diệt chính sự tạo hóa của mình. Ôi, điều gì một bằng chứng cho công lý bất diệt của nhân loại! Nhưng tôi không yêu cầu anh khoan dung với tôi. Hãy lắng nghe tôi, và sau đó, nếu anh có thể, nếu anh muốn, hãy hủy diệt những gì anh đã tạo ra.”

148   “Tôi trả lời, 'Tại sao anh lại nhắc nhở tôi về những điều khiến tôi hoảng sợ và hối tiếc, biết rằng tôi là nguyên nhân và sáng tạo khốn khổ của chúng? Lời nguyền rủa ngày hôm đó, ác quỷ đáng ghét, khi anh xuất hiện lần đầu! Hãy đi đi! Hãy tha cho tôi khỏi cảnh tượng mà hình dáng đáng kinh tởm của anh mang lại.'”

   “Khiếp sợ, người sáng tạo của tôi!'” anh ta buồn bã nói và đặt tay che mắt tôi, nhưng tôi đã đẩy mạnh tay của anh ta xa. “Tôi sẽ tha cho anh, người tạo ra tôi,” anh ta nói, “tôi sẽ buộc mắt bạn không phải chướng ngại vật đáng ghét của bạn. Nhưng bạn vẫn có thể lắng nghe tôi và thể hiện lòng thương xót với tôi. Tôi van xin điều này từ bạn dựa trên lòng tốt tôi đã từng sở hữu. Hãy nghe câu chuyện của tôi. Tùy thuộc vào bạn để quyết định liệu tôi có rời xa nhân loại mãi mãi và sống một cuộc sống yên bình, hay tôi trở thành một sự trừng phạt đối với đồng loại bạn và nguyên nhân của sự tiêu diệt không thể tránh khỏi của chính bạn.”

149   Khi anh ấy nói như vậy, anh ấy tiến lên trên mặt băng và tôi theo sau. Trái tim tôi tràn đầy và tôi không trả lời anh ấy, nhưng khi chúng tôi đi, tôi suy nghĩ về những điều khác nhau mà anh ấy đã nói và quyết định ít nhất là lắng nghe câu chuyện của anh ấy. Tôi tò mò và thấy tiếc cho anh ấy, điều này khiến tôi trụ vững với quyết định của mình. Tôi từng nghĩ rằng anh ấy là người đã giết chết em trai tôi, vì vậy tôi thực sự muốn xác nhận hoặc phủ định niềm tin này. Đó cũng là lần đầu tiên tôi nhận ra rằng với tư cách người tạo ra, tôi có trách nhiệm làm anh ấy hạnh phúc trước khi than phiền về những hành động xấu xa của anh ấy. Những lý do này khiến tôi đồng ý với yêu cầu

của anh ấy. Vì vậy, chúng tôi đi qua mặt băng và leo lên phía bên kia. Trời lạnh và trời lại mưa. Chúng tôi đi vào căn nhà gỗ, con quái vật trông hài lòng, trong khi tôi cảm thấy buồn và chán nản. Nhưng tôi đồng ý lắng nghe và ngồi xuống gần bếp lửa mà anh ấy đã đốt. Đó là lúc anh ấy bắt đầu câu chuyện của mình.

CHAPTER XI

150 "Thực sự khó nhớ về sự tồn tại ban đầu của tôi. Tất cả từ thời gian đó trong tâm trí tôi bị lẫn lộn và không rõ ràng. Tôi trải qua một sự kết hợp kỳ lạ của cảm giác - nhìn thấy, cảm nhận, nghe và mùi đồng thời. Mất rất nhiều thời gian cho tôi để hiểu cách phân biệt chúng. Dần dần, tôi nhớ lại ánh sáng chói lấp lánh áp đảo các giác quan của mình, vì vậy tôi phải nhắm mắt lại. Bóng tối bao quanh tôi và làm tôi không an tâm, nhưng ngay khi tôi mở mắt, ánh sáng tràn về. Tôi đi, có thể cả đi xuống dốc, nhưng mọi thứ bắt đầu có cảm giác khác. Trước đây, tôi bị bao quanh bởi những vật thể tối và cứng nhưng không thể nhìn xuyên qua hay chạm vào. Nhưng giờ đây, tôi có thể tự do di chuyển mà không có bất kỳ trở ngại nào cản đường. Ánh sáng ngày càng mạnh mẽ và áp đảo hơn, nhiệt độ làm tôi mệt mỏi khi đi. Tôi tìm kiếm nơi có thể tìm được một chút bóng mát. Đó là lúc tôi tìm thấy một khu rừng gần Ingolstadt. Tôi nghỉ ngơi bên cạnh một dòng suối, để hồi phục sức lực sau mệt mỏi. Nhưng sớm thôi, cảm giác đói và khát bắt đầu làm phiền tôi. Điều đó đánh thức tôi khỏi trạng thái gần như ngủ mơ và tôi ăn một số quả mâm xôi treo trên cây hoặc nằm trên mặt đất. Tôi giải quyết cơn khát từ dòng suối và sau đó nằm xuống, chìm vào giấc ngủ."

151 Tôi tỉnh giấc và mọi thứ đều tối om. Tôi cảm thấy lạnh và hơi sợ hãi vì tôi đơn độc. Trước khi tôi rời khỏi phòng của bạn, tôi đã mặc lên mình một ít quần áo bởi vì tôi cảm thấy lạnh. Nhưng chúng không đủ ấm để chống lại sương đêm. Tôi là một người nghèo khó, tuyệt vọng và bất lực. Tôi không biết cũng không hiểu gì cả, nhưng tôi cảm thấy đau đớn khắp người, vì vậy tôi ngồi xuống và khóc.

Sau đó, một ánh sáng nhẹ bắt đầu làm sáng tỏ bầu trời và nó khiến tôi cảm thấy hạnh phúc. Tôi đứng lên và nhìn thấy một hình dạng lấp lánh nổi lên từ trong khu rừng. Tôi nhìn nó với sự kinh ngạc. Nó di chuyển chậm nhưng soi sáng con đường của tôi, vì vậy tôi đi ra ngoài để tìm những trái dâu lại. Tôi vẫn lạnh, nhưng tôi tìm thấy một cái áo choàng lớn dưới một trong những cây. Tôi che mình bằng nó và ngồi xuống đất. Tư duy của tôi bị lẫn lộn và hỗn độn. Tôi cảm thấy nhẹ nhõm, đói, khát nước và bị bao quanh bởi bóng tối. Tôi nghe thấy nhiều âm thanh và ngửi mùi thơm khác nhau xung quanh tôi. Điều duy nhất mà tôi có thể nhìn thấy rõ là mặt trăng sáng, và tôi tập trung ánh nhìn của mình vào nó với niềm vui.

152 Một vài ngày và đêm trôi qua, và mặt trăng đã nhỏ đi khi tôi bắt đầu hiểu được những cảm xúc của mình. Tôi có thể thấy rõ dòng suối mang đến nước cho tôi và những cái cây mang đến bóng mát với những chiếc lá của chúng. Tôi cảm thấy vui mừng khi nhận ra rằng âm thanh dễ chịu tôi thường nghe đến từ những con vật có cánh nhỏ bay xung quanh tôi.

Mặt trăng đã biến mất khỏi bầu trời đêm và lại xuất hiện, nhưng nó nhỏ hơn. Tôi vẫn còn ở trong rừng. Đến lúc này, tôi có thể hiểu rõ hơn về những cảm xúc của mình, và tâm trí tôi đang nhận được ý tưởng mới mỗi ngày. Mắt tôi đã thích nghi với ánh sáng và tôi có thể nhìn thấy các đối tượng một cách rõ ràng với hình dạng đúng của chúng. Tôi có thể phân biệt được sự khác biệt giữa côn trùng và cây cỏ, và dần dần học được phân biệt giữa các loại cây. Tôi khám phá ra rằng chim sẻ kêu nhè nhẹ, trong khi chim đen và chim hôi hát một bài hát ngọt ngào và mời gọi.

153 Một ngày, trong một ngày lạnh, tôi tìm thấy một ngọn lửa bỏ hoang do một vài kẻ ăn xin đã để lại. Tôi vui mừng biết ơn sự ấm áp

mà nó mang lại cho tôi. Trong niềm hào hứng, tôi chạm vào than nhưng nhanh chóng rút lại bàn tay vì nó đau. Điều đó làm tôi ngạc nhiên vì cùng một vật mang lại tác động khác nhau như vậy. Tôi nhìn chằm chằm vào ngọn lửa và vui mừng khi nhận ra rằng nó được làm từ gỗ. Tôi cố gắng thu thập một số cành cây nhưng chúng ẩm ướt và không cháy được. Điều này làm tôi buồn, vì vậy tôi ngồi và nhìn ngọn lửa. Khi các cành ẩm ướt tiếp xúc với nhiệt độ, chúng khô ra và tự bùng cháy. Tôi suy nghĩ về điều này và chạm vào các cành cây khác nhau để tìm hiểu lý do. Sau đó, tôi bắt đầu thu thập nhiều củi để tôi có thể làm khô và có đủ nguồn lửa. Khi tối đến và tôi buồn ngủ, tôi thực sự sợ rằng ngọn lửa sẽ tắt. Tôi che chở cẩn thận nó với củi khô và lá và đặt các cành ẩm lên phía trên. Sau đó, tôi trải chiếc áo choàng trên mặt đất và sâu vào giấc ngủ sâu.

154   Khi tôi thức dậy vào buổi sáng, ưu tiên đầu tiên của tôi là kiểm tra đống lửa. Tôi mở mặt trời, và một cơn gió nhẹ nhanh chóng biến nó thành ngọn lửa. Tôi nhận ra điều này và nghĩ ra cách để giữ bế tắt viên than sống khi chúng gần như sắp tắt. Tôi làm một cái quạt từ nhành cây, giúp làm sống lại đống lửa. Khi đêm buông xuống, tôi rất vui mừng khi thấy đống lửa không chỉ cung cấp nhiệt mà còn tỏa sáng. Tôi nhận ra rằng khám phá này rất hữu ích trong việc nấu nướng thức ăn của tôi. Tôi tìm thấy một ít thức ăn còn lại mà các du khách đã để lại, và chúng đã được nướng. Chúng có vị ngon hơn rất nhiều so với quả dâu tôi thường ăn từ cây. Vì vậy, tôi đã thử nấu thức ăn của mình theo cùng cách bằng cách đặt nó lên các than sống. Tôi đã nhận ra rằng điều này làm cho quả dâu bị hỏng, nhưng lại cải thiện hương vị của hạt và rễ.

155   "Thức ăn trở nên khó tìm, và tôi thường phải dành cả ngày đi tìm kiếm, nhưng không thể tìm được nhiều hạt sồi để giảm bớt nỗi đói của mình. Khi nhận ra điều này, tôi quyết định rời khỏi nơi đã ở và tìm một nơi khác nơi sẽ dễ dàng hơn để tìm được những thứ cần thiết. Tôi thật sự buồn mất ngọn lửa tôi đã vô tình tạo ra và không biết làm cách nào để tạo ra ngọn lửa khác. Tôi đã suy nghĩ về vấn đề này trong một thời gian dài, nhưng không thể tìm ra giải pháp. Tôi dành ba ngày đi khám phá và cuối cùng tìm thấy những cánh đồng

rộng lớn. Đêm trước đó, đã có một trận tuyết lớn và mọi thứ đều được phủ bởi tuyết trắng. Nó trông buồn và khiến tôi cảm thấy lạnh."

Sáng sớm, khoảng chừng khoảng 7 giờ, tôi đang rất cần tìm thức ăn và một nơi nghỉ chân. Cuối cùng, tôi nhìn thấy một căn nhà nhỏ nằm trên một ngọn đồi. Có lẽ nó làm cho một người chăn cừu sử dụng. Điều này là điều mới đối với tôi, nên tôi rất tò mò và đã đi tới để xem xét kỹ hơn về nó. May mắn thay, cửa mở, nên tôi đã đi vào. Có một người già đang ngồi ở đấy bên một vụn lửa, nấu bữa sáng của ông ấy. Khi ông ấy nghe thấy tôi, ông ấy kêu lên và nhanh chóng bỏ chạy xa qua cánh đồng, dù có vẻ ông ấy yếu đuối. Tôi hơi ngạc nhiên với diện mạo kỳ lạ của ông ấy và việc bỏ chạy đột ngột, nhưng tôi đã hả hê hơn bởi căn nhà chính nó. Nó là một nơi trú ẩn nơi tuyết và mưa không thể thấy được, và mặt đất trơ trọi. Đối với tôi, nó cảm giác như một nơi tuyệt vời, giống như cách mà địa ngục sẽ xuất hiện với các ác quỷ trong câu chuyện Pandæmonium khi họ thoát ra khỏi đau đớn của mình trong hồ lửa. Tôi háo hức ăn những gì còn lại của bữa sáng của người chăn cừu - một chút bánh mì, pho mát, sữa và rượu - mặc dù tôi không thực sự thích hương vị của rượu. Sau đó, tôi quá mệt mỏi nên nằm xuống trong rơm và ngủ.

Tôi thức dậy vào buổi trưa và bị quyến rũ bởi ánh nắng ấm áp chiếu sáng trên mặt đất phủ bởi tuyết. Tôi quyết định là đã đến lúc tiếp tục hành trình. Tôi gom lại những thức ăn còn sót lại từ bữa sáng của người nông dân vào trong một cái túi tôi tìm thấy và ra khỏi đồng cỏ đi qua những cánh đồng trong suốt vài giờ. Khi mặt trời lặn, tôi đã đến một ngôi làng và đó là một điều kỳ diệu đối với tôi! Những căn nhà đơn giản, những căn cottage ấm cúng và những ngôi biệt thự lộng lẫy liên tục gợi dục sự ngưỡng mộ của tôi. Cảnh nhìn những đồ đạc và rau xanh trong vườn và những sản phẩm từ sữa và phô mai trưng bày trước cửa một số ngôi nhà làm dạ mình thèm muốn. Tò mò, tôi bước vào một trong những căn cottage tốt hơn, nhưng ngay khi tôi vào trong, đám trẻ con kêu thét và một phụ nữ ngã xỉu. Cả làng sửng sốt, một số người chạy trốn trong khi người khác tấn công tôi. Tôi bị đánh bằng đá và những vật thể khác cho đến khi tôi trốn ra ngoại ô, tổn thương và thâm tím. Sợ hãi, tôi tìm nơi trú ẩn trong một cái nhà lụp xụp nhỏ bé mà so với những cung điện vĩ đại tôi đã thấy ở ngôi làng, càng cảm thấy tồi tệ hơn. Tuy nhiên, cái nhà lụp xụp này nối liền với một cái cottage gọn gàng và dễ chịu. Sau trải nghiệm kinh hoàng gần đây, tôi không dám bước vào căn cottage. Cái nhà lụp xụp tôi ở được làm bằng gỗ và thấp đến mức khó để tôi ngồi thẳng. Sàn nhà được làm bằng đất, nhưng nó khô ráo. Mặc dù có gió thổi qua nhiều kẽ hở, nó cung cấp một nơi trú ẩn dễ chịu khỏi tuyết và mưa như một án ngữ thú vị giống như hỏa ngục mẹ to với quỷ dữ từ truyện Pandæmonium sau khi chúng thoát khỏi cơn đau đớn trong hồ lửa.

158   Vì vậy, tôi đã tìm được một nơi trú ẩn khốn khó để tránh thời tiết xấu và những người tàn ác. Buổi sáng, tôi rời khu ẩn náu của mình để nhìn qua ngôi nhà gần đó. Nó nằm ở phía sau ngôi nhà, kế bên chuồng heo. Có đủ ánh sáng từng chút tràn qua đó, điều đó là đủ tốt cho tôi.

Sau khi sắp xếp nơi ở mới và rải rơm sạch lên sàn nhà, tôi đi nghỉ ngơi. Tôi nhìn thấy một người đàn ông từ xa và nhớ lại cách tôi bị đối xử đêm trước đó, vì vậy tôi không muốn rủi ro bị bắt. Nhưng trước đó, tôi đã đảm bảo có đủ thức ăn cho một ngày. Tôi lấy một ổ bánh mì cứng và một cốc để uống nước từ con suối gần đó dễ dàng hơn. Sàn nhà được nhô cao một chút để giữ nó khô ráo và gần ống khói của ngôi nhà làm cho nó hơi ấm.

159   Sau khi có được những nhu cầu cơ bản của mình, tôi quyết định ở trong cái nhà kém cỏi này cho đến khi có điều gì đó xảy ra có thể thay đổi quyết định của tôi. So với khu rừng hoang vắng nơi tôi từng sống với những cành cây dính lưu và đất ẩm ướt, nơi này là một thiên đường. Tôi thích thú với bữa sáng của mình và chuẩn bị để tháo một táng để lấy nước khi tôi nghe thấy tiếng bước chân. Nhìn qua một lỗ nhỏ, tôi nhìn thấy một cô gái trẻ đang mang một xô nước trên đầu đi qua cái nhà tôi. Cô ấy có lối cư xử nhẹ nhàng và tử tế, không giống những người tôi sau đó tìm thấy sống trong những ngôi nhà và làm việc trên nông trại. Cô ấy mặc khiêm nhã, mặc váy xanh dương đơn giản và một cái áo đơn giản. Tóc của cô ấy màu vàng nhạt được bổ cách không tạo kiểu và cô ấy trông kiên nhẫn nhưng buồn. Cô ấy biến

mất khỏi tầm nhìn của tôi, nhưng sau khoảng mười lăm phút, cô ấy trở lại với xô nước, bây giờ đã được lấp đầy một phần với sữa. Khi cô ấy đi, gặp khó khăn với gánh nặng nặng, một anh chàng trẻ xa cảnh tượng của cô ấy, trông càng thảm hơn. Anh ta nói một vài lời với vẻ mặt u sầu, sau đó lấy xô nước từ tay cô ấy và đưa nó vào căn nhà bằng chính tay mình. Cô ấy đi sau, và họ biến mất bên trong. Sau một lúc, tôi lại thấy anh chàng trẻ đó, cầm theo một số dụng cụ khi anh ta băng qua cánh đồng phía sau cái nhà. Cô gái cũng bận rộn, đi đi lại lại giữa ngôi nhà và sân.

160 Tôi khám phá căn nhà của mình và nhận ra rằng một trong những cửa sổ trước đây đã từng là một phần của ngôi nhà gỗ, nhưng đã được che lấp bằng gỗ. Trên một trong những tấm gỗ, có một khe nhỏ cho phép tôi nhìn thấy bên trong. Qua khe hở này, tôi có thể nhìn thấy một căn phòng nhỏ sạch sẽ nhưng hầu như không có nội thất. Ngồi trong góc, bên cạnh một tia lửa nhỏ, là một ông già rất buồn, tựa đầu lên bàn tay. Cô gái trẻ bận rộn sắp xếp lại căn nhà, nhưng sau đó cô rút ra một vật gì đó từ ngăn kéo và ngồi xuống bên cạnh ông già. Khi ông ta lấy một nhạc cụ và bắt đầu chơi nhạc, đóng góp nên những giai điệu đẹp nhất, ngọt ngào hơn cả tiếng hót của chim. Đây là một cảnh quyến rũ, đặc biệt đối với tôi, người chưa từng thấy điều gì đáng yêu đến thế trước đây. Tóc trắng bạc và khuôn mặt tử tế của ông già khiến tôi kính phục và cách cư xử nhẹ nhàng của cô gái đã chiếm lấy tình cảm của tôi. Ông ta chơi một giai điệu buồn bực đến mức khiến cô gái bắt đầu khóc. Ông già không nói gì cho đến khi cô ta khóc thảm thiết. Sau đó, ông ta tạo ra một vài âm thanh và cô gái tạm ngừng công việc, quỳ gối trước mặt ông. Ông ta nhấc cô lên và mỉm cười với một lòng tử tế và tình yêu đến mức tôi cảm nhận được một sự kết hợp của các cảm xúc mạnh mẽ. Đó là một cảm giác lạ lùng và mạnh mẽ, không giống bất cứ điều gì tôi từng trải qua vì đói, rét, ấm, hay no. Tràn đầy cảm xúc, tôi lùi lại xa khỏi cửa sổ, không thể kiềm chế được những cảm xúc mạnh mẽ này.

161 Không lâu sau đó, người đàn ông trẻ trở về mang trên vai một bó gỗ. Cô gái chào đón anh ta ở cửa và giúp anh ta dỡ bỏ gỗ. Họ mang một số gỗ vào ngôi nhà và thêm vào ngọn lửa. Sau đó, cả hai đi vào

góc ấm cúng của ngôi nhà, nơi người đàn ông trẻ cho cô ta xem một ổ bánh mì to và một miếng phô mai. Họ tiếp tục với các nhiệm vụ khác nhau.

162   "Người già đã mải mê suy nghĩ, nhưng khi bạn đồng hành của ông tới, ông trở nên vui vẻ hơn và cả ba ngồi xuống ăn. Họ nhanh chóng hoàn thành bữa ăn. Người phụ nữ trẻ bắt đầu dọn dẹp căn nhà, trong khi ông già đi một vòng ngắn dưới ánh nắng mặt trời, dựa vào cánh tay của người trẻ. Những cá nhân này rất khác nhau, nhưng họ hoàn thiện nhau tuyệt vời. Người già có mái tóc bạc và khuôn mặt tử tế, yêu thương. Người trẻ có vóc dáng mảnh khảnh và duyên dáng, và khuôn mặt của anh ấy hoàn toàn cân đối. Nhưng ánh mắt và cử chỉ cơ thể của anh ta thể hiện sự buồn bã và tuyệt vọng sâu sắc. Người già quay trở lại trong căn nhà, và người trẻ, với các công cụ khác so với trước đó, đi vượt qua cánh đồng."

163   Đêm đến nhanh chóng và tôi ngạc nhiên khi thấy những người trong ngôi nhà nhỏ có cách để giữ ngọn đèn sáng bằng việc sử dụng nến. Tôi phấn khích khi phát hiện ra rằng khi mặt trời lặn, tôi vẫn có thể nhìn thấy hàng xóm của mình. Tôi quan sát họ đang làm một điều gì đó mà tôi không nhận ra. Sau này, tôi mới biết rằng chàng trai trẻ đang đọc to thành tiếng, nhưng vào lúc đó, tôi chẳng biết gì về chữ và chữ cái.

    Sau một thời gian ngắn làm những việc này, gia đình tắt đèn và đi ngủ, ít nhất là tôi đoán vậy.

CHAPTER XII

164   TÔI NẰM TRÊN CHIẾC RƠM, nhưng không thể ngủ. Tôi suy nghĩ về những điều đã xảy ra trong ngày. Điều ấn tượng nhất đối với tôi là lòng tốt và lịch sự của những người này. Tôi muốn tham gia cùng họ, nhưng tôi quá sợ hãi. Tôi nhớ lại cách làng dân đã đối xử tệ với tôi đêm qua, vì vậy tôi quyết định ở yên lặng trong căn nhà nhỏ của mình. Tôi sẽ quan sát họ và cố gắng hiểu tại sao họ làm những gì họ làm.

Sáng hôm sau, những người ở nhà tranh thức dậy trước khi mặt trời mọc. Cô gái trẻ dọn dẹp nhà tranh và nấu bữa sáng, trong khi chàng trai trẻ rời đi sau khi ăn no.

Ngày trôi qua giống như ngày hôm trước. Chàng trai trẻ luôn bận rộn bên ngoài, và cô gái có các công việc khó khăn khác phải làm bên trong. Người đàn ông già, mà tôi nhận ra là mù, dành thời gian rảnh rỗi của mình để chơi nhạc cụ hoặc suy ngẫm. Những người trẻ tuổi ở căn nhà tranh đã đối xử với ông ta với rất nhiều tình yêu và tôn trọng. Họ chăm sóc ông ta với lòng tử tế và ông ta cười để thể hiện lòng biết ơn.

165   Họ không hẳn là hạnh phúc hoàn toàn. Đôi khi, người trẻ và bạn của anh ta sẽ chia tay và có vẻ như đang khóc. Tôi không hiểu tại sao họ lại buồn đến vậy, nhưng nó ảnh hưởng mạnh mẽ đến tôi. Nếu

những sinh vật tuyệt vời này không hạnh phúc, thì tôi, một sinh vật không hoàn hảo và cô đơn, cũng sẽ cảm thấy đau khổ. Nhưng tại sao những sinh vật hiền lành này lại buồn? Họ có một ngôi nhà đẹp (ít nhất là trong mắt tôi) và tất cả mọi thứ mà họ cần. Họ có lửa ấm khi lạnh, và đồ ăn ngon khi đói. Họ mặc đồ đẹp và quan trọng nhất, họ có nhau. Họ thể hiện tình cảm và lòng tử tế mỗi ngày. Vậy, tại sao họ lại khóc? Liệu họ thực sự đau khổ không? Lúc đầu, tôi không thể tìm ra câu trả lời cho những câu hỏi này. Nhưng với sự quan sát cẩn thận và thời gian, tôi bắt đầu hiểu được một số điều mà ban đầu đã làm meo mặt tôi.

Một thời gian dài đã trôi qua trước khi tôi khám phá ra một trong những lý do tại sao gia đình hiền lành này cảm thấy bất an: đó là vì nghèo đói. Họ chịu đựng điều đó rất nhiều. Họ chỉ sống nhờ vào những loại rau củ mà họ trồng trong vườn và ít sữa do con bò cung cấp, đặc biệt là trong mùa đông khi khó tìm đủ thức ăn cho con bò. Tôi tin rằng họ thường phải chịu đói, đặc biệt là thành viên trẻ tuổi trong gia đình. Nhiều lần, họ sẽ cho ông già ăn trong khi không giữ lại một chút thức ăn nào cho chính họ.

166 Sự tử tế của người dân nông thôn làm rung động trái tim tôi. Vào ban đêm, tôi thường lấy một ít thức ăn của họ cho mình, nhưng khi nhận ra điều đó làm họ đau khổ, tôi ngừng lại. Thay vào đó, tôi thỏa mãn cơn đói bằng các quả mâm xôi, hạt cây và rễ cỏ mà tôi tìm thấy trong một khu rừng gần đó.

Tôi cũng tìm được một cách khác để giúp đỡ họ. Người trẻ sẽ dọn gỗ suốt ngày để đốt lửa. Vào ban đêm, tôi sẽ lấy công cụ của anh ấy và mang về đủ gỗ để chúng kéo dài trong vài ngày.

Tôi nhớ lần đầu tiên tôi làm điều này, người phụ nữ trẻ đã ngạc nhiên khi mở cửa vào buổi sáng và thấy một đống gỗ lớn. Cô ấy đã nói một cái gì đó to và người đàn ông trẻ đã gia nhập cô ấy, cũng trông ngạc nhiên. Tôi vui mừng khi thấy anh ấy không phải đi vào rừng ngày hôm đó. Thay vào đó, anh ấy dành cả ngày để sửa chữa ngôi nhà và chăm sóc vườn tược.

167   Dần dần, tôi đã có một khám phá quan trọng. Những người này có cách chia sẻ kinh nghiệm và cảm xúc của họ bằng lời nói. Tôi nhận thấy rằng những từ họ sử dụng có thể làm người khác cảm thấy vui mừng hoặc buồn, thậm chí khiến họ mỉm cười hoặc trông buồn. Đó giống như một sức mạnh đặc biệt, và tôi thực sự muốn học hỏi nó. Nhưng dẫu bất chấp sự cố gắng của tôi, tôi không thể hiểu ra được. Họ nói nhanh, và từng từ họ sử dụng dường như không có bất kỳ liên kết nào với những điều tôi có thể nhìn thấy. Tôi không thể tìm ra một gợi ý để mở khóa bí ẩn. Tuy nhiên, sau khi sống trong ngôi nhà nhỏ của tôi hàng tháng, tôi cuối cùng đã biết được những tên gọi họ sử dụng cho những thứ quen thuộc. Tôi học được các từ như lửa, sữa, bánh mì và gỗ. Tôi cũng học được tên của họ. Người đàn ông trẻ và bạn của anh ta có nhiều tên, nhưng người già được gọi là cha, cô gái được gọi là em gái hoặc Agatha, còn thanh niên được gọi là anh em hoặc con trai. Tôi không thể diễn tả được mức độ hạnh phúc của mình khi hiểu được ý nghĩa của những từ này và có thể tự nói chúng. Tôi cũng nhận ra một số từ khác, mặc dù tôi chưa biết chính xác nghĩa của chúng. Các từ như tốt, quý giá và không hạnh phúc.

168   Tôi đã trải qua mùa đông như vậy. Những người sống trong ngôi nhà nhỏ rất tốt bụng và thân thiện, và tôi thực sự rất thích họ. Khi họ buồn, tôi cũng cảm thấy buồn. Và khi họ vui, tôi cùng chia sẻ niềm vui đó. Tôi không thấy nhiều người khác ngoài họ, nhưng nếu có ai đến ngôi nhà, tôi nghĩ họ hỗn xược và không tốt bằng bạn hữu của tôi. Tôi nhận ra rằng ông già cố gắng làm con cái của mình cảm thấy tốt hơn khi họ buồn. Ông ấy nói với giọng vui vẻ và có nét mặt tử tế làm tôi cũng vui mừng. Agatha lắng nghe ông ấy với sự tôn trọng và đôi khi có nước mắt trong mắt cô ấy mà cô ấy cố che giấu. Nhưng tôi nhận thấy rằng sau khi nghe ông cha cô, cô ấy dường như vui vẻ hơn. Trái lại, Felix luôn là người buồn nhất trong nhóm. Dù tôi không có nhiều kinh nghiệm, nhưng tôi có thể thấy anh ấy đã trải qua những khó khăn. Nhưng dù anh ấy trông buồn, giọng nói của anh ta lại nghe vui vẻ khi anh ta nói chuyện với ông già, đặc biệt là.

169   Tôi đã thấy nhiều ví dụ cho thấy phẩm chất tốt của những người thân thiện này. Mặc dù họ nghèo và thiếu những thứ cơ bản, Felix lại

mang đến cho em gái mình bông hoa trắng nhỏ nhắn đầu tiên hé ra từ dưới tuyết, và điều đó làm cho em gái anh vui vẻ. Trước khi em gái thức dậy buổi sáng, anh ấy sẽ làm sạch đường mòn để em tới ngôi nhà làm sữa bằng cách xóa bỏ tuyết. Anh ấy cũng lấy nước từ giếng và mang củi từ ngôi nhà ngoài vào. Trong ngày, anh ấy đôi khi làm việc cho một người nông dân gần đó và không trở về cho đến lúc nửa đêm, nhưng anh ấy không bao giờ mang củi theo mình. Còn lúc khác, anh ấy làm việc trong vườn. Vì không có nhiều việc để làm trong mùa lạnh, anh ấy sẽ đọc cho ông già và Agatha nghe.

170   Đọc đoạn văn này đã làm tôi rất bối rối ban đầu, nhưng sau đó tôi nhận ra rằng người đàn ông này phát ra những âm thanh tương tự khi đọc như khi nói chuyện. Vì vậy, tôi suy luận rằng anh ấy hiểu những dấu hiệu trên tờ giấy như là từ. Tôi rất muốn hiểu chúng, nhưng làm sao có thể khi tôi không hiểu những âm thanh mà chúng đại diện? Tôi có một suy nghĩ. Nếu tôi biết ngôn ngữ của họ, có lẽ họ sẽ bỏ qua diện mạo của tôi, mà tôi luôn thấy sự khác biệt so với vẻ đẹp của họ.

Tôi ngưỡng mộ nét đẹp hoàn hảo của những người sống trong ngôi nhà nhỏ - những người mềm mại và xinh đẹp với làn da mịn màng. Nhưng khi tôi nhìn thấy hình ảnh của mình trong một ao nước trong xanh, tôi nhận ra mình là một con quái vật hoàn toàn. Tuy nhiên, tôi chưa biết đến hậu quả khủng khiếp của việc trông như vậy.

171   Dần dần, khi mặt trời trở nên nóng hơn và những ngày dài hơn, Felix có nhiều công việc hơn để làm và dấu hiệu của một cuộc thiếu thốn thực phẩm sắp đến đã biến mất. Thức ăn của họ, sau đó tôi mới biết được, khá đơn giản nhưng tốt cho sức khỏe và họ đã đủ để sống. Có những cây mới bắt đầu mọc trong vườn.

Người già dựa vào con trai và họ đi dạo mỗi ngày vào buổi trưa, trừ khi trời đổ mưa, đó là cách họ gọi khi nước từ trên trời chảy xuống. Điều này thường xuyên xảy ra, nhưng một cơn gió mạnh nhanh chóng làm khô đất và mùa trở nên thoải mái hơn trước đây.

172   Cuộc sống hàng ngày trong nơi ẩn náu nhỏ bé của tôi luôn diễn ra giống nhau mỗi ngày. Buổi sáng, tôi ngắm nhìn những người dân

trong nhà gỗ đang làm gì, và khi họ bận rộn với công việc, tôi sẽ ngủ. Còn lại của ngày, tôi sẽ quan sát những người bạn của tôi. Vào ban đêm, nếu có trăng hoặc những ngôi sao sáng lấp lánh, tôi sẽ đi vào rừng và thu thập thức ăn và củi cho ngôi nhà gỗ của họ. Khi tôi trở về, tôi sẽ làm sạch tuyết trên con đường và làm những việc hữu ích giống như những việc tôi thấy Felix làm. Sau đó, tôi biết rằng họ rất ngạc nhiên với những công việc này được làm bởi một người mà họ không thể nhìn thấy. Đôi khi, tôi nghe họ nói những từ như "thần tốt" và "tuyệt vời" trong những dịp như vậy, nhưng lúc đó tôi không hiểu ý nghĩa của những từ đó.

173 Tôi bắt đầu suy nghĩ nhiều và trở nên tò mò về những cảm xúc và lý do đằng sau sự buồn bã của Felix và Agatha, những người rất tốt bụng này. Ngốc nghếch, tôi tin rằng mình có thể làm cho họ hạnh phúc trở lại. Khi tôi ngủ hoặc không có mặt, tôi mơ về người bố mù thông minh, người mẹ hiền hòa Agatha và người cha tuyệt vời Felix. Nếu chỉ tôi có thể gặp gỡ họ, tôi nghĩ ban đầu họ sẽ ghê tởm tôi, cho đến khi tôi chinh phục họ bằng cách ứng xử tử tế và nói những lời thân thiện, từ đó dần dần giành được tình yêu của họ.

Những suy nghĩ này khiến tôi phấn khích và thúc đẩy tôi làm việc chăm chỉ hơn trong việc học ngôn ngữ của họ. Tôi biết rằng đó phải là cách để giành được tình yêu và sự tôn trọng của họ.

174 Những cơn mưa mùa xuân ấm áp và ánh nắng mặt trời làm cho trái đất trở nên khác biệt. Những người đã từng trốn trong hang động bây giờ ra khỏi hang và bắt đầu làm các loại nông nghiệp khác nhau. Những chú chim bắt đầu hót vui hơn, và các lá cây bắt đầu mọc. Trái đất vui mừng và hoàn hảo, dù cách đây không lâu nó là lạnh lẽo, ẩm ướt và không lành mạnh. Nhìn thấy thiên nhiên tươi đẹp khiến tôi cảm thấy hạnh phúc và quên đi quá khứ. Mọi thứ giờ đây trở nên yên tĩnh, và tôi cảm thấy hy vọng và hào hứng về tương lai.

CHAPTER XIII

 BÂY GIỜ TÔI MUỐN NÓI VỀ PHẦN ĐẦY XÚC ĐỘNG NHẤT CỦA CÂU CHUYỆN CỦA TÔI. Tôi sẽ kể cho bạn những sự kiện khiến tôi cảm thấy những điều đã làm thay đổi tôi so với trước đây.

Khi mùa xuân đến, thời tiết trở nên tốt hơn và bầu trời trở nên trong sáng. Tôi bất ngờ thấy những nơi trước đây trống rỗng và u tối giờ đây đã tràn đầy hoa đẹp và màu xanh tươi.

Trong một trong những ngày đó, khi những người trong những ngôi nhà nhỏ nghỉ ngơi một chút từ công việc của họ, ông già chơi đàn guitar và các em nhỏ lắng nghe ông. Nhưng tôi nhận thấy rằng Felix, cậu con trai, có gương mặt rất buồn. Cậu thở dài nhiều lần và đôi lúc ông cha dừng chơi đàn và dường như hỏi cậu vì sao cậu buồn. Felix trả lời bằng giọng vui vẻ và ông già lại tiếp tục chơi nhạc của mình khi một người đánh cửa.

 "Đó là một bà phụ nữ cưỡi ngựa, đi cùng một người nông dân làm hướng dẫn. Bà phụ nữ mặc bộ đồ màu tối và che phủ bằng chiếc mền đen dày. Agatha đặt một câu hỏi mà người lạ chỉ trả lời bằng cách phát âm, bằng giọng ngọt ngào, tên Felix. Giọng nói của bà ấy đã ngân nga nhưng khác với giọng nói của cả hai người bạn của tôi.

Nghe được từ này, Felix nhanh chóng tiến lại. Người phụ nữ đã tiết lộ khuôn mặt và mái tóc đẹp của mình. Cô ấy làm say đắm lòng người."

Felix rất vui mừng khi thấy cô ấy. Tất cả buồn bã của anh ấy tan biến, và khuôn mặt anh ấy ngay lập tức tỏa sáng với một niềm hạnh phúc cực kỳ, mà tôi không nghĩ rằng nó có thể. Đôi mắt của anh ấy tỏa sáng, và má của anh ấy đỏ lên vì niềm vui. Trong khoảnh khắc đó, tôi nghĩ rằng anh ấy trông giống như người phụ nữ. Cô ấy dường như có những cảm xúc khác nhau. Cô ấy lau nhẹ một vài giọt nước mắt ra khỏi mắt và đưa tay ra cho Felix, người đã hồi hộp hôn lên nó với sự hào hứng lớn. Anh ấy gọi cô ấy là "thiếu nữ ngọt ngào của anh" nhưng cô ấy dường như không hiểu. Cô ấy chỉ cười. Anh ấy giúp cô ấy xuống cưỡi ngựa và bảo người hướng dẫn của cô ấy đi. Sau đó, anh ấy dẫn cô ấy vào phiên chòn. Anh ấy nói chuyện với cha mình và phụ nữ trẻ quỳ gối trước người đàn ông già. Cô ấy muốn hôn tay ông nhưng ông đã giơ cô ấy lên và ôm cô ấy một cách yêu thương.

Tôi nhanh chóng nhận ra rằng dù người lạ nói bằng cách nghe có vẻ giống như những từ thật, họ sử dụng cử chỉ mà tôi không thể hiểu, nhưng tôi có thể thấy rằng sự hiện diện của cô ấy mang lại niềm vui cho ngôi nhà. Felix đặc biệt hạnh phúc và chào đón một cách ấm áp người lạ. Agatha, luôn luôn tử tế, hôn vào tay người lạ xinh đẹp. Cô chỉ vào anh trai và làm ra những dấu hiệu dường như có nghĩa rằng anh đã buồn trước khi cô đến. Một vài giờ trôi qua như thế, với gương mặt họ hiển thị niềm vui, dù tôi không hiểu tại sao. Sau đó, tôi nhận ra rằng người lạ đang lặp lại một âm thanh sau họ một cách liên tục, cố gắng học ngôn ngữ của họ. Điều đó gợi ý cho tôi ý tưởng sử dụng cùng những bài học để học luôn. Người lạ học khoảng hai mươi từ trong buổi học đầu tiên. Tôi đã biết hầu hết chúng, nhưng cũng học được một số từ mới.

Khi đêm buông xuống, Agatha và người Ả Rập đi ngủ sớm. Khi chia tay, Felix hôn lên tay của người lạ và nói: "Chúc ngủ ngon, Safie dễ thương". Anh thường nhắc đến cô sau thời gian đó.

Sáng hôm sau, Felix đi làm và sau khi Agatha hoàn thành những nhiệm vụ thông thường của mình, người Ả Rập ngồi bên chân của người già. Cô nhặt lên đàn ghi ta của ông và chơi một số bài hát tuyệt đẹp mà khiến tôi cảm thấy cả buồn và hạnh phúc. Người già dường như bị cuốn hút và nói điều gì đó mà Agatha cố gắng giải thích cho Safie. Ông dường như muốn diễn đạt tình rằng âm nhạc của cô mang lại cho ông biết bao niềm vui.

180   Các ngày tiếp tục êm đềm, và những biểu hiện buồn của bạn bè của tôi đã được thay thế bằng niềm vui. Safie và tôi đã tiến bộ tuyệt vời trong việc học ngôn ngữ, và trong vòng hai tháng, tôi có thể hiểu được hầu hết những gì người bảo vệ tôi nói.

Trong thời gian này, mặt đất đã đen và bị che phủ bởi các cây cỏ, trong khi các bờ xanh trưng bày vô số loài hoa đáng yêu mà hương thơm ngọt ngào và trông rất đẹp. Tôi thích dạo chơi vào ban đêm, nhưng lại sợ mạo hiểm ra vào ban ngày, nhớ lại cách cư xử tàn tệ mà tôi đã trải qua ở ngôi làng đầu tiên tôi gặp phải.

Tôi dành những ngày của mình để tập trung, học ngôn ngữ một cách nghiêm túc. Tôi cũng học cách đọc và viết, giống như người lạ đã được dạy. Điều này mở ra một thế giới tri thức hấp dẫn và mang lại cho tôi niềm vui to lớn.

181   Cuốn sách mà Felix dùng để giảng dạy Safie có tên là "Ruins of Empires" của Volney. Nếu Felix không giải thích nó một cách kỹ lưỡng trong quá trình đọc sách, tôi sẽ không thể hiểu được nó. Felix chọn cuốn sách này vì nó được viết theo một phong cách tương tự như của các tác giả Đông phương. Từ cuốn sách này, tôi có được một hiểu biết cơ bản về lịch sử và tìm hiểu về các đế chế khác nhau tồn tại trong thế giới ngày nay. Nó giúp tôi nhìn nhận được về tục ngữ, chính phủ và tôn giáo của các quốc gia khác nhau. Tôi tìm hiểu về những người dễ thân và nhàn hạ của châu Á, trí tuệ và sáng tạo ấn tượng của người Hy Lạp, cũng như cuộc chiến và phẩm hạnh đáng ngưỡng mộ của những người La Mã thời cổ đại. Tôi cũng hiểu về sự suy tàn dần từng bước của Đế chế La Mã mạnh mẽ, cũng như các khái niệm về rừng rậm, Kitô giáo và các vị vua. Tôi khám phá câu chuyện về việc châu Mỹ được khám phá, và tôi cùng Safie cảm thấy buồn cho số phận không may của các cư dân bản địa.

182   "Các câu chuyện tuyệt vời này đã truyền cảm hứng cho tôi. Để trở thành một người lớn và tốt là một danh dự cao nhất, còn để trở nên

tàn ác và câm lặng thì là điều tồi tệ nhất mà một người có thể trở thành. Trong một thời gian dài, tôi không hiểu được tại sao một người có thể ra tay giết người đồng loại của mình, hoặc thậm chí tại sao có luật pháp và chính phủ. Khi nghe về những chi tiết về tội ác và tàn sát, sự tò mò của tôi dừng lại và tôi nổi da gà và đối nhìn với sự ghê tởm và căm phẫn.

Mọi cuộc trò chuyện của những người ở trong nhà nghỉ giờ đây mở ra những điều kỳ diệu mới với tôi. Trong khi tôi lắng nghe những lời hướng dẫn mà Felix chia sẻ với người Ả Rập, hệ thống kỳ lạ của xã hội nhân loại được giải thích cho tôi. Tôi đã học được rất nhiều.”

183 Những lời này khiến tôi tự nhìn vào bản thân mình. Tôi hiểu rằng mọi người đánh giá hai điều một cách cao nhất: sinh ra trong một gia đình giàu có và được tôn trọng. Nếu ai đó chỉ có một trong những điều này, họ vẫn được tôn trọng. Nhưng nếu họ không có cả hai, họ bị coi thường và xem như không có giá trị, và bị coi như nô lệ, buộc phải làm việc cho vài người giàu có. Vậy còn tôi thì sao? Tôi không có tiền, bạn bè, hoặc bất kỳ tài sản nào. Hơn nữa, tôi có vẻ ngoài xấu xí và đáng ghê tởm. Tôi không phải là một loài người. Tôi nhanh hơn và có thể sống sót với ít thức ăn hơn. Tôi có thể chịu đựng được nhiệt độ cực đoan tốt hơn. Và tôi cao hơn rất nhiều so với họ. Khi tôi nhìn xung quanh, tôi không thấy ai giống tôi. Liệu điều đó có nghĩa là tôi là một con quái vật? Mọi người có chạy trốn và từ chối tôi không?

Tôi không thể diễn tả được mức độ đau đớn mà những suy nghĩ này gây ra cho tôi. Tôi cố gắng quên đi chúng, nhưng mà tôi càng biết nhiều, tôi càng trở nên buồn bã hơn. Ôi, tôi ước rằng mình đã ở trong khu rừng mãi mãi, không biết đến bất cứ thứ gì ngoài cảm giác đói, khát và nóng.

184 “Kiến thức là một điều kỳ lạ! Một khi nó đã nhập vào trong tâm trí bạn, nó sẽ tụt vào như một cây nhỏ trên một tảng đá. Đôi khi, tôi muốn loại bỏ tất cả suy nghĩ và cảm xúc. Nhưng tôi biết rằng cách duy nhất để ngừng cảm nhận sự đau khổ là cái chết, điều đó khiến tôi sợ hãi, dù tôi thực sự không hiểu nó. Tôi ngưỡng mộ điều hành vi tốt và tình cảm tử tế. Tôi yêu thích cách mọi người trong ngôi nhà nhỏ lịch sự và tốt bụng. Nhưng tôi không thể tương tác trực tiếp với họ.

Tôi chỉ có thể lén lút theo dõi và học từ họ mà không họ biết. Điều đó chỉ khiến tôi muốn trở thành một phần của thế giới của họ hơn nữa. Những lời tốt đẹp từ Agatha và nụ cười hạnh phúc từ người Ả Rập không dành cho tôi. Những lời khuyên khôn ngoan từ người già và những cuộc trò chuyện vui vẻ từ Felix, người tôi yêu thích, cũng không dành cho tôi. Tôi là một người đáng thương, không hạnh phúc!

Tôi cũng học được những bài học quan trọng khác. Tôi nghe nói về sự khác biệt giữa con trai và con gái. Tôi tìm hiểu về cách trẻ em ra đời và lớn lên. Tôi thấy cách cha bước yêu thương nụ cười của con và thích chơi với con cái lớn hơn. Tôi thấy cách mẹ cống hiến cuộc đời để chăm sóc con cái. Tôi biết được cách tâm trí của các bạn trẻ phát triển và thu thập kiến thức. Tôi hiểu về sự hợp tác trong gia đình và những cách khác nhau mà mọi người có thể liên kết với nhau."

Nhưng bạn bè và gia đình của tôi ở đâu? Không có bố nào đã trông nom tôi khi tôi còn bé, và không có mẹ nào đã cho tôi tình yêu bằng những nụ cười và ôm. Hoặc có thể là họ đã, nhưng tất cả chỉ là một mơ hồ, một khoảng trống trong ký ức của tôi mà tôi không thể nhớ được gì. Từ khi tôi nhớ đến, tôi đã giữ nguyên chiều cao và hình dạng của mình. Tôi chưa bao giờ thấy ai đó trông giống tôi hoặc tuyên bố biết tôi. Tôi là ai? Câu hỏi ấy luôn quay về, và chỉ có thể bất mãn gầm gừ trong lòng.

Chẳng bao lâu nữa, tôi sẽ giải thích cho các bạn biết những cảm xúc này đã đưa tôi đi đâu, nhưng để tôi quay trở lại nói về những người trong các ngôi nhà nhỏ. Câu chuyện của họ đã khiến tôi trải qua nhiều cảm xúc khác nhau - sự tức giận, hạnh phúc và ngạc nhiên. Nhưng cuối cùng, tất cả biến thành thêm nhiều tình yêu và ngưỡng mộ dành cho những người bảo vệ của tôi (đó là cách tôi thích gọi họ, dù đó chỉ là một cách lạc quan để tự đánh lừa bản thân).

CHAPTER XIV

 Mất một thời gian trước khi tôi được biết câu chuyện của những người bạn. Đó là một câu chuyện đã để lại ấn tượng mạnh cho tôi.

Ông già, tên là De Lacey, từ một gia đình lịch sự ở Pháp. Ông sống ở đó trong nhiều năm, tận hưởng một cuộc sống thịnh vượng và đạt được sự tôn trọng của những người xung quanh. Con trai ông phục vụ nước mình, trong khi Agatha quen biết với những quý bà quý tộc với địa vị cao. Chỉ vài tháng trước khi tôi đến, họ sống trong một thành phố lớn và xa hoa mang tên Paris. Họ sống trong một môi trường bạn bè và có mọi thứ mà họ mong muốn - sự đức hạnh, trí tuệ, sự tinh tế và một gia tài thoải mái.

Sự suy tàn của gia đình De Lacey đến từ tay cha của Safie. Ông là một nhà buôn đến từ Thổ Nhĩ Kỳ và đã sống ở Paris trong nhiều năm. Vì lý do không rõ, ông đã trở thành mục tiêu của chính quyền. Vào ngày Safie vừa đến từ Constantinople để tham gia cùng ông, ông đã bị bắt giữ và giam tại nhà tù. Sau đó, ông được đưa ra xét xử và kết án tử hình. Sự bất công của hình phạt của ông rõ ràng và những người dân Paris đã phẫn nộ. Người ta tin rằng tôn giáo và sự giàu có của ông, chứ không phải tội danh đúng mực, đã dẫn đến những gì đã xảy ra với ông.

187   Felix tình cờ có mặt ở phiên xét xử tình cờ. Anh ta kinh hoàng và tức giận khi nghe quyết định của tòa án. Trong khoảnh khắc đó, anh ta đã đưa ra một lời hứa trang trọng để cứu người bị giam cầm và bắt đầu tìm cách để thực hiện hứa hẹn đó. Sau một số lần thất bại khi cố gắng xâm nhập vào nhà tù, anh ta cuối cùng đã phát hiện một cửa sổ có thanh cản dày đặc ở một khu vực không được bảo vệ của tòa nhà. Cửa sổ này cung cấp ánh sáng cho cạn của tù nhân bất hạnh, một người Hồi giáo tên Mahometan, bị giam cầm trong xích đạo. Mahometan đang chờ đợi với tuyệt vọng cho án phạt tàn bạo của mình được thực hiện. Vào buổi tối, Felix đã đến thăm cửa sổ và tiết lộ kế hoạch giúp tù nhân. Mahometan đã bị ngạc nhiên và biết ơn, cố gắng thúc đẩy Felix bằng cách đề nghị thưởng thức và giàu có. Nhưng Felix từ chối những đề nghị này với sự khinh miệt. Tuy nhiên, khi anh nhìn thấy Safie xinh đẹp, người được phép thăm cha mình, và thấy cô ấy bày tỏ lòng biết ơn sâu sắc qua cử chỉ, Felix không thể không cảm thấy rằng tù nhân sở hữu một kho báu mà sẽ làm cho tất cả những nỗ lực và rủi ro của mình xứng đáng.

Người Thổ, Mahometan, nhanh chóng nhận ra tác động mà con gái mình đã có đến trái tim của Felix. Ông ta cố gắng thu hút lòng trung thành hoàn toàn của Felix bằng cách hứa hôn Safie cho anh ta khi cả hai đến một nơi an toàn. Tuy nhiên, Felix quá danh dự để chấp nhận trực tiếp lời đề nghị này. Tuy vậy, anh ta không thể không hướng tới khả năng xảy ra điều này, vì nó sẽ mang lại niềm vui và sự thỏa mãn lớn cho anh.

188   Trong những ngày tiếp theo, trong khi chuẩn bị cho việc cho người buôn hàng trốn thoát, Felix cảm thấy quyết tâm hơn sau khi nhận được một số lá thư từ cô gái đó. Mặc dù cô ấy không thể nói được tiếng của anh ta, nhưng cô ấy đã tìm cách để giao tiếp. Trong những lá thư đó, cô ấy cảm ơn Felix vì đã giúp đỡ cha cô và biểu đạt sự buồn bã về tình hình của chính mình.

Tôi có bản sao của những lá thư này vì tôi tìm thấy vật liệu để viết khi tôi sống trong cái bí đường. Felix và Agatha thường xuyên đọc những lá thư đó. Trước khi tôi ra đi, tôi sẽ đưa bạn những lá thư này làm chứng cho câu chuyện của tôi. Nhưng hiện tại, vì mặt trời đang đi xuống, tôi chỉ còn thời gian kể cho bạn những điểm chính.

189   Safie giải thích rằng mẹ cô chịu trách nhiệm cho sự độc lập tinh thần của cô, điều bị cấm đối với các phụ nữ theo phái đệ tử của Mahomet. Bà này đã qua đời nhưng bài học của bà vẫn ấn tượng trong tâm trí của Safie, người cảm thấy buồn nôn với ý tưởng trở về Châu Á một lần nữa. Điều này chỉ dẫn đến sự cô lập và một cuộc sống mà cô không muốn. Khả năng kết hôn với một người Kitô giáo và sống ở một quốc gia nơi phụ nữ được phép đạt được vị trí trong xã hội hứa hẹn là mê hoặc với cô.

"Ngày hành quyết người Thổ đã được quyết định, nhưng vào đêm trước đó, anh ta đã thoát khỏi nhà tù và trước khi sáng đã xa hàng trăm dặm từ Paris. Felix đã có được hộ chiếu mang tên cha, em gái và chính mình. Anh trước đó đã truyền kế hoạch của mình cho người cha, người đã giúp đỡ bằng cách rời khỏi nhà, dưới cái cớ của một chuyến đi và giấu mình, cùng con gái mình, ở một khu vực tối tăm của Paris.

190   Felx hướng dẫn nhóm trốn thoát đi qua Pháp, nơi mà người buôn hàng dự định tìm cơ hội phù hợp để nhập cảnh vào lãnh thổ Thổ Nhĩ Kỳ.

Safie đã quyết định ở lại với cha đến khi ông đi. Felix ở lại cùng với họ, háo hức chờ đợi khoảnh khắc đó. Trong thời gian chờ đó, anh ta thích được ở bên Safie. Safie làm Felix vui mừng bằng cách hát những bài hát tuyệt đẹp từ quê hương của mình.

Người Thổ cho phép mối quan hệ thân thiết giữa Safie và Felix ngày càng phát triển và thậm chí khuyến khích tình yêu trẻ thơ của họ, giấu ý đồ thật sâu trong lòng. Ông bí mật khinh thường ý định con gái mình kết hôn với một người Kitô hữu, nhưng ông sợ sự tức giận của Felix nếu ông cho thấy bất kỳ dấu hiệu không tán thành nào. Người Thổ biết rằng ông vẫn phụ thuộc vào Felix để giữ bí mật của họ, vì Felix có thể tiết lộ chúng cho các chính quyền Ý nếu anh ta muốn. Người Thổ đã nghĩ ra nhiều kế hoạch để duy trì sự mạo hiểm cho đến khi nó không còn cần thiết nữa. Sau đó, ông sẽ lén lút đưa con gái đi cùng mình khi ông ra đi. Tin tức từ Paris giúp ông trong âm mưu của mình.

191   Chính phủ Pháp tức giận khi tù nhân của họ trốn thoát, và họ cố gắng rất nỗ lực để tìm và trừng phạt người đã giúp anh ta. Kế hoạch của Felix nhanh chóng được phát hiện, và De Lacey và Agatha bị đưa vào tù. Khi Felix nghe tin này, nó làm cho anh ta tỉnh giấc từ những suy nghĩ vui vẻ của mình. Cha già điếc và mù của anh, và người em gái hiền lành của anh, bị mắc kẹt trong một ngục tối đen trong khi anh ta tận hưởng sự tự do bên ngoài và sự hòa hợp của người mà anh yêu quý. Ý tưởng này làm anh ta đau khổ. Anh nhanh chóng thỏa thuận với người Thổ Nhĩ Kỳ rằng nếu họ tìm được cơ hội tốt để trốn thoát trước khi Felix quay trở lại Italy, Safie sẽ ở lại ở tu viện ở Leghorn. Sau đó, Felix để lại người bạn thân thiết người Ả Rập của mình, anh nhanh chóng đi đến Paris và đầu thuộc vào pháp luật, hy vọng có thể cứu vãn De Lacey và Agatha.

Nhưng anh ấy thất bại. Họ bị giam giữ trong năm tháng cho đến khi diễn ra phiên tòa, và họ bị tước đi tài sản và bị buộc phải rời quê hương mãi mãi.

Họ tìm được một nơi khốn khổ để sống trong một ngôi nhà ở Đức, nơi tôi đã gặp họ. Felix nhanh chóng nhận ra rằng người Thổ Nhĩ Kỳ đầy gian trá, người đã mang đến nhiều khốn khó cho anh và gia đình của anh, trở thành một kẻ phản bội lòng nhân từ và danh dự. Người Thổ Nhĩ Kỳ đã rời Italia cùng với con gái anh ta và gửi cho Felix một số tiền nhỏ, như thể để chế giễu anh ta, nói rằng nó có thể giúp anh tìm một cách để tự mình kiếm sống trong tương lai.

192   Đó là những gì gặt hái nặng nề trên tâm trí của Felix, khiến anh trở thành người không hạnh phúc nhất trong gia đình anh ấy khi tôi lần đầu gặp anh. Anh có thể chịu đựng việc nghèo rớt mồng tơi, và nếu anh phải chịu đau khổ vì lòng tốt của mình, anh đã tự hào về điều đó. Nhưng việc không được sự biết ơn từ phía Turk, và mất đi người yêu thương Safie, đã khủng khiếp hơn và không thể được khắc phục. Sau đó, khi người Ả Rập xuất hiện, Felix cảm thấy sống lại.

Khi tin tức về việc Felix mất hết tiền bạc và địa vị xã hội truyền đến Leghorn, thương gia nói với con gái hãy quên người yêu của cô và sẵn sàng trở về quê nhà. Safie không thích điều này và cố gắng nói chuyện với cha mình về điều đó, nhưng cha cô rời đi và rất tức giận.

Một vài ngày sau, Turk vào phòng con gái mình và nhanh chóng nói với cô rằng ông có lý do để tin rằng những người ở Leghorn biết nơi họ ở. Ông nghĩ rằng chính phủ Pháp sẽ sắp bắt giữ ông. Vì vậy, ông thuê một con tàu để đưa anh ta đến Constantinople, và ông sẽ ra đi trong vài giờ tới. Ông lên kế hoạch để lại con gái với một người hầu đáng tin cậy và cô sẽ đến sau với hầu hết số tiền của ông, mà chưa tới Leghorn.

Khi Safie ở một mình, cô ấy suy nghĩ về những gì cô ấy nên làm trong tình huống khó khăn này. Cô ấy thực sự không muốn sống ở Thổ Nhĩ Kỳ vì nó đi ngược với tôn giáo và cảm xúc của cô ấy. Cô ấy tìm thấy một số giấy tờ thuộc về cha cô ấy, và chúng đề cập đến việc người yêu của cô ấy bị lưu đày và cho biết địa chỉ nơi anh ta đang sống. Cô ấy suy nghĩ về điều này một thời gian, nhưng cuối cùng đã quyết định. Cô ấy lấy vài món trang sức và một số tiền, và cùng với một người hầu từ Leghorn biết nói tiếng Thổ Nhĩ Kỳ, cô ấy rời Italia và đi đến Đức.

Cô ấy đã đến một thị trấn không xa từ ngôi nhà của De Lacey, nhưng người hầu của cô ấy bị ốm nặng. Safie chăm sóc cô ấy với tất cả trái tim, nhưng đáng tiếc, người hầu đã qua đời. Bây giờ Safie hoàn toàn một mình và không biết ngôn ngữ của đất nước hoặc bất cứ điều gì về cách thức hoạt động ở đó. Nhưng may mắn thay, cô ấy đã rơi vào bàn tay đúng. Ông ý đã nhắc đến tên nơi họ đang đến, và sau khi người hầu qua đời, người phụ nữ sở hữu ngôi nhà mà họ đã ở đảm bảo rằng Safie đến an toàn tại ngôi nhà của người yêu cô ấy.

CHAPTER XV

¹⁹⁴ Đó là câu chuyện về những người dân chòi yêu quý của tôi. Nó đã ấn tượng mạnh mẽ với tôi. Tôi tưởng tượng họ là những người tốt bụng.

Tuy nhiên, tôi cũng đang ở một giai đoạn học hỏi. Một sự kiện quan trọng đã xảy ra vào đầu tháng tám cùng năm.

Một đêm, trong lúc tôi đến rừng lân cận, nơi tôi thu thập thức ăn của chính mình và mang về lửa để bảo vệ tôi, tôi phát hiện trên mặt đất một bó truyện. Nó thật kỳ lạ khi tìm thấy, nhưng tôi cũng thực sự háo hức để quay trở lại tiểu nhà của mình và đọc chúng. Tôi đã có trong tay 'Paradise Lost', một tập sách về 'Cuộc sống của Plutarch', và 'Nỗi đau của Werther'. Tôi rất vui mừng - một bài tập cho tâm trí của tôi!

¹⁹⁵ Tôi không thể giải thích đầy đủ những gì những cuốn sách này đã làm với tôi. Chúng khiến tôi cảm nhận được rất nhiều cảm xúc mới và hình ảnh mới. Đôi khi, chúng khiến tôi thật sự hạnh phúc. Nhưng hầu hết thời gian, chúng khiến tôi thật sự buồn. Trong cuốn 'Sufferings of Werter,' ngoài câu chuyện thú vị và buồn triste, nó nói về rất nhiều ý tưởng khác nhau mà trước đây rất gây nhầm lẫn cho tôi. Nó khiến tôi suy nghĩ và tò mò về mọi thứ. Cuốn sách miêu tả những người tốt và yêu thương, những người cũng có những hoài bão lớn.

Nó lại làm tôi nhớ đến những người đã chăm sóc tôi và những điều tôi mong muốn trong cuộc sống. Nhưng tôi nghĩ Werter còn tuyệt vời hơn bất kỳ người thực sự nào tôi từng gặp. Anh ta không giả vờ là ai khác, và điều đó tạo ra ấn tượng sâu sắc với tôi. Những phần về cái chết và tự tử thật ngạc nhiên. Tôi chưa hoàn toàn hiểu chúng, nhưng tôi cảm thấy thật buồn cho nhân vật chính, ngay cả khi tôi không biết tại sao.

Khi đọc, tôi không thể không áp dụng những từ ngữ vào cảm xúc và tình huống của riêng mình. Tôi nhận thấy sự tương đồng giữa mình và những nhân vật trong cuốn sách, nhưng cũng nhận thấy một số khác biệt. Tôi hiểu và cảm thông cho họ, nhưng tôi vẫn đang lớn lên và tìm hiểu mọi thứ. Tôi không phụ thuộc vào bất kỳ ai, và cũng không ai phụ thuộc vào tôi. Tôi có tự do đi đến bất cứ đâu tôi muốn, và không ai sẽ buồn nếu tôi biến mất. Mọi người nghĩ rằng tôi trông tồi tệ và khổng lồ. Điều đó có nghĩa là gì? Tôi là ai? Tôi là gì? Tôi đến từ đâu? Tôi đang đi đến đâu? Những câu hỏi này liên tục xuất hiện, nhưng tôi không thể tìm thấy câu trả lời.

Tôi sở hữu một quyển sách mang tên "Cuộc đời của Plutarch" kể về những câu chuyện của các nhà lãnh đạo đầu tiên trong các cộng hòa cổ. Đọc quyển sách này khác biệt rất nhiều so với việc đọc "Nỗi đau của Werter". Trong khi Werter khiến tôi cảm thấy buồn rầu và u ám, cuốn sách của Plutarch nhấn mạnh cho tôi những suy nghĩ tích cực. Nó giúp tôi thoát ra khỏi những suy nghĩ buồn tủi của riêng mình. Tôi đọc về những người tham gia vào chính phủ và chiến tranh. Nó khiến tôi đam mê làm điều tốt và ghê tởm hành vi xấu xa. Tôi bắt đầu ngưỡng mộ những nhà lập pháp ôn hòa như Numa, Solon và Lycurgus, hơn là những nhà lãnh đạo quyết liệt như Romulus và Theseus. Với cách mà những người giám hộ của tôi sống, những ý tưởng này trở nên rất quan trọng đối với tôi. Nếu lần gặp đầu tiên của tôi với con người là thông qua một binh sĩ trẻ tuổi muốn đạt danh vọng và gây hại cho người khác, có lẽ tôi đã cảm nhận khác đi .

Nhưng 'Mất Điền Giả' đã mang đến cho tôi một cảm giác hoàn toàn khác biệt và mạnh mẽ hơn nữa. Tôi đọc nó như một câu chuyện có thực, cũng giống như những cuốn sách khác mà tôi đã đọc trước đây. Nó gợi lên những cảm xúc tuyệt vời và thú vị. Tôi không thể không kinh ngạc trước hình ảnh của một Đức Chúa Trời mạnh mẽ đấu tranh chống lại sự sáng tạo của Chính Ngài. Đôi khi, tôi tìm thấy sự tương đồng giữa tình huống trong sách và cuộc sống của mình.

Giống như Adam, có vẻ như tôi không có liên kết với bất kỳ ai khác trên thế giới. Nhưng đó là nơi những sự tương đồng kết thúc. Adam được Chúa sáng tạo hoàn hảo, anh ta hạnh phúc và có tất cả những gì anh ta cần. Anh ta thậm chí có thể nói chuyện và học hỏi từ những hiện thể cao cấp hơn. Nhưng tôi lại đau khổ, bất lực và cô đơn. Thường xuyên, tôi thấy mình giống hơn với Satan, cảm thấy ghen tị đắng cay khi nhìn vào sự hạnh phúc của những người bảo vệ tôi.

199 Một sự việc khác đã xảy ra làm cho cảm xúc của tôi càng thêm mạnh mẽ. Ngay sau khi tôi đến trong cái nhà gỗ nhỏ, tôi tìm thấy một số tờ giấy trong túi của chiếc áo mà tôi lấy từ phòng thí nghiệm của anh. Ban đầu, tôi không để ý nhiều đến chúng. Nhưng khi tôi học cách đọc những từ viết trên đó, tôi bắt đầu nghiên cứu chúng một cách cẩn thận. Những tờ giấy đó là nhật ký của anh trong bốn tháng trước khi tôi được tạo ra. Anh đã ghi chép từng bước anh thực hiện trong quá trình làm việc trên dự án. Anh cũng đã viết về những điều đang diễn ra trong gia đình anh. Chắc anh vẫn nhớ những tờ giấy này. Đây là chúng. Chúng kể tất cả về khởi đầu đáng thương của tôi. Chúng mô tả một cách cặn kẽ tất cả những điều tồi tệ đã xảy ra dẫn đến sự tồn tại của tôi. Chúng thậm chí còn bao gồm một mô tả rất chi tiết về vẻ bề ngoài đáng ghê tởm của tôi. Khi đọc nó, tôi cảm thấy buồn nôn. "Ngày kinh khủng nào mà tôi được sinh ra!" Tôi quát tháo trong đau khổ. "Người đã tạo ra tôi, tại sao anh lại tạo ra một quái vật xấu xí đến thế, ngay cả anh cũng ghê tởm và quay lưng khỏi tôi? Chúa đã tạo con người xinh đẹp giống Người, nhưng hình dạng của tôi lại là một sự phản ánh ghê tởm về của anh, thậm chí còn tệ hơn. Đất quỷ mà có bạn bè để cùng nhau và giúp đỡ nhau. Nhưng tôi hoàn toàn cô đơn và bị ghét bỏ."

200 Đây là suy nghĩ của tôi trong những lúc buồn và cô đơn. Nhưng khi tôi suy nghĩ về những phẩm chất tốt của những người trong căn

nhà nhỏ, sự tử tế và chu đáo của họ, tôi nghĩ rằng họ sẽ đau lòng cho tôi và không quan tâm đến diện mạo của tôi. Liệu họ có thể từ chối ai đó, dù bất cứ kỳ quái nào, ai đó đang cầu xin lòng nhân từ và tình bạn của họ? Tôi quyết định rằng tôi sẽ không từ bỏ hy vọng và sẽ làm mọi điều tôi có thể để chuẩn bị cho một cuộc gặp gỡ với họ sẽ quyết định tương lai của tôi. Tôi quyết định chờ thêm vài tháng nữa. Tôi muốn chuẩn bị tốt hơn.

201   "Trong thời gian đó, đã xảy ra một số thay đổi trong ngôi nhà nhỏ. Sự hiện diện của Safie lan tỏa hạnh phúc trong số những người sống trong đó. Felix và Agatha hài lòng và hạnh phúc. Tâm trạng của họ thật là bình yên và an lành, trong khi của tôi trở nên rối loạn gia tăng từng ngày. Sự gia tăng tri thức chỉ cho tôi thấy rõ hơn là tôi là một kẻ bị ruồng rẫy. Tôi nuôi hy vọng, đúng là vậy, nhưng nó tan biến khi tôi nhìn thấy hình dáng của mình phản chiếu trên mặt nước.

Tôi cố gắng đè nén những nỗi sợ hãi này. Tuy nhiên, tôi đơn độc. Thậm chí tôi không có Người tạo ra tôi. Người của tôi ở đâu? Người đã bỏ rơi tôi và, trong sự đắng cay trong lòng tôi, tôi đã nguyền rủa Người."

202   Mùa thu trôi qua như vậy. Tôi ngạc nhiên và buồn khi thấy lá cây héo rụi và rơi rụng, và thế giới trở nên cằn cỗi và hoang vắng như lúc tôi lần đầu nhìn thấy rừng và mặt trăng xinh đẹp. Nhưng cái lạnh không làm phiền tôi nhiều như cái nóng bởi cách tôi được tạo ra. Những điều tôi thích nhất là hoa, chim và tất cả những điều tươi sáng và vui vẻ của mùa hè. Khi những điều đó biến mất, tôi bắt đầu chú ý nhiều hơn đến những người trong những căn nhà nhỏ. Sự thiếu vắng của mùa hè không làm cho họ ít hạnh phúc hơn. Họ yêu thương nhau và quan tâm đến nhau, và hạnh phúc của họ không bị ảnh hưởng bởi những điều xấu xảy ra xung quanh. Càng thấy họ, tôi càng muốn họ bảo vệ và tử tế với tôi. Tôi thực sự muốn họ hiểu và thích tôi. Tôi không thể chịu đựng được ý nghĩ về họ từ chối và căm hận tôi. Những người nghèo đến cửa của họ không bao giờ bị quay lưng. Tôi đã yêu cầu nhiều hơn chỉ một chút thức ăn và nơi nghỉ. Tôi muốn lòng tử tế và sự hiểu biết, nhưng sâu thẳm bên trong, tôi không nghĩ rằng tôi hoàn toàn không xứng đáng được như vậy.

203   Mùa đông đến và các mùa thay đổi kể từ khi tôi được sống. Tập trung của tôi hiện tại là kế hoạch giới thiệu bản thân với những người chăm sóc tôi. Tôi suy nghĩ về những ý tưởng khác nhau, nhưng tôi quyết định sẽ vào nhà của họ khi ông già ở một mình. Tôi nhận ra rằng mọi người sợ tôi nhất vì vẻ ngoài của tôi, chứ không phải vì giọng nói của tôi. Vì vậy, tôi tin rằng nếu tôi có thể giành được sự tin tưởng của ông già De Lacey và nhờ ông giúp đỡ, có lẽ những người khác cũng sẽ chấp nhận tôi.

Một ngày nọ, khi mặt trời tỏa sáng và mặt đất được phủ bởi những chiếc lá đỏ, Safie, Agatha và Felix đi dạo một quãng đường dài ở vùng nông thôn. Ông già, do ý muốn của chính ông, ở lại một mình trong căn nhà. Sau khi con cái ông ra đi, ông nhặt lên cây đàn guitar và chơi một số bài hát buồn nhưng đẹp. Nó còn đẹp và buồn hơn tất cả những lần tôi đã nghe ông chơi trước đây. Ban đầu, ông trông vui vẻ, nhưng khi ông chơi, ông trở nên suy tư và buồn. Cuối cùng, ông dừng lại và ngồi đó chìm vào suy nghĩ.

204   "Trái tim tôi đập nhanh. Đây là giờ và khoảnh khắc thử thách, sẽ quyết định hy vọng của tôi hoặc biến nỗi sợ hãi thành sự thật. Những người hầu đã đi đến một chợ gần đó. Mọi thứ im lặng trong và xung quanh ngôi nhà gỗ. Đó là một cơ hội tuyệt vời. Tuy nhiên, khi tôi bắt đầu di chuyển, đột nhiên tôi cảm thấy lo lắng. Tôi hít thở một hơi thật sâu của không khí trong lành.

"Tôi gõ cửa. 'Ai đó ở đó?' ông già nói, 'Vào đi.'

"Tôi đi vào: 'Xin lỗi,' tôi nói: 'Tôi đang đi du lịch và cần một chỗ nghỉ ngơi. Tôi có thể ngồi bên bếp lửa của anh được không?'

"'Vào đi', De Lacey nói, 'và tôi sẽ cố giúp bạn. Con cái tôi đã đi ra ngoài và tôi mù, cho nên có lẽ tôi không thể là một người chủ tiếp đãi tốt trong lúc này.'

"'Đừng phiền lòng. Tôi có thức ăn. Chỉ cần một nơi ngồi thôi.'

"Chúng tôi ngồi im lặng và cuối cùng, ông già nói với tôi -

"'Dựa vào ngôn ngữ của anh, người lạ, tôi đoán anh là từ gần đây? Anh có phải là người Pháp không?'"

205   "Không, nhưng tôi học từ một gia đình Pháp. Tôi cũng sẽ nhờ một số người khác mà tôi quen biết một chút để giúp đỡ tôi."

"Họ là người Đức sao?"

"Không, họ là người Pháp. Nhưng hãy nói về một điều khác. Tôi là một người cô đơn. Tôi nhìn xung quanh và không có gia đình hay bạn bè nào trên thế giới. Những người tử tế này tôi định gặp chưa bao giờ gặp tôi trước đây và biết rất ít về tôi. Tôi đầy nỗi sợ hãi vì nếu họ từ chối tôi, tôi sẽ trở thành một người bị tẩy chay mãi mãi."

"Đừng mất hy vọng. Hãy tin vào những hy vọng của bạn. Và nếu những người này tốt và tử tế, đừng bỏ cuộc."

"Họ là những người tốt. Họ là những người tốt nhất trên thế giới. Tôi chỉ lo sợ một chút rằng thay vì nhìn thấy một người chu đáo và thân thiện, họ có thể chỉ thấy một con quái vật khủng khiếp."

"Điều đó thật không may. Nhưng nếu thật sự bạn chưa làm gì sai, liệu bạn có thể chứng minh họ sai không?"

"Tôi sợ. Tôi quan tâm sâu sắc đến những người này và đã làm những việc tử tế cho họ, nhưng họ có thể nghĩ rằng tôi muốn gây hại cho họ. Tôi muốn thay đổi suy nghĩ của họ về tôi."

"Người bạn của bạn sống ở đâu?" người kia hỏi.

"Họ sống gần đây," ông già trả lời.

Ông già dừng lại một chốc và sau đó nói, "Nếu bạn kể cho tôi nghe câu chuyện của bạn mà không che giấu điều gì, tôi có thể giúp bạn. Tôi là người mù. Tôi cũng có thể nghèo và xa nhà, nhưng giúp ai đó sẽ thực sự làm tôi hạnh phúc."

"Bạn là một người tốt! Tôi rất biết ơn sự giúp đỡ của bạn. Tôi đã cảm thấy động viên hơn rồi. Tôi lo lắng rằng họ nghĩ tôi đã làm những việc xấu, nhưng tôi hứa rằng tôi chưa từng làm."

"Việc thành thật là quan trọng. Tôi cũng đã trải qua thảm họa. Gia đình tôi và tôi đã bị buộc tội oan, vì vậy tôi hiểu cảm giác đau khổ như thế nào."

"Làm thế nào tôi có thể cảm ơn anh, người giúp tôi duy nhất và tốt nhất? Anh là người đầu tiên đã cho tôi lòng tốt. Tôi đã sẵn sàng để gặp bạn bè của mình bây giờ."

'Anh có thể nói cho tôi biết tên và địa chỉ của những người bạn này không?'

Tôi do dự. Tôi hiểu rằng đây là khoảnh khắc quyết định có thể mang lại cho tôi niềm hạnh phúc hoặc lấy đi nó. Tôi cố gắng một cách mạnh mẽ để tìm sức mạnh để trả lời anh, nhưng nỗ lực của tôi làm tôi kiệt sức. Tôi ngã xuống ghế và bắt đầu khóc. Ngay lúc đó, tôi nghe thấy tiếng bước chân của những người bảo hộ trẻ tuổi của mình. Thời gian đang trôi qua. Tôi nắm lấy tay của người già và van nài, "Bây giờ là lúc! Làm ơn cứu và bảo vệ tôi! Anh và gia đình anh là những người bạn mà tôi đang tìm kiếm. Xin đừng bỏ rơi tôi khi tôi cần sự giúp đỡ nhất!"

'Ổ trời ơi!' người già kêu lên. "Bạn là ai?"

208   Ngay lúc đó cánh cửa của căn nhà mở ra, và Felix, Safie và Agatha bước vào. Ai có thể miêu tả được nỗi kinh hoàng của họ khi nhìn thấy tôi? Agatha ngất xỉu. Safie, không thể giúp được, hốt hoảng chạy ra khỏi căn nhà. Felix lao tới và đánh tôi một cách dữ dội bằng một cây gậy. Tôi có thể xé nát anh ta thành từng mảnh, nhưng trái tim tôi rất đau buồn. Tôi trốn vào lều của mình phía sau căn nhà.

CHAPTER XVI

 "Tôi NGUYỀN RỦA, nguyền rủa người sáng tạo! Tại sao tôi phải sống? Tại sao lúc đó, tôi không chấm dứt cuộc sống mà Người đã vô tình ban cho tôi? Tôi không biết; tuyệt vọng chưa chiếm hữu tôi. Tôi bị cuốn vào cơn tức giận và lòng khao khát báo thù. Tôi sẽ tận hưởng sự thỏa mãn khi phá hủy ngôi nhà gỗ và những người bên trong, mừng thúc thủ trong những tiếng kêu từ họ và đau khổ trong niềm vui.

Khi đêm buông xuống, tôi rời nơi ẩn náu và lạc bước suốt rừng. Không sợ bị phát hiện, tôi phóng tiếng than cùng nỗi đau khủng khiếp. Tôi giống như một con thú hoang thoát khỏi bẫy, phá hủy mọi thứ trên đường đi và di chuyển qua rừng với tốc độ như một con nai. Ồ, đêm đáng thương tôi chịu đựng! Những vì sao lạnh lùng chế nhạo tôi, và những cây cỏ trần truồng lắc cành của chúng trên đầu tôi. Thỉnh thoảng, tiếng hót ngọt ngào của một con chim xuyên qua sự im lặng. Ai tất cả chỉ có tôi một mình trong cô độc và không được hiểu biết, tôi muốn nhổ cành các cây, gieo rắc hỗn loạn và hủy hoại, và sau đó tình mình ngồi lại và trầm trồ trong sự tàn phá."

 "Nhưng cảm giác này là một niềm vui tuyệt vời không thể kéo dài. Tôi mệt mỏi và choáng ngợp. Từ khoảnh khắc đó, tôi tuyên chiến với tất cả con người, đặc biệt là người đã tạo ra tôi và ép buộc tôi chịu đựng sự đau khổ không thể chịu được này.

Mặt trời mọc. Tôi nghe thấy tiếng người đang nói chuyện và biết rằng tôi không thể trở về hoàng cung ẩn náu của mình trong suốt cả ngày còn lại. Vì vậy, tôi tìm một chỗ ẩn náu trong bụi cây và quyết định dành vài giờ nghĩ về tình huống của mình.

Ấm áp ánh nắng mặt trời và không khí trong lành của ngày mới mang đến cho tôi một chút sự yên bình; khi tôi suy nghĩ về những gì đã xảy ra ở ngôi nhà nhỏ, tôi nhận ra mình có thể đã hành động quá nhanh. Chắc chắn rằng cuộc trò chuyện đã làm cho người cha quan tâm đến việc giúp đỡ tôi, và tôi ngu ngốc khi tiếp tục phải chịu đựng nỗi sợ hãi của các đứa trẻ. Tôi nên từ từ xây dựng sự tin tưởng của người đàn ông già De Lacey và cuối cùng tiết lộ bản thân cho phần còn lại của gia đình khi họ đã sẵn sàng để gặp gỡ tôi. Tuy nhiên, tôi không tin rằng những sai lầm của mình là không thể khắc phục; sau khi suy nghĩ một thời gian dài, tôi quyết định trở lại ngôi nhà nhỏ, tìm người đàn ông già và cố gắng thuyết phục ông gia nhập vào phe của tôi."

211   Những suy nghĩ này làm tôi thật bình an và vào buổi chiều, tôi lìa khỏi nơi trú ẩn của mình và đi tìm thức ăn.

Sau khi ăn, tôi lẻn vào buồng của mình. Buổi sáng đến và bên trong ngôi nhà trở nên tối tăm, không có âm thanh nào. Tôi lo lắng không tả nổi cơn đau đớn của sự chờ đợi này.

Chẳng mấy chốc, hai người đàn ông đi qua nhưng tôi không hiểu họ đang nói gì. Sớm thôi, Felix tiến lại gần cùng với một người đàn ông khác. Tôi bất ngờ vì biết rằng anh ta không ra khỏi ngôi nhà sáng nay và đứng đợi háo hức để xem chuyện gì đang diễn ra.

212   "Anh nghĩ sao," bạn của anh nói với anh, "rằng anh sẽ phải trả ba tháng tiền thuê và mất mọi mùa vụ trên vườn của mình? Tôi không muốn lợi dụng anh, nên tôi yêu cầu anh hãy dành thời gian suy nghĩ về quyết định của mình."

"Không có ý nghĩa gì," Felix trả lời. "Chúng ta không thể sống lại trong ngôi nhà của anh. Cuộc sống của cha tôi đang gặp nguy hiểm lớn do những gì tôi đã kể cho anh. Vợ và em gái của tôi sẽ không hồi phục được sau cơn kinh hoàng. Xin đừng cố gắng thuyết phục tôi nữa. Lấy lại ngôi nhà của anh và để tôi rời khỏi nơi này."

Felix run rẩy khi nói. Anh và bạn của anh đi vào ngôi nhà, nơi họ ở trong vài phút trước khi ra đi. Tôi không bao giờ thấy gia đình De Lacey nữa.

213   Tôi dành phần còn lại của ngày trong căn nhà nhỏ của mình, cảm thấy hoàn toàn tuyệt vọng và ngu ngốc. Những người bảo vệ của tôi ra đi và đã phá vỡ tất cả những gì kết nối tôi với thế giới. Lần đầu tiên, tôi cảm thấy một mong muốn mạnh mẽ về sự trả thù và căm hận. Tôi ôm ấp kỷ niệm về gia đình De Lacey, nhưng khi tôi nhớ lại việc họ từ chối và bỏ rơi tôi, sự tức giận trỗi dậy, một cơn tức giận mãnh liệt. Vì tôi không thể làm hại gì đến người khác, tôi dồn sự tức giận của mình vào những vật không thể cảm thấy. Khi đêm xuống, tôi đặt các vật dễ cháy xung quanh căn nhà, và sau khi phá hủy tất cả mọi thứ trong khu vườn, tôi đứng ngồi không yên đợi cho mặt trăng lặn để bắt đầu kế hoạch của mình.

214   Khi đêm trở nên tối hơn, một cơn gió mạnh thổi từ khu rừng, xua tan những đám mây đang treo trong bầu trời. Cơn gió thổi mạnh mẽ như một trận lở tuyết khổng lồ, khiến tôi cảm thấy như mất trí. Tôi tìm được một cành cây khô và đốt cháy nó. Tôi bắt đầu nhảy múa điên cuồng quanh căn nhà gỗ, ánh mắt dán chặt vào chân trời nơi mặt trăng gần như chạm tới. Cuối cùng, mặt trăng bắt đầu biến mất sau cạnh, và tôi vẫy cành cây đang cháy. Nó chìm xuống, và với tiếng hò reo vang dội, tôi châm ngòi cho đám rơm, bụi cỏ và bụi cây tôi đã thu thập. Cơn gió thổi mạnh hơn, và ngọn lửa nhanh chóng bao quanh căn nhà gỗ, liếm lên nó với những lưỡi lửa phá hoại.

Miễn là tôi nhận ra không ai có thể cứu được bất kỳ phần nào của căn nhà, tôi đã rời khỏi hiện trường và tìm nơi trú ẩn trong khu rừng gần đó.

215   "Và bây giờ, tôi nên đi đâu? Tôi suy nghĩ về việc tìm kiếm bạn. Bạn đã đề cập Geneva là tên thành phố mẹ đẻ của bạn; và tới nơi này, tôi quyết định sẽ tiếp tục.

Nhưng làm thế nào tôi có thể tự mình hướng dẫn? Tôi không thể nghĩ về bất cứ điều gì. Tôi chỉ biết rằng tôi phải tìm thấy bạn. Tôi cần câu trả lời và bạn cần phải đưa nó cho tôi."

216   Hành trình của tôi kéo dài và tôi đã chịu đựng rất nhiều. Tôi rời khỏi vùng mà tôi đã sinh sống trong một thời gian dài vào cuối mùa thu. Tôi chỉ đi vào ban đêm vì sợ gặp bất kỳ con người nào khác. Thiên nhiên xung quanh tôi đang chết dần dần. Càng gần nơi bạn sống, tôi càng cảm thấy muốn trả thù. Tuyết rơi và mọi thứ đông cứng, nhưng tôi không ngừng lại. Đôi khi, tôi tình cờ gặp những dấu vết hướng dẫn tôi, và tôi còn có một bản đồ vùng đất đó, nhưng tôi thường đi lạc. Tôi đau đớn đến mức không thể nghỉ ngơi. Mỗi sự việc nhỏ xảy ra làm dấy lên sự giận dữ và khốn khổ trong tôi. Nhưng có một sự việc xảy ra khi tôi vượt qua biên giới của Thụy Sĩ, khi mặt trời bắt đầu sưởi ấm lại và trái đất trở nên xanh tươi, làm cho tình cảm của tôi thêm đắng cay và kinh khủng.

217   Trong ngày, tôi thường nghỉ ngơi và chỉ du lịch vào ban đêm để không ai thấy tôi. Nhưng một sáng, khi tôi phải đi qua một khu rừng sâu, tôi quyết định tiếp tục hành trình sau khi mặt trời đã mọc. Đó là một trong những ngày đầu mùa xuân, và ánh nắng và không khí ấm áp khiến tôi cảm thấy vui vẻ, điều đó khá khác thường đối với tôi. Tôi bị ngạc nhiên vui mừng bởi những cảm xúc mới về sự hiền hòa và hạnh phúc trong lòng mình. Một lúc, tôi quên đi sự cô đơn và vẻ bề ngoài của mình và cho phép bản thân mình hạnh phúc. Nước mắt của niềm vui lăn dài trên má tôi, và thậm chí tôi còn nhìn lên mặt trời sáng rực với lòng biết ơn vì mang lại niềm hạnh phúc đó cho trái tim tôi.

218   Tôi tiếp tục đi qua những con đường trong khu rừng cho đến khi đến biên giới nơi có một con sông sâu và chảy nhanh. Một số cây nghiêng qua sông với lá mùa xuân mới. Tôi không biết phải đi theo hướng nào, vì vậy tôi dừng lại và nghe thấy tiếng nói. Tôi quyết định trốn dưới một cây tròn được. Khi đó, một cô bé chạy đến gần tôi, cười như đang chơi một trò đuổi bắt. Cô bé tiếp tục chạy dọc theo bờ sông dốc và bất ngờ trượt chân, rơi vào dòng nước cuồn cuộn. Mà không suy nghĩ, tôi lao ra khỏi nơi trốn và dùng hết sức lực để cứu cô bé và đưa cô bé lên bờ. Cô bé mất ý thức và tôi đã làm mọi cách có thể để

đánh thức cô bé. Bất ngờ, một người dân cứu trợ, có lẽ là người cô bé đang chơi, đến gần chúng tôi. Khi anh ta nhìn thấy tôi, anh ta giật cô bé từ tay tôi và nhanh chóng chạy sâu vào trong rừng. Tôi đi theo sau họ, không biết tại sao. Nhưng khi anh ta thấy tôi lại gần, anh ta chỉ một khẩu súng vào tôi và bắn. Tôi ngã xuống đất và anh ta nhanh chóng chạy trốn vào rừng.

219   Đây là phần thưởng cho lòng nhân ái của tôi! Tôi đã cứu mạng ai đó, và đáp lại, tôi bây giờ đau đớn từ vết thương sâu. Cảm xúc nhân ái và nhẹ nhàng của tôi chỉ mới rồi thay thế bằng sự tức giận và căm hận mãnh liệt đối với mọi người. Đau đớn áp đảo tôi, khiến tôi ngất đi.

Trong một vài tuần, tôi sống cuộc sống đáng thương trong khu rừng, cố gắng chữa lành vết thương của mình. Tôi không biết viên đạn có còn trong thân hay đã đi qua không. Hơn nữa, không cách nào để tôi loại bỏ nó. Mỗi ngày, tôi thề sẽ trả thù.

Sau một vài tuần, vết thương của tôi cuối cùng lành lành, và tôi tiếp tục cuộc hành trình của mình. Những gian khổ mà tôi trải qua không còn được giảm bớt bởi ánh mặt trời ấm áp hay làn gió mềm mại của mùa xuân. Mọi niềm vui đều như một trò đùa tàn nhẫn, nhắc nhở tôi về sự tồn tại lẻ loi và việc tôi không thể tìm được hạnh phúc.

Nhưng những đấu tranh của tôi sắp đến hồi kết. Trong hai tháng nữa, tôi đến gần Geneva.

220   Đó là buổi tối khi tôi đến, vì vậy tôi tìm một nơi để ẩn náu trong những cánh đồng xung quanh thị trấn. Tôi cần thời gian để suy nghĩ về cách tiếp cận với bạn. Tôi mệt mỏi, đói và quá buồn để đánh giá cao làn gió nhẹ nhàng buổi tối hay cái nhìn về mặt trời lặn sau những ngọn núi Jura cao lớn.

Khi đó, tôi lao vào một giấc ngủ nhẹ nhàng, tìm được chút giảm bớt từ những suy nghĩ rối ren của mình. Tuy nhiên, giấc ngủ của tôi bị ngắt quãng bởi sự xuất hiện của một đứa trẻ đáng yêu chạy vào nơi ẩn náu giống như tôi đã chọn, tràn đầy năng lượng vui tươi của tuổi trẻ. Nhìn vào cậu bé đó, một ý tưởng đột ngột xuất hiện - đứa trẻ bé nhỏ này vô tội và chưa có đủ thời gian để phát triển sự sợ hãi về sự biến dạng. Nếu tôi có thể mang cậu bé đó và nuôi dưỡng cậu như bạn đồng hành và bạn của mình, có lẽ tôi sẽ không cảm thấy cô đơn trong thế giới đông đúc này.

Bị thúc đẩy bởi cảm hứng này, tôi nắm lấy cậu bé khi cậu đi ngang qua và kéo cậu về phía mình. Lúc cậu nhìn thấy vẻ ngoại của tôi, cậu che mắt bằng hai bàn tay và phát ra tiếng kêu cao. Tôi ép buộc cậu bé mở tay ra và nói: "Bé ơi, sao bé lại phản ứng như vậy? Tôi không muốn làm hại bé, chỉ đơn giản là hãy nghe tôi nói."

Cậu chống lại sự nắm chặt của tôi và hét lên: "Thả tôi đi! Quái vật! Sinh vật xấu xí! Bạn muốn ăn tôi và xé ra từng mảnh! Bạn là một ngạ quỷ! Thả tôi đi hoặc tôi sẽ nói với bố tôi!"

"Con trai, con sẽ không gặp lại bố nữa. Con phải đi với tôi," tôi đáp lại.

"Quái vật xấu xí! Thả tôi đi! Bố tôi là một người quan trọng. Ông ấy là ông Frankenstein, một Tổng địa phương. Ông ấy sẽ trừng phạt bạn. Bạn không được giữ tôi lại!"

"Frankenstein! Vậy là con thuộc về kẻ thù của tôi, kẻ tôi đã thề sẽ truy đuổi trả thù mãi mãi. Con sẽ là nạn nhân đầu tiên của tôi", sinh vật tuyên bố.

Đứa trẻ cứ đấu tranh và mắng tôi với những lời xé tim. Để làm yên im nó, tôi nắm cổ cậu ta và chỉ trong chớp mắt, cậu ta trở thành xác chết ngổn ngang dưới chân tôi.

Khi nhìn vào nạn nhân của tôi, sự hài lòng và chiến thắng đen tối tràn trề trong lòng tôi. Gập tay lại, tôi reo lên: "Tôi cũng có thể gây ra sự hủy diệt. Kẻ thù của tôi không bất khả xâm phạm. Cái chết này sẽ mang lại tuyệt vọng cho hắn, và những khổ đau vô số sẽ quằn quại và tiêu diệt hắn."

Trong lúc tôi nhìn chằm chằm vào đứa trẻ, tôi để ý thấy một viên kim cương lung linh trên ngực cậu ta. Tôi lấy nó, nhận ra đó là bức ảnh của một người phụ nữ xinh đẹp. Dù có ý đồ tà ác, hình ảnh của cô ấy làm tôi nhẹ nhàng và mê hoặc. Trong khoảnh khắc ngắn, tôi thích thú trong đôi mắt tối tăm với hàng mi dài và đôi môi xinh đẹp của cô ấy. Nhưng sớm, sự giận dữ trở lại. Tôi nhớ rằng tôi mãi mãi bị cướp đi niềm hạnh phúc mà những sinh vật xinh đẹp như vậy có thể mang lại. Nếu cô ấy nhìn thấy tôi, sự hiếu thảo tuyệt vời trên gương mặt cô ấy sẽ biến thành sự kinh tởm và sợ hãi.

Bạn có thể tưởng tượng sự tức giận tràn đầy trong tôi khi nghĩ đến những suy nghĩ như vậy? Tôi chỉ kinh ngạc rằng trong khoảnh khắc đó, thay vì kêu lên trong đau khổ và tuyệt vọng, tôi đã không lao vào thế giới và chết trong cố gắng hủy diệt nhân loại."

222 Trong lúc tôi bị tràn đầy những cảm xúc này, tôi rời khỏi nơi tôi đã gây ra cái chết. Tôi tìm kiếm một chỗ trú ẩn yên tĩnh hơn và đi vào một chuồng bỏ trống. Bên trong, có một phụ nữ trẻ đang ngủ trên một số rơm. Cô ấy không xinh đẹp như người phụ nữ trong bức tranh tôi giữ, nhưng cô ấy có một gương mặt dễ thương và trông khỏe mạnh và trẻ trung. Tôi nghĩ trong lòng, đây là người chia sẻ nụ cười vui vẻ với tất cả mọi người trừ tôi. Tôi nghiêng người lại gần cô ấy và thì thầm, "Thức dậy đi, người yêu dấu. Người tình của bạn đây rồi, một người sẵn lòng hi sinh để chỉ cần thấy chút tình cảm trong ánh mắt của bạn. Tình yêu của tôi, hãy thức dậy đi!"

Người ngủ bắt đầu chuyển động, và nỗi sợ bao trùm tôi. Điều gì sẽ xảy ra nếu cô ấy thức dậy, nhìn thấy tôi và chửi rủa, vạch trần tôi là tên kẻ giết người? Đó chắc chắn là điều mà cô ấy sẽ làm nếu mở mắt và nhìn thấy tôi. Tư tưởng này làm tôi điên lên. Nó đánh thức điều ác trong tôi. Tôi quyết định rằng cô ấy, chứ không phải tôi, sẽ phải chịu đựng. Tôi đã gây ra tội ác này vì tôi đã bị cướp đi tất cả những gì tôi có thể có từ cô ấy, vì vậy cô ấy nên trả giá cho nó. Nhờ vào những gì tôi học từ Felix và những luật lệ khắc nghiệt của xã hội, tôi hiểu cách gây hại bây giờ. Tôi nghiêng qua phía cô ấy và cẩn thận đặt bức tranh vào một nếp gấp của chiếc váy, đảm bảo nó được bảo đảm. Cô ấy lại giật mình, và tôi nhanh chóng bỏ chạy.

223 Trong vài ngày, tôi tiếp tục trở lại nơi những điều đó xảy ra. Đôi khi, tôi muốn được gặp bạn, và đôi khi, tôi nghĩ về việc rời xa thế giới này và mọi rắc rối của nó mãi mãi. Cuối cùng, tôi lang thang về phía những ngọn núi này và khám phá những vùng đất ẩn mình mênh mông trong khi bị chiếm lấn bởi mong muốn mạnh mẽ chỉ có bạn mới có thể đáp ứng. Chúng ta không thể xa nhau cho đến khi bạn

hứa sẽ làm những gì tôi yêu cầu. Tôi đang bị một mình, cảm thấy đau khổ vì không có ai ở bên cạnh tôi. Nhưng một người như tôi, xấu xí và kinh khủng như thế, không thể từ chối tôi. Người đồng hành của tôi phải cùng loại và có những khuyết điểm tương tự. Bạn phải tạo ra oan hồn này cho tôi."

CHAPTER XVII

224 Nɢườɪ ᴋɪᴀ ɴɢừɴɢ ɴóɪ ᴠà ɴʜìɴ ᴛôɪ, đợi câu trả lời. Nhưng tôi bối rối và không thể sắp xếp suy nghĩ của mình đủ để hiểu những gì hắn đang hỏi. Người đó tiếp tục nói,

"Trái tim của tôi, em phải tạo ra một bạn đồng hành nữ cho tôi. Tôi yêu cầu điều đó như một thứ em phải cho tôi."

Khi hắn kết thúc câu chuyện, cơn tức giận của tôi tiếp tục bùng lên. Tôi không thể nữa níu giữ được cơn giận của mình.

"Tôi từ chối," tôi nói mạnh mẽ. "Dù có tra tấn tôi bao nhiêu đi nữa, tôi sẽ không đồng ý. Thậm chí làm tôi trở thành người khốn khổ nhất, nhưng sẽ không bao giờ khiến tôi cảm thấy xấu hổ về chính mình. Liệu tôi có nên tạo ra một người giống như bạn, người với tính ác độc có thể phá hủy thế giới? Rời đi! Tôi đã trả lời bạn rồi. Bạn có thể cố gắng tra tấn tôi, nhưng tôi sẽ không bao giờ đồng ý."

225 "Tuyệt đối sai!" ác quỷ nói. "Thay vì đe dọa, tôi muốn thuyết phục bạn. Tôi ác độc vì tôi đáng thương. Ai ai cũng ghét tôi, bao gồm cả bạn, người tạo ra tôi. Bạn muốn xé rách tôi và cảm thấy vui mừng. Nhớ điều đó và nói cho tôi biết tại sao tôi lại phải thương hối cho con người khi họ không thương hại tôi? Bạn sẽ không gọi nó là giết người nếu bạn có thể ném tôi vào một trong những kẽ nứt băng và phá hủy

cơ thể bạn đã tạo ra. Tôi có nên tôn trọng con người khi họ khinh thường tôi? Chúng ta hãy sống cùng nhau với lòng tử tế, và thay vì làm tổn thương nhau, tôi sẽ trao cho bạn mọi quyền lợi với nước mắt biết ơn khi bạn chấp nhận chúng. Nhưng điều đó không thể xảy ra vì các giác quan khác nhau khiến chúng ta không thể đoàn kết. Tôi sẽ không làm nô lệ của bất kỳ ai. Tôi sẽ trả thù vì những gì bạn đã làm với tôi. Nếu tôi không thể truyền cảm hứng yêu thương, tôi sẽ khiến con người sợ hãi tôi. Và tôi sẽ chỉ dùng sợ hãi đó hướng về bạn, kẻ thù của tôi, vì bạn là người đã tạo ra tôi. Tôi tuyên thệ rằng tôi sẽ hận bạn mãi mãi. Hãy cẩn thận: tôi sẽ làm việc hủy diệt bạn và sẽ không dừng cho đến khi tôi nghiền nát trái tim bạn, để bạn hối hận vì ngày sinh ra mình.”

Một cơn giận dữ tàn phá anh ta trong lúc nói; khuôn mặt anh ta biến dạng một cách khủng khiếp đến đáng sợ. Nhưng sớm sau đó, anh ta lấy lại bình tĩnh và tiếp tục-

226   “Tôi muốn thuyết phục bạn. Cảm xúc mãnh liệt này có hại cho tôi, nhưng bạn không nhận ra rằng bạn chính là nguyên nhân tạo nên sự mãnh liệt này. Nếu ai đó từng tỏ lòng tốt với tôi, tôi sẽ đáp lại nó với một trăm lần đền đáp. Với một người như vậy, tôi sẽ làm hòa giải với mọi người! Nhưng bây giờ tôi chỉ mơ ước một hạnh phúc tôi không bao giờ có thể có. Những gì tôi yêu cầu từ bạn là công bằng và hợp lý: tôi muốn có một người bạn đồng hành. Tôi biết chúng ta sẽ bị xã hội tẩy chay, nhưng điều đó chỉ làm chúng ta trở nên gắn kết hơn với nhau. Cuộc sống của chúng ta sẽ không hạnh phúc, nhưng nó sẽ được giải thoát từ nỗi đau khổ. Xin đừng từ chối tôi.”

Tôi bị ảnh hưởng sâu sắc. Tưởng tượng về những điều có thể xảy ra nếu tôi đồng ý làm tôi run rẩy, nhưng có một chút sự thật trong lời lẽ của hắn. Câu chuyện và cảm xúc hiện tại của hắn đã cho thấy rằng hắn có khả năng trải qua những cảm xúc sâu sắc. Là người tạo ra hắn, liệu tôi có nợ hắn bất cứ hạnh phúc nào tôi có thể mang lại cho hắn không? Hắn nhìn thấy sự thay đổi trong tâm tư của tôi và tiếp tục nói tiếp -

227   “Nếu anh đồng ý, chúng ta sẽ không bao giờ được nhìn thấy bởi anh hay bất kỳ con người nào khác nữa. Tôi sẽ đi vào vùng hoang dã

bát ngát ở Nam Mỹ. Tôi không ăn những thức ăn giống người. Gạch và quả dẻ sẽ cung cấp đủ dinh dưỡng cho tôi. Người bạn đồng hành của tôi sẽ giống như tôi và sẽ hài lòng với những thực phẩm tương tự. Chúng tôi sẽ ngủ trên lá khô. Chúng ta không cần nhiều. Dù anh đã tàn ác với tôi, tôi có thể nhìn thấy lòng từ bi trong đôi mắt của anh bây giờ. Hãy để tôi sử dụng cơ hội này thuyết phục anh hứa cho tôi những gì tôi khao khát từ rất lâu."

"Anh đề nghị," tôi đáp, "rằng anh nên bỏ trốn và sống trong hoang dã nơi chỉ có động vật là bạn đồng hành của anh. Làm thế nào được, khi anh khao khát tình yêu và sự hiểu biết từ con người, và tiếp tục cuộc lưu vong này? Anh sẽ trở lại và tìm tới sự tử tế của họ một lần nữa, nhưng họ sẽ căm ghét anh. Những ham muốn ác độc của anh sẽ trỗi dậy, và sau đó anh sẽ có một người bạn đồng hành để giúp anh gây ra sự hủy diệt. Điều đó không thể xảy ra. Hãy dừng cuộc tranh luận, vì tôi không thể đồng ý với yêu cầu của anh."

228 "Bỗng nổi lên tình cảm của anh thay đổi một cách nhanh chóng! Chỉ một lát trước đây, anh cảm động với những gì em nói, vì sao anh rồi lại trở nên nghiêm khắc đối với em? Em hứa, trên cõi đất mà em sống và bởi người đã tạo ra mình, nếu anh cho em một người bạn, em sẽ rời xa xã hội con người và sống ở bất cứ nơi nào có thể, ngay cả trong những nơi hoang dã nhất. Những ý đồ ác độc của em sẽ phai mờ vì em sẽ đi cùng người bạn. Em sẽ không nguyền rủa người đã tạo ra em."

Lời anh ấy có một tác động lạ lùng lên em. Em cảm thấy tiếc cho anh ấy. Em nghĩ rằng vì em không thể cảm nhận như anh ấy, em không có quyền từ chối anh ấy một ít niềm hạnh phúc mà em có thể mang đến.

"Anh hứa," em nói, "sẽ không gây hại, nhưng anh đã không thể hiện sự ác ý khiến cho em có lý do để không tin tưởng anh? Liệu tất cả điều này có thể chỉ là một mánh khóe để tăng sự hài lòng của anh bằng cách cho phép anh thỏa mãn thêm cơn thù hận?"

229 "Đang xảy ra chuyện gì đây? Tôi không muốn bị coi thường và tôi muốn câu trả lời. Nếu tôi không có mối quan hệ hoặc tình yêu trong cuộc sống, tôi sẽ tràn đầy sự oán hận và ác độc. Chỉ tình yêu của

người khác mới có thể ngăn tôi không phạm tội, và tôi sẽ trở thành một người không ai biết tồn tại. Hành vi xấu của tôi đến từ sự cô đơn mà tôi ghét, và những phẩm chất tốt sẽ tự nảy sinh khi tôi có người bình đẳng ở bên. Tôi sẽ trải qua những cảm xúc như bất kỳ ai đa cảm và trở thành một phần của chuỗi cuộc sống và sự kiện mà tôi đang bị loại trừ."

Tôi mất một khoảng thời gian lâu để suy nghĩ về những gì anh ta đã nói và những lập luận mà anh ta đã đưa ra. Tôi xem xét sự hứa hẹn của những đức tính tốt. Tôi cũng nghĩ về quyền lực và những đe dọa của anh ta: một sinh vật có thể sống sót trong những hang đá băng giá và trốn trong những vách đá không thể tiếp cận sẽ có những khả năng không thể dễ dàng được giải quyết. Sau một khoảnh khắc suy nghĩ sâu sắc, tôi quyết định rằng công lý, cho anh ta và cho con người đồng loại của tôi, đòi hỏi để tôi đáp ứng yêu cầu của anh ấy. Quay mặt về phía anh ấy, tôi cuối cùng nói - "

230 "Tôi đồng ý với yêu cầu của bạn, nhưng bạn phải hứa thề rằng sẽ rời khỏi Châu Âu và mọi nơi khác gần con người mãi mãi. Khi tôi cung cấp cho bạn một bạn đồng hành nữ cho cuộc lưu đày, bạn phải giữ lời hứa của mình,"tôi nói với anh ấy.

Anh ấy kêu lên: "Tôi thề rồi. Bạn sẽ không bao giờ thấy tôi nữa khi họ còn sống. Đi về nhà của bạn và bắt đầu chuẩn bị. Tôi sẽ hồi hộp theo dõi tiến trình của họ và khi bạn sẵn sàng, tôi sẽ xuất hiện."

Sau khi nói điều này, anh ấy nhanh chóng rời xa tôi, có lẽ lo lắng rằng cảm xúc của tôi có thể thay đổi. Tôi theo dõi anh ấy nhanh chóng lao xuống núi, di chuyển nhanh hơn cả một con đại bàng trong chuyến bay, và sớm anh ấy biến mất giữa những sóng băng đá của biển."

231 Câu chuyện của anh ấy đã kéo suốt cả ngày, và mặt trời gần chạng vạng khi anh ấy ra đi. Tôi cảm thấy xấu hổ khi nghĩ về anh ấy đang đi đến nơi nào đó. Tôi khóc nhiều và nắm chặt hơn nhau trong đau khổ. "Ôi, những ngôi sao và mây và gió," tôi nói, "Nếu các bạn thật sự đau lòng vì tôi, hãy lấy đi cảm xúc và ký ức của tôi và làm tôi biến mất. Nhưng nếu các bạn không làm được, thì đi đi, đi đi, và để tôi trong bóng tối."

Đó là những suy nghĩ điên rồ và đáng thương.

Tôi đến làng Chamounix vào buổi sáng, nhưng tôi không nghỉ ngơi. Thay vào đó, tôi ngay lập tức quay trở lại Geneva. Tôi không tìm được từ ngữ để diễn đạt cảm xúc của mình, vì những cảm xúc này áp đảo tôi như một cái núi nặng nề. Vì vậy, tôi quay trở về nhà và vào trong để ở bên gia đình. Họ rất lo lắng vì nét mệt mỏi trên gương mặt tôi, nhưng tôi không trả lời bất kỳ câu hỏi nào và hầu như không nói. Tôi hoàn toàn lạc trong suy nghĩ về những gì tôi cần làm tiếp theo.

CHAPTER XVIII

233 Tôi trải qua nhiều ngày và tuần ở lại Geneva, nhưng tôi không thể tìm thấy can đảm để bắt đầu làm việc lại. Tôi sợ sự trả thù từ con quái vật thất vọng, và tôi không muốn thực hiện nhiệm vụ mà tôi được giao. Để tạo ra một sinh vật nữ, tôi cần phải nghiên cứu và nghiên cứu thêm một vài tháng nữa. Tôi nghe nói về một nhà khoa học người Anh đã có những phát hiện quan trọng có thể giúp đỡ tôi, và tôi đã nghĩ đến việc hỏi cha tôi xem tôi có thể đi đến Anh vì lý do đó không. Nhưng tôi vẫn tìm cách chần chừ, và tôi không muốn thực hiện bước đầu tiên trong một nhiệm vụ mà không còn cảm giác khẩn cấp nữa. Một cái gì đó đã thay đổi trong tôi: sức khỏe của tôi đã tốt hơn và tinh thần của tôi cao hơn khi tôi không nghĩ về lời hứa không hạnh phúc của mình. Cha tôi rất vui mừng khi nhìn thấy sự thay đổi này, và ông đã cố gắng tìm cách giúp tôi thoát khỏi nỗi buồn của mình, mà đôi khi trở lại và làm mọi thứ trở nên tối tăm trở lại. Trong những khoảnh khắc đó, tôi tìm được sự an ủi trong việc hoàn toàn một mình. Tôi sẽ dành cả ngày trên hồ trong một chiếc thuyền nhỏ, nhìn những đám mây và lắng nghe âm thanh của sóng. Điều đó khiến tôi cảm thấy bình tĩnh và thanh thản. Và khi tôi trở về, tôi sẽ

chào đón bạn bè của mình với một nụ cười ấm áp hơn và trái tim hạnh phúc hơn.

Sau một trong những chuyến đi của mình, cha tôi xin được nói chuyện riêng với tôi. Ông ấy nói, "Tôi rất vui khi thấy con đang lại thích thú những niềm vui xưa và trở nên như một người thật sự. Nhưng còn vẫn còn buồn và tránh xa chúng tôi. Tôi đã cố gắng tìm ra lý do tại sao. Có điều gì đang xảy ra với con?"

Tôi thực sự sợ hãi với cách ông bắt đầu, và cha tôi tiếp tục nói, "Tôi thừa nhận rằng tôi luôn nghĩ rằng con và Elizabeth sẽ kết hôn và mang lại hạnh phúc cho gia đình chúng ta. Hai bạn từ bé đã thân thiết, cùng học tập và có những sở thích tương tự. Nhưng đôi khi, con người không nhìn thấy mọi thứ rõ ràng. Những gì tôi nghĩ sẽ giúp kế hoạch của tôi có thể đã gây hại đến nó. Có thể con chỉ coi Elizabeth như một người em gái và không muốn kết hôn với cô ấy. Có lẽ con đã gặp ai đó khác mà con yêu và cảm thấy bị ràng buộc vì cam kết với Elizabeth. Cuộc đấu tranh này có thể là nguyên nhân gây ra nỗi buồn mạnh mẽ mà con đang biểu hiện."

"Thưa cha yêu, xin cha đừng lo lắng. Con thực sự và sâu sắc yêu thương em họ của mình. Elizabeth là người phụ nữ duy nhất đã khiến con cảm thấy niềm ngưỡng mộ và tình cảm mạnh mẽ như vậy. Con không thể tưởng tượng một tương lai mà không có hy vọng cưới cô ấy."

"Câu lời của cha mang lại niềm vui lớn cho con, thân mến Victor. Nếu con cảm nhận như vậy, thì chúng ta chắc chắn sẽ tìm thấy hạnh phúc cùng nhau, bất kể những thách thức chúng ta đối mặt. Nhưng con cảm thấy rằng có điều gì đó đang khiến con lo lắng sâu sắc. Xin hãy cho cha biết nếu con có bất kỳ mối lo ngại nào về việc kết hôn ngay lập tức. Gần đây, chúng ta đã đối mặt với những sự kiện không may, khiến sự bình yên trước đó bị đảo lộn. Cha đã già rồi, và cha hiểu rằng con có một số tiền không nhỏ. Kết hôn sớm không nên làm cản trở bất kỳ kế hoạch tương lai nào con có về thành công và làm việc tốt cho xã hội. Tuy nhiên, cha không muốn ép buộc hạnh phúc cho con, và nếu con cần thêm thời gian, điều đó sẽ không gây lo lắng nghiêm trọng cho cha. Xin hãy hiểu lòng tốt của cha và trung thực nói cho cha biết suy nghĩ và cảm xúc của mình."

236   Tôi im lặng lắng nghe cha tôi và không thể trả lời trong một thời gian. Lòng tôi xoay vòng nhanh chóng với nhiều suy nghĩ khi tôi cố gắng đưa ra quyết định. Nhưng ôi, ý nghĩ về việc kết hôn với Elizabeth ngay lập tức là kinh khủng và khiến tôi đầy sợ hãi. Tôi đã hứa thề trang trọng mà tôi chưa thực hiện, và tôi không thể phá vỡ nó. Nếu tôi làm vậy, nhiều điều khủng khiếp có thể xảy ra với tôi và gia đình yêu thương của tôi. Làm sao tôi có thể đến dự một buổi lễ trong khi mang trên vai gánh nặng nặng ký ức này, kéo tôi xuống? Tôi phải giữ lời hứa và để con quái vật đi với đối tác của nó trước khi tôi có thể tìm thấy sự thanh thản trong hạnh phúc của cuộc hôn nhân của chúng ta.

237   Tôi cũng nhớ rằng tôi phải đi đến Anh hoặc liên lạc với những nhà triết học từ đó để có được kiến thức và những khám phá cần thiết cho dự án hiện tại của tôi. Lựa chọn thứ hai, viết thư đi lại, chậm chạp và không thỏa mãn. Hơn nữa, tôi thật sự không muốn bị mắc kẹt ở nhà của cha, làm nhiệm vụ kinh tởm trong khi gần gũi với những người quan trọng đối với tôi. Tôi biết rằng có nhiều điều có thể xảy ra sai, thậm chí một sự cố nhỏ có thể tiết lộ sự thật đáng khiếp sợ đến với tất cả mọi người thân quen. Tôi cần có một mình để làm việc. Sau khi thực hiện lời hứa, quái vật sẽ biến mất mãi mãi. Hoặc có thể (nếu tôi cho phép bản thân tưởng tượng), có điều gì đó có thể xảy ra với nó và giải phóng tôi khỏi việc trở thành tôi mãi mãi.

238   Mình nói với cha về cảm xúc của mình và hỏi xem có thể đi Anh được không. Mình không tiết lộ lý do thật đằng sau yêu cầu của mình, mà thay vào đó, mình làm cho nó trở nên như là chỉ muốn đi một chuyến du lịch vui vẻ. Ông ấy đồng ý.

Ông ấy cho phép mình quyết định mình muốn ở lại đó bao lâu, cho phép vài tháng hoặc có thể một năm là lâu nhất. Ông ấy cũng đảm bảo rằng mình sẽ không cô đơn trong hành trình của mình. Mà không nói cho mình biết trước, ông ấy và Elizabeth đã sắp xếp cho bạn thân của mình, Clerval, đi cùng với mình. Mình rất vui, nhưng cũng hơi lo lắng. Mình cần tập trung thật sự. Nhưng sự hiện diện của

Henry có thể ngăn cản kẻ thù của mình làm phiền. Nếu mình một mình, liệu anh ta có thỉnh thoảng ép buộc mình vào cuộc sống của mình, nhắc nhở mình về công việc hoặc theo dõi mình làm việc không?

239 Tôi quyết tâm đi đến Anh và đã hiểu rằng khi tôi trở về, tôi sẽ ngay lập tức kết hôn với Elizabeth. Ba tôi, với tuổi tác đã cao, không muốn có bất kỳ trì hoãn nào.

Tôi bắt đầu lên kế hoạch cho cuộc hành trình, nhưng một nỗi sợ ám ảnh tôi không ngừng lo lắng. Điều gì sẽ xảy ra với bạn bè của tôi trong khi tôi đi xa? Họ không biết về kẻ thù của chúng ta và sẽ không được bảo vệ khỏi những cuộc tấn công của hắn. Hắn đã hứa sẽ theo tôi bất cứ nơi nào tôi đi, vậy liệu hắn có đến với tôi ở Anh không? Sự nghĩ này làm tôi thật sự hoảng sợ, nhưng đồng thời, nó đem lại cho tôi một số an ủi, vì điều đó có nghĩa rằng bạn bè của tôi sẽ an toàn. Tôi bị quằn quại bởi khả năng điều ngược lại có thể xảy ra. Tuy nhiên, trong suốt thời gian tôi bị sự kiểm soát của sự sáng tạo của mình, tôi để cho bản năng chỉ đường cho tôi, và cảm xúc hiện tại của tôi mạnh mẽ cho thấy rằng quái vật sẽ theo tôi và không gieo mối hiểm độc cho gia đình tôi.

240 Vào cuối tháng Chín, tôi rời khỏi nhà một lần nữa. Đây là ý định của tôi để đi trong cuộc hành trình này, và Elizabeth đồng ý, dù cô lo lắng vì tôi sẽ đi xa. Cô ấy muốn tôi quay về sớm, nhưng không tìm thấy lời để diễn đạt những cảm xúc lẫn lộn trong khi chúng tôi nói lời chia tay đau lòng.

Tôi lên xe ngựa, không thực sự biết đi đâu và không để ý tới những điều diễn ra xung quanh. Tôi mang theo tất cả các dụng cụ của mình. Mặc dù tôi biết con đường tới nơi tôi sẽ đi sẽ rất đẹp, nhưng tất cả những gì tôi có thể nghĩ đến là nhiệm vụ phía trước.

241 Sau vài ngày thảnh thơi, trong cuộc hành trình dài, tôi đã tới Strasburgh. Tôi đợi đó hai ngày để chờ Clerval. Cuối cùng, anh ấy đã đến. Nhưng ôi, chúng tôi thật khác nhau! Anh ấy hào hứng với từng cảnh mới. Anh ấy vui mừng khi thấy hoàng hôn tuyệt đẹp và càng hạnh phúc hơn khi chứng kiến bình minh và một ngày mới. Thật tình, tôi bị ám ảnh bởi những suy nghĩ u ám. Tôi không để ý đến ngôi

sao buổi tối hay bình minh rực rỡ. Anh ấy nhìn cảnh vật với cảm xúc và sự hào hứng, khác với những suy ngẫm của tôi. Tôi chỉ là một người đáng thương, vốn định mệnh sẽ chịu đựng và không thể tìm thấy bất kỳ niềm hạnh phúc nào.

242 Chúng tôi đã lên kế hoạch đi chuyến du thuyền trên sông Rhine từ Strasburgh đến Rotterdam, nơi chúng tôi sẽ lên tàu đi London. Trong hành trình này, chúng tôi đi qua nhiều hòn đảo nhỏ covered in willow trees và thấy một số thị trấn đẹp dọc theo đường đi. Chúng tôi dừng lại một ngày tại Manheim, và vào ngày thứ năm kể từ khi rời Strasburgh, chúng tôi đến Mayence. Dưới Mayence, sông Rhine trở nên có một bối cảnh đẹp như tranh vẽ. Sông chảy nhanh và uốn khúc vào giữa các ngọn đồi không cao lắm nhưng có hình dáng đẹp. Chúng tôi thấy nhiều tòa lâu đài cũ đổ nát nằm trên mép vách đá hiểm trở, bao quanh bởi những khu rừng tối mịt cao và không thể tiếp cận. Phần này của sông Rhine mang đến một cảnh quan độc đáo và thay đổi liên tục. Tại một nơi nào đó, bạn có thể nhìn thấy những ngọn đồi gồ ghề, những tàn tích lâu đài vượt lên trên vách đá dựng đứng, với sông Rhine sâu dưới đáy. Sau đó, khi bạn rẽ một góc, bạn sẽ được chào đón bởi những nông trang nho phát triển trên một điểm neo, với thành đồng xanh và dòng sông uốn lượn, cùng với những thị trấn sôi động với con người.

243 Chúng tôi đi du lịch trong mùa thu hoạch nho và nghe thấy các công nhân hát vang khi chúng tôi trôi dạt xuống sông. Ngay cả khi tôi đang cảm thấy chán nản và có những suy nghĩ u ám, tôi vẫn cảm thấy hạnh phúc. Tôi nằm ở đáy thuyền và nhìn lên bầu trời xanh trong xanh, cảm nhận một sự yên bình mà tôi chưa từng cảm nhận trong thời gian dài. Và nếu tôi cảm thấy như vậy, hãy tưởng tượng xem Henry cảm nhận thế nào. Anh ấy nghĩ rằng mình đã được dịch chuyển đến một nơi kỳ diệu và đang trải qua một niềm hạnh phúc hiếm có đối với con người. "Tôi đã thấy," anh ấy nói, "những cảnh đẹp nhất trong quê hương của mình. Tôi đã đến hồ Lucerne và hồ Uri, nơi những ngọn núi tuyết tụt xuống trực tiếp vào nước, tạo nên những bóng tối u ám có thể buồn bã nếu như không có những hòn đảo xanh tươi làm sáng bừng mọi thứ. Tôi đã chứng kiến những trận

bão trên hồ, với gió tạo ra xoáy nước, cho chúng ta nhìn thấy những gì một trận hồi gió trên đại dương lớn giống thế nào. Những con sóng vỗ mạnh vào chân núi nơi mà một linh mục và người tình của ông đã chôn vùi bởi một tuyết lở. Họ nói bạn vẫn có thể nghe giọng nói của họ trong gió đêm. Tôi đã thấy những ngọn núi ở Valais và Vaud, nhưng nơi này, Victor, lại thú vị hơn tất cả những điều kỳ diệu đó. Những ngọn núi Thụy Sĩ lớn hơn và kỳ lạ hơn, nhưng có một điều đặc biệt về bờ của dòng sông tuyệt vời này mà tôi chưa từng thấy ở bất kỳ nơi nào khác. Hãy nhìn cái lâu đài treo lơ lửng trên vách đá và cái trên hòn đảo, ẩn giấu giữa những lá xanh của cây. Giờ hãy nhìn nhóm công nhân từ vườn nho trở về và ngôi làng kẹp mình trong góc núi. Ôi, chắc chắn, linh hồn sống ở đây và bảo vệ nơi này hiểu và kết nối nhiều hơn với con người hơn những người leo núi băng hay lẩn trốn trên đỉnh của những ngọn núi vô tận trong quê hương chúng ta".

244 Clerval! Tình bạn thân thương! Tôi vô cùng hạnh phúc khi viết lại những lời của bạn và suy nghĩ về những lời khen ngợi mà bạn thực sự xứng đáng nhận. Bạn giống như một nhân vật trong một bài thơ tuyệt đẹp, được tạo ra bởi tạo hóa. Những ý tưởng hoang dại và sáng tạo của bạn được cân bằng bở cảm xúc nhạy cảm trong tâm hồn của bạn. Bạn mang trong mình nhiều tình yêu và tình bạn của bạn sâu sắc và tuyệt vời đến nỗi người ta nói chỉ có thể tồn tại trong truyện kể. Nhưng mặc dù bạn có mối quan hệ chặt chẽ với người khác, điều đó không đủ cho tâm trí tò mò của bạn. Bạn có một đam mê mãnh liệt cho thế giới tự nhiên mà người khác chỉ đánh giá cao, nhưng bạn thực sự yêu thương:

"Nhưng thác nước ầm ĩ lại như một ám ảnh đối với bạn. Những tảng đá cao, núi non và rừng tối tăm với tất cả những màu sắc và hình dáng của chúng không chỉ là những điểm đến đối với bạn. Chúng giống như thức ăn cho tâm hồn của bạn, điều gì đó để cảm nhận và yêu thương một cách sâu sắc. Bạn không cần gì hơn, như suy nghĩ hay sở thích khác, để làm cho chúng trở nên đặc biệt hơn nữa. Chỉ cần nhìn vào chúng bằng đôi mắt của chính bạn đã đủ."

Và bây giờ, bạn đang ở đâu? Người hiền lành và đáng yêu này đã biến mất mãi mãi à? Óc sáng tạo tuyệt vời và ý tưởng tuyệt vời đầy sức sống, tạo nên một thế giới hoàn chỉnh, một thế giới chỉ tồn tại nhờ vào cuộc sống của người tạo ra nó - óc sáng tạo này đã biến mất sao? Liệu nay nó chỉ còn tồn tại trong ký ức của tôi không? Không, đó không phải là sự thật. Cơ thể xinh đẹp và tươi sáng của bạn có thể đã phân huỷ, nhưng linh hồn của bạn vẫn thăm viếng và an ủi người bạn buồn.

245   Xin lỗi vì sự buồn rầu của tôi. Tôi rất nhớ Henry. Tôi sẽ tiếp tục câu chuyện của mình.

Sau khi vượt qua Cologne, chúng tôi đi xuống miền đồng bằng Hà Lan.

Hành trình của chúng tôi ở đây đã mất đi sự thú vị từ cảnh đẹp; nhưng chỉ sau vài ngày, chúng tôi đến được Rotterdam, từ đó chúng tôi tiếp tục đi bằng biển đến Anh. Một buổi sáng trong trời quang đã làm rõ ngày cuối cùng, tháng Mười Hai, mà tôi nhìn thấy những vách đá trắng của nước Anh. Bờ sông Thames mang đến một cảnh tượng mới. Chúng phẳng phiu nhưng màu mỡ, và hầu như mỗi thành phố đều được đánh dấu bởi sự ghi nhớ của một câu chuyện. Nhiều lịch sử.

CHAPTER XIX

 LONDON LÀ NƠI CHÚNG TÔI QUYẾT ĐỊNH NGHỈ NGƠI MỘT THỜI GIAN. Chúng tôi dự định ở lại đây vài tháng trong thành phố tuyệt vời và nổi tiếng này. Clerval muốn gặp gỡ và trải qua thời gian với những người tài năng và thông minh đang phát triển vào thời điểm đó. Nhưng đối với tôi, đó không phải là mục tiêu chính. Tôi tập trung chủ yếu vào việc tìm thông tin cần thiết để thực hiện lời hứa của mình. Tôi nhanh chóng tận dụng những lá thư giới thiệu mà tôi đã mang theo. Những lá thư này đã được định danh cho những nhà khoa học nổi tiếng nhất.

Nếu chuyến đi này đã xảy ra vào những ngày tôi đang học và vui vẻ, nó đã mang lại cho tôi niềm vui to lớn. Nhưng cuộc sống của tôi đã bị ảnh hưởng bởi một bi kịch kinh khủng, và giờ đây tôi chỉ đến thăm những người này để thu thập thông tin tôi cần gấp. Ở gần những người khác là khó khăn đối với tôi. Khi tôi cô đơn, tôi có thể mất mình trong những điều kỳ diệu của thế giới xung quanh. Giọng nói của Henry an ủi tôi và trong một khoảnh khắc ngắn, tôi có thể đánh lừa chính mình để cảm thấy yên bình. Nhưng nhìn thấy những khuôn mặt bận rộn, không thú vị và hạnh phúc chỉ đem lại cho tôi một cảm giác tuyệt vọng. Tôi cảm thấy như có một rào cản khó khăn vô số chông gai giữa bản thân tôi và những người khác. Rào cản này đã có màu máu của William và Justine. Khi nghĩ về những sự kiện liên quan đến những cái tên đó, lòng tôi tràn đầy sự đau buồn.

247   Trong Clerval, tôi thấy sự phản ánh của chính tôi trong quá khứ. Anh ấy tò mò và háo hức muốn tìm hiểu. Anh ấy thấy những khác biệt trong cách cư xử thú vị và giải trí. Anh ấy luôn bận rộn, và thứ duy nhất làm giảm niềm vui của anh ấy là nỗi buồn trong tôi. Tôi cố gắng hết sức để che giấu điều đó, để không làm trở ngại anh ấy trải nghiệm niềm vui khi bắt đầu một chương mới trong cuộc đời mà không có bất kỳ lo lắng hoặc ký ức đau đớn nào. Nhiều lần, tôi từ chối lời mời của anh ấy, đòi hỏi có công việc khác, để có thể ở một mình. Vào thời điểm đó, tôi cũng bắt đầu tập hợp các tài liệu cần thiết cho sự sáng tạo mới của tôi. Nó cảm nhận như bị tra tấn từng giọt, mỗi khi tôi nghĩ về nó. Chỉ việc nhắc đến nó đã làm môi tôi run lên và trái tim đập nhanh hơn.

248   Sau khi đã sống vài tháng ở London, chúng tôi nhận được một lá thư từ một người ở Scotland, người đã ghé thăm chúng tôi khi chúng tôi còn ở Geneva. Họ nói về sự đẹp của quê hương của họ và mời chúng tôi đến miền bắc nhất là thị trấn Perth, nơi họ đang sống. Clerval thực sự muốn đi và mặc dù tôi không thích sống gần người khác, nhưng tôi muốn được nhìn những ngọn núi và dòng suối một lần nữa và thấy tất cả những điều tuyệt vời mà Thiên nhiên tạo ra ở những nơi như thế.

Chúng tôi đến nước Anh vào tháng Mười, và bây giờ là tháng Hai. Chúng tôi quyết định sẽ bắt đầu cuộc hành trình đến miền bắc vào cuối tháng sau. Thay vì đi theo đường chính lên Edinburgh, chúng tôi đã lên kế hoạch đi thăm Windsor, Oxford, Matlock, và hồ ở vùng Cumberland. Chúng tôi muốn kết thúc chuyến đi này vào cuối tháng Bảy. Tôi đã sắp đặt hòm công cụ hóa học của mình và những nguyên liệu đã thu thập, để hoàn thành công việc của mình ở một nơi yên tĩnh ở vùng núi cao Scotland.

Vào ngày 27 tháng Ba, chúng tôi rời London và ở lại Windsor vài ngày. Chúng tôi khám phá khu rừng tuyệt đẹp của nó, điều đó mới mẻ đối với chúng tôi từ những ngọn núi. Những cây sồi lớn, sự phong phú của động vật và bầy hươu tinh tế là những điều chúng tôi chưa từng thấy trước đây.

249   Sau đó, chúng tôi đã đến Oxford. Khi chúng tôi tới thành phố, chẳng thể không nghĩ về những sự kiện quan trọng đã xảy ra ở đây hơn 150 năm trước. Đây là nơi mà Charles I đã tập hợp quân đội của mình. Oxford đã trung thành với ông ngay cả khi toàn bộ đất nước tham gia vào phần của nghị viện để thể hiện tự do. Nhớ về vị vua và các bạn đồng đạo không may mắn của ông - Falkland, Goring, hoàng hậu và con trai - khiến mỗi phần của thành phố có cảm giác đặc biệt, như thể họ đã từng sống ở đó. Thành phố chính mình đủ đẹp để thu hút sự chú ý của chúng tôi, ngay cả khi không có những cảm xúc tình cảm như vậy. Các trường đại học cổ kính và đẹp như tranh vẽ, và các con phố rất ấn tượng. Dòng sông Isis xinh đẹp chảy dọc bên thành phố, được bao quanh bởi những cánh đồng xanh tươi tuyệt đẹp. Những dòng nước êm đềm phản chiếu những tòa tháp hùng vĩ, những ngọn đầu nhọn và những mái vòm, trông như chúng đã khẽ khàng được ẩn mình giữa những cái cây cổ thụ.

250   Tôi thực sự thích cảnh này, nhưng niềm vui của tôi bị giảm đi do nhớ về quá khứ và suy nghĩ về tương lai. Tôi đã định tìm hạnh phúc và bình yên. Khi còn trẻ, tôi chưa bao giờ cảm thấy buồn bã, và nếu tôi bao giờ cảm thấy chán nản, nhìn vào vẻ đẹp của thiên nhiên hoặc nghiên cứu những điều tuyệt vời mà con người đã tạo ra luôn khiến tôi cảm thấy tốt hơn. Nhưng bây giờ, tôi cảm thấy vỡ vụn, giống như một cái cây đã bị sét đánh. Lúc đó, tôi biết mình sẽ sống sót, nhưng tôi sẽ trở thành một điều đáng thương và khó chịu.

    Chúng tôi đã dành một thời gian khá nhiều ở Oxford, khám phá những khu vực xung quanh và cố gắng tìm những nơi có ý nghĩa trong lịch sử Anh quốc cực kỳ hấp dẫn. Cuộc phiêu lưu nhỏ của chúng tôi thường kéo dài hơn dự kiến vì chúng tôi luôn tìm thấy những điều thú vị. Trong một giây thôi, tôi dám cảm thấy tự do và dũng cảm hơn. Nhưng nỗi đau đã trói chặt tôi, và tôi quay trở lại việc hoảng sợ và không hy vọng.

251   Chúng tôi rời Oxford cảm thấy buồn một chút và đi đến Matlock, nơi chúng tôi sẽ ở tiếp theo. Khu vực xung quanh ngôi làng trông

giống như Thuỵ Sĩ, nhưng nhỏ hơn và không có những ngọn núi trắng lớn ở xa xăm. Chúng tôi đi tham quan một hang động và một bảo tàng nhỏ có những điều thú vị từ thiên nhiên. Nó làm tôi nhớ đến các bộ sưu tập ở Servox và Chamounix. Việc nhắc đến Chamounix khiến tôi sợ vì những gì đã xảy ra ở đó, vì vậy tôi nhanh chóng rời bỏ Matlock vì ký ức đó.

Từ Derby, chúng tôi tiếp tục đi về phía bắc và trải qua hai tháng ở Cumberland và Westmorland. Nó gần như tôi đang ở trong dãy núi Thuỵ Sĩ. Những miếng tuyết trên núi, những con hồ và những dòng suối xiết cảm giác quen thuộc và đặc biệt đối với tôi. Chúng tôi cũng kết bạn với một số người làm cho tôi hầu như quên đi những khó khăn của mình và làm tôi hạnh phúc. Clerval, đặc biệt, yêu thích được sống trong tình cảnh có những người tài năng xung quanh và khám phá những điều mới về bản thân. Anh nói với tôi: "Tôi có thể sống ở đây mãi mãi mà chỉ ít nhớ đến Thuỵ Sĩ và sông Rhine."

252   Nhưng anh ta khám phá ra rằng việc làm một người du khách liên quan đến rất nhiều niềm vui và đau khổ. Tâm trạng của anh ta luôn trong trạng thái căng thẳng. Ngay khi anh ta bắt đầu thư giãn, anh ta nhận ra rằng anh cần phải rời khỏi nơi mà anh đang thích và tiếp tục tiếp tục điều gì đó mới. Điều mới này thu hút sự chú ý của anh ta, nhưng sau đó anh lại bỏ lại nó để trải nghiệm thêm những điều mới nữa.

253   Chúng tôi mới khám phá hồ ở Cumberland và Westmorland và đã bắt đầu thích một số người sống ở đó. Tuy nhiên, đã đến lúc chúng tôi phải gặp người bạn ở Scotland, vì vậy chúng tôi đã phải rời đi và tiếp tục hành trình của mình. Cá nhân tôi không quá buồn khi phải rời đi. Tôi đã bỏ quên một lời hứa mà tôi đã đưa ra, và tôi sợ rằng sinh vật đó sẽ phản ứng như thế nào khi được phản bội. Tôi lo lắng rằng nó có thể ở lại Thuỵ Sĩ và tìm cách trả thù gia đình tôi. Tư tưởng này ám ảnh tôi và làm tôi khó tìm được bất kỳ sự nghỉ ngơi hay hòa bình nào. Tôi chờ đợi những lá thư của mình, lo sợ nhất là nếu chúng bị trì hoãn. Khi chúng cuối cùng đến, và tôi nhìn thấy chúng từ Elizabeth hay cha tôi, tôi gần như không dám đọc chúng để biết tôi sẽ phải đối mặt với những gì. Đôi khi tôi tin rằng sinh vật đang theo

đuổi tôi, sẵn sàng gây hại cho bạn của tôi như một hình phạt cho những sai lầm của tôi. Trong những khoảnh khắc như vậy, tôi luôn đứng bên cạnh Henry như một bóng ma, cố gắng bảo vệ anh ta khỏi sự tức giận tưởng tượng của kẻ thù. Có cảm giác như tôi đã làm sai một điều gì đó rất nghiêm trọng, dù cho tôi vô tội. Nhưng tôi đã bị mắc phải một lời nguyền khủng khiếp, giống như đã phạm tội thực sự.

254 Tôi đi đến Edinburgh cảm thấy mệt mỏi và không hứng thú. Nhưng ngay cả người không may mắn nhất cũng sẽ thấy thành phố này thú vị. Clerval không thích nó bằng Oxford vì anh ấy thích sự cổ kính của thành phố. Tuy nhiên, vẻ đẹp và sự gọn gàng của phố mới, lâu đài lãng mạn của Edinburgh, cùng những địa điểm tuyệt vời như Arthur's Seat, St. Bernard'ss Well, và Pentland Hills nằm gần đó, đã bù đắp cho sự thay đổi và mang lại cho anh ấy niềm hạnh phúc và kinh ngạc. Nhưng tôi háo hức để đến cuối hành trình của mình.

Chúng tôi rời khỏi Edinburgh một tuần sau và đi qua Coupar, St. Andrew's, và dọc theo bờ sông Tay đến Perth, nơi người bạn của chúng tôi đang đợi chúng tôi. Nhưng tôi không muốn trò chuyện và giao tiếp với người lạ hoặc hiểu được cảm xúc và kế hoạch của họ như một khách mời tốt nên làm. Vì vậy, tôi nói với Clerval rằng tôi muốn khám phá Scotland một mình. "Bạn", tôi nói, "vui chơi và chúng ta sẽ gặp nhau ở đây. Tôi có thể đi xa khoảng một hoặc hai tháng, vì vậy xin đừng cố kiểm soát những gì tôi làm. Hãy để tôi một mình trong yên bình và tĩnh lặng. Tôi hy vọng khi trở về, tôi sẽ có một trái tim hạnh phúc như trạng thái của bạn."

255 Henry cố gắng thuyết phục tôi thay đổi quyết định, nhưng tôi đã quyết định tiếp tục kế hoạch của mình. Anh ta van nài tôi giữ liên lạc qua thư từ. Anh ấy nói: "Thà tôi ở bên cạnh bạn trong những cuộc đi dạo một mình hơn là ở với những người Scotland này tôi không hề biết. Hãy về nhanh, bạn thân yêu của tôi, để tôi có cảm giác như ở nhà một lần nữa. Tôi không thể làm được điều đó khi bạn không ở đây".

Sau khi tôi nói lời tạm biệt với Henry, tôi đã quyết định thăm một vùng xa xôi của Scotland và hoàn thành công việc một mình. Tôi chắc chắn rằng quái vật đang theo đuổi tôi và sẽ tiết lộ bản thân sau khi tôi hoàn thành, để chúng ta có thể ở bên nhau.

Với quyết định này trong tâm trí, tôi du hành qua vùng cao nguyên phía bắc và chọn một trong những hòn đảo Orkney xa nhất làm nơi làm việc của mình. Nó là một bối cảnh hoàn hảo cho nhiệm vụ của tôi. Nó hoàn toàn tách biệt riêng biệt.

256   Trên toàn đảo, chỉ có ba ngôi nhà tình trạng tàn tạ đã được xây dựng, và một trong số đó đã trống khi tôi đến. Tôi thuê nó và thấy nó trong tình trạng tồi tệ. Mái nhà đổ sập, tường nhà trống trơn, và cánh cửa bị hỏng. Tôi đã sửa chữa nó, mua một số đồ nội thất và chuyển vào ở. Sự việc bất ngờ này không gây nhiều sự chú ý trong số những người dân ở những ngôi nhà nhỏ, bởi vì họ quá tê liệt vì nghèo đói và sự cần cù. Họ hầu như không chú ý hoặc làm phiền tôi, và họ cũng không thể hiện nhiều lòng biết ơn khi tôi cung cấp cho họ thức ăn và quần áo. Đau khổ có cách làm cho những cảm xúc mạnh nhất trở nên tê liệt.

Ở nơi bí mật này, tôi làm việc vào buổi sáng. Và khi thời tiết cho phép, tôi đi dọc theo bãi biển đá để nghe những con sóng vỗ. Đó là một cảnh tượng lặp đi lặp lại nhưng mãi mãi biến đổi. Tôi nghĩ về Thụy Sĩ, một nơi cách xa so với cảnh quan cô độc và đáng sợ mà tôi đang sống.

257   Như vậy, tôi đã chia thời gian của mình khi đến đây ban đầu. Nhưng khi tôi tiếp tục công việc, nó trở nên càng kinh khủng và mệt mỏi hơn đối với tôi. Đôi khi tôi không thể đưa bản thân vào phòng thí nghiệm trong vài ngày, và lúc khác tôi làm việc cả ngày lẫn đêm để hoàn thành những gì tôi đang làm. Đó là một quá trình hỗn độn mà tôi đã tham gia vào. Trong cuộc thí nghiệm đầu tiên của tôi, tôi đã quá cuốn hút bởi sự hào hứng mà tôi không nghĩ đến việc công việc của mình thực sự là kinh khủng. Tôi tập trung vào việc hoàn thành công việc của mình và lờ đi sự kinh khủng của những gì tôi đang làm. Nhưng bây giờ, tôi tiếp cận nó với một tâm trí sáng suốt và thường cảm thấy ghê tởm với những gì tôi đang làm.

Trong tình hình khó chịu này, làm công việc tồi tệ nhất và sống trong cô đơn mà không có gì có thể lạc hướng sự chú ý của tôi khỏi công việc của mình, tâm trạng của tôi trở nên không đều. Tôi trở nên không yên và lo lắng. Mỗi giây phút, tôi sợ gặp người đang truy đuổi tôi. Đôi khi tôi ngồi với ánh mắt nhìn chăm chú xuống đất, sợ nhìn lên trong trường hợp thấy người mà tôi đang sợ hãi. Tôi sợ một mình, trong trường hợp anh ta xuất hiện để đòi tôi.

Trong khi đó, tôi vẫn tiếp tục công việc, và tôi đã đã tiến triển rất nhiều. Tôi trông chờ hoàn thành nó với một hy vọng bập bềnh và háo hức mà tôi không dám đặt câu hỏi. Nhưng đồng thời, có cảm giác một điều xấu đang chờ đợi trên chân trời khiến tôi nôn nao.

CHAPTER XX

258 Một buổi tối, tôi ngồi trong phòng thí nghiệm của mình. Mặt trời đã lặn và mặt trăng mới bắt đầu lên từ biển. Ánh sáng không đủ để làm việc, vì vậy tôi nghỉ ngơi để suy nghĩ liệu tôi nên dừng làm việc và ngủ hay tiếp tục cho đến khi hoàn thành. Khi tôi ngồi đó, tôi bắt đầu suy nghĩ về hậu quả của những gì tôi đang làm. Ba năm trước, tôi đã làm điều tương tự và tạo ra một con quái vật mang đến nhiều đau khổ và hối tiếc trong cuộc sống của tôi. Bây giờ, tôi sắp tạo ra một sinh vật khác, nhưng tôi không biết nó sẽ như thế nào. Sinh vật mới này có thể còn tàn ác hơn hình dáng của nó, tìm thấy niềm vui trong việc gây hại và đau khổ. Trong khi sinh vật đực hứa sẽ tránh xa con người và ẩn mình trong những sa mạc, sinh vật cái có thể không đưa ra cùng lời hứa đó. Cô ấy, người sẽ trở thành một sinh vật có suy nghĩ và lý luận, có thể từ chối tuân theo thỏa thuận đã được đưa ra trước khi cô ấy tồn tại. Chúng có thể căm ghét lẫn nhau. Sinh vật đã tồn tại đã khinh thường cái xấu xí của chính mình, vậy liệu nó có thể phát triển thành sự căm hận mạnh hơn khi đối mặt với một phiên bản nữ của chính nó? Cô ấy cũng có thể từ chối anh ta và hút hồn bởi vẻ đẹp của con người. Cô ấy có thể rời bỏ anh ta và anh ta sẽ lại cô đơn, cảm

thấy càng tức giận và đau đớn vì một trong số đồng loại đã bỏ rơi anh ta.

Ngay cả khi họ rời bỏ châu Âu và sống trong những sa mạc của một lục địa mới, hậu quả của những khao khát của quái vật vẫn tồn tại. Họ sẽ có con, và những đứa trẻ ác ma này có thể làm cuộc sống nguy hiểm và bất định cho tất cả mọi người. Liệu việc mang lời nguyền này đến cho thế hệ tương lai vì lợi ích cá nhân của tôi có đúng không? Trước đây, tôi đã bị thuyết phục bởi những lập luận thuyết phục của quái vật mà tôi đã tạo ra, và những đe dọa đáng sợ của anh ta đã khiến tôi im lặng.

Lòng tôi run lên và tim tôi trở nên cạn kiệt khi tôi nhìn lên và nhìn thấy quái vật đứng bên cửa sổ bằng ánh sáng của mặt trăng. Môi của anh ta cong thành một nụ cười đáng sợ. Bây giờ, anh ta đã đến để quan sát sự tiến bộ của tôi và đòi tôi thực hiện lời hứa của mình.

Nhìn anh ta, tôi thấy một sự biểu lộ cực kỳ độc ác và lừa dối trên khuôn mặt của anh ta. Tôi nghĩ về lời hứa của mình để tạo ra một sinh vật khác như anh ta, và tôi tràn đầy cơn giận và sợ hãi. Trong cơn đam mê, tôi tức giận xé rách thứ tôi đang làm việc. Quái vật nhìn thấy tôi phá hủy sinh vật mà anh ta phụ thuộc vào cho tương lai hạnh phúc của mình. Anh ta rít lên một tiếng rống đau khổ và trả thù, sau đó anh ta ra đi.

Tôi rời khỏi phòng và khoá cửa sau lưng tôi. Tôi thề với bản thân rằng tôi sẽ không bao giờ tiếp tục công việc của mình nữa. Tôi đi đến phòng của mình.

Một số giờ trôi qua và tôi đứng bên cửa sổ, nhìn ra biển. Nó yên tĩnh và khẽ khàng. Tôi có thể cảm nhận được sự im lặng xung quanh tôi, mặc dù tôi chưa hoàn toàn nhận ra nó có độ sâu và sự toàn diện như thế nào. Đột nhiên, sự chú ý của tôi bị thu hút bởi âm thanh của mái chèo mãi phảng phất gần bờ, và tôi thấy một người đến nhà tôi.

Trong chỉ vài phút, tôi nghe thấy tiếng rít của cửa tôi, như ai đó đang cố gắng mở nó một cách im lặng. Tôi run lẩy bẩy vì sợ hãi, cảm nhận được người đó có thể là ai. Tôi muốn đánh thức một trong những người dân gần đó sống trong một ngôi nhà không xa nhà tôi.

Nhưng tôi cảm thấy hoàn toàn vô cùng bất lực, như trong những giấc mơ đáng sợ mà bạn cố gắng chạy trốn khỏi hiểm nguy nhưng không thể di chuyển.

Chẳng bao lâu sau đó, tôi nghe thấy tiếng bước chân trên hành lang. Cửa mở ra, và con quái vật tôi đang sợ hãi trước mặt tôi. Nó đóng cửa và lại đến gần, nói chuyện với một giọng nói êm đềm.

"Ngươi phá hủy những gì đã khởi đầu. Ngươi định làm gì bây giờ? Liệu ngươi thực sự sẽ vi phạm lời hứa? Tôi đã chịu rất nhiều khó khăn và đau khổ. Tôi đã cùng ngươi đi từ Thụy Sĩ rồi qua sông Rhine, vượt qua các đảo và đồi của nó. Tôi đã trải qua nhiều tháng tại vùng đồng cỏ Anh và sa mạc Scotland. Tôi đã chịu đựng nhiều sự mệt mỏi, lạnh lẽo và đói khát. Liệu ngươi thực sự sẽ phá hủy tất cả hi vọng của tôi?"

"Tránh xa tôi! Tôi đang phá vỡ lời hứa của mình. Tôi sẽ không bao giờ tạo ra một sinh vật khác như ngươi, đủ đáng sợ và xấu xa."

"Nô lệ, trước đây tôi đã cố thuyết phục ngươi, nhưng ngươi đã chứng minh rằng ngươi không xứng đáng để tôi tốt đối. Hãy nhớ rằng, tôi có quyền lực. Ngươi có thể nghĩ rằng bây giờ ngươi đáng thương, nhưng tôi có thể làm ngươi đáng thấy không hạnh phúc đến mức ngươi ghét ánh sáng ban ngày. Ngươi có thể đã tạo ra tôi, nhưng tôi là chủ nhân của ngươi. Vâng phục tôi!"

262"Thời gian của sự do dự của tôi đã kết thúc, và giờ đây bạn có quyền lực đối với tôi. Những lời đe dọa của bạn sẽ không khiến tôi làm điều gì độc ác; thay vào đó, chúng chỉ làm tăng sự quyết tâm của tôi để không tạo ra một người bạn cho bạn trong điều xấu xa. Tôi có nên thả một quái vật ra thế giới, người tìm niềm vui trong cái chết và đau khổ sao? Hãy đi đi! Tôi kiên định và những lời của bạn chỉ làm tôi tức giận hơn."

Quái vật có thể nhìn thấy sự quyết tâm của tôi trên khuôn mặt và trở nên tức giận, mắt răng nghiến trong sự bất lực. "Liệu mỗi người đàn ông có nên tìm được một người vợ và mỗi con vật có nên tìm được một đối tác, trong khi tôi lại bị bỏ lại một mình? Tôi đã có những cảm xúc tình yêu, nhưng chúng đã bị đối đáp bằng sự ghét bỏ và từ chối. Con người! Bạn có thể căm ghét, nhưng hãy cẩn thận! Những giờ phút của bạn sẽ tràn đầy nỗi sợ hãi và khốn khổ, và sớm một tai họa sẽ ập đến, lấy đi hạnh phúc của bạn mãi mãi. Bạn có sẽ hạnh phúc trong khi tôi chịu đựng sự đau thương sâu sắc? Bạn có thể phá hủy những cảm xúc khác của tôi, nhưng sự trả thù vẫn còn - trả thù, bây giờ quan trọng hơn bất cứ điều gì. Tôi có thể chết, nhưng trước khi tôi chết, bạn, kẻ áp bức và quấy rối tôi, sẽ nguyền rủa mặt trời đã chứng kiến sự khốn khổ của bạn. Hãy cảnh giác, vì tôi dũng cảm và do đó mạnh mẽ. Tôi sẽ theo dõi bạn như một con rắn xảo quyệt, sẵn sàng tấn công với nọc độc. Con người, bạn sẽ hối hận với những tổn thương bạn gây ra."

"Quỷ, điều tiết! Đừng làm không khí tràn đầy những lời độc ác này. Tôi đã làm rõ quyết định của tôi với bạn, và tôi không phải là một kẻ hèn nhát sẽ chịu theo những lời nói đơn thuần. Hãy rời đi; tôi kiên định."

"Được rồi, tôi hiểu. Tôi sẽ ra đi, nhưng hãy nhớ, tôi sẽ ở bên bạn trong đêm cưới của bạn."

Tôi nhanh chóng tiến lại gần và hét lên, "Tội phạm! Trước khi bạn định đoạt số phận của tôi, hãy đảm bảo rằng bạn an toàn trước tiên."

Tôi đã sẵn sàng túm lấy hắn, nhưng hắn trốn thoát khỏi tôi và vội vàng rời khỏi nhà. Chỉ trong vài giây, tôi thấy hắn trên chiếc thuyền của mình, lao qua mặt nước và sớm biến mất vào những con sóng.

Mọi thứ lại trở nên yên lặng, nhưng những lời hắn nói vang trong tai tôi. Tôi nung nấu trong sự tức giận khi nghĩ đến việc đuổi theo kẻ đã phá hủy hạnh phúc của tôi và ném hắn xuống biển. Tôi lặng lẽ đi lại trong căn phòng, cảm thấy không yên và bối rối, trong lúc tâm trí tôi hồi tưởng lên vô số hình ảnh đau đớn. Tại sao tôi không đuổi theo hắn và tham gia vào một cuộc chiến tử thần? Tuy nhiên, tôi đã để hắn đi, và hắn đã đi về đất liền. Tôi sợ hãi khi nghĩ về ai sẽ là nạn nhân tiếp theo bị hắn truy sát với sự trả thù không ngừng. Và sau đó, lời hắn vang lên trong đầu tôi một lần nữa, "Tôi sẽ ở bên bạn trong đêm cưới của bạn." Đó sẽ là thời điểm khi số phận của tôi sẽ được thực hiện. Trong giờ đó, tôi sẽ chết, chịu sự tàn ác của hắn và một lần và mãi mãi dừng lại. Suy nghĩ đó không khiến tôi sợ hãi, nhưng khi tôi suy nghĩ về người yêu thương của tôi Elizabeth - những giọt lệ và nỗi đau vô tận của cô khi cô phát hiện ra tình yêu dang dở đã bị tước đoạt một cách tàn nhẫn - những giọt lệ đầu tiên tôi đã rơi xuống khuôn mặt, và tôi thể sẽ không bỏ cuộc mà không một cuộc chiến đẳng cay chống lại kẻ thù của mình.”

264 Khi đêm tàn và mặt trời mọc từ biển, những cảm xúc trong tôi trở nên ít nóng nảy hơn, mặc dù khó có thể gọi là bình tĩnh khi sự tức giận biến thành tuyệt vọng. Tôi rời khỏi căn nhà, nơi cuộc tranh cãi đêm qua diễn ra, và dạo chơi dọc bãi biển. Tôi nhìn biển như một rào cản giữ tôi xa cách với người khác, và trong một khoảnh khắc, tôi thậm chí mong muốn nó thành sự thật. Tôi ước để cuộc sống của tôi trên tảng đá đơn độc đó để tránh những nỗi đau bất ngờ khác.

Tôi đã thức suốt đêm, dây thần kinh của tôi đã căng thẳng, và đôi mắt tôi đau đớn từ sự mệt mỏi và buồn bã. Giấc ngủ bao trùm tôi mang lại một số sự sảng khoái, và khi tôi tỉnh dậy, tôi cảm thấy, một lần nữa, như là thể chất của con người. Tôi bắt đầu suy nghĩ về những gì đã xảy ra với một chút bình tĩnh hơn. Tuy nhiên, lời của quái vật vang lên trong tai tôi, như âm thanh của cái chết, cảm giác như một giấc mơ nhưng cũng là một hiện thực nặng nề.

265 Mặc dù mặt trời đã lặn và tôi vẫn ngồi bên bờ biển, ăn một chiếc bánh đơn giản, cảm thấy cực kỳ đói khát. Bất ngờ, một con thuyền câu cá tiếp cận bờ gần nơi tôi đang ngồi, và một người đàn ông từ con thuyền đó đã đưa cho tôi một gói bưu kiện. Gói bưu kiện chứa những lá thư từ Geneva và một lá thư từ bạn tôi, Clerval, kêu gọi tôi hội tụ cùng anh ta. Anh ta nói rằng anh ta đang lãng phí thời gian ở nơi anh ta và những người bạn ở London muốn anh ta trở lại để tiếp tục giao dịch kinh doanh ở Ấn Độ. Anh ta không thể chờ đợi thêm được nữa và muốn tôi cùng anh ta. Anh ta yêu cầu tôi rời khỏi hòn đảo cô đơn của tôi và gặp anh ta ở Perth, để chúng tôi có thể cùng nhau đi du lịch về phía nam. Lá thư này đã mang lại cho tôi một chút hy vọng, và tôi quyết định rằng tôi sẽ rời đi hòn đảo trong hai ngày tới.

266 Trước khi tôi ra đi, có một việc tôi rất nao lòng phải làm: Tôi cần phải sắp xếp các dụng cụ hóa học của mình. Điều đó có nghĩa là tôi phải vào căn phòng mà tôi từng thực hiện những công việc khủng khiếp và chạm vào những dụng cụ đó khiến tôi cảm thấy khó chịu chỉ

bằng việc nhìn thôi. Sáng hôm sau, ngay khi trời sáng, tôi tập trung can đảm và mở cửa phòng thí nghiệm của mình. Những mảnh vỡ của sinh vật tôi đã xây dựng nhưng lại phá hủy nằm rải rác trên sàn. Cảm giác như tôi đã làm tổn thương một con người thật. Tôi dành một khoảnh khắc để bình tĩnh và sau đó tiến vào bên trong. Tay tôi run rẩy khi tôi di chuyển những dụng cụ ra khỏi phòng. Nhưng tôi biết mình không thể để lại bằng chứng về những gì mình đã làm cho người dân làm lo sợ. Vì vậy, tôi đặt những dụng cụ vào một cái giỏ cùng với nhiều viên đá. Tôi dự định sẽ ném chúng xuống biển trong đêm đó. Trong khi chờ đó, tôi ngồi trên bãi biển, làm sạch và sắp xếp các dụng cụ hóa học của mình.

267 Không có gì có thể hoàn toàn so sánh với sự thay đổi trong cảm xúc của tôi kể từ đêm con quái vật xuất hiện. Trước đây, tôi coi lời hứa của mình là điều tôi cần phải thực hiện, dù cho điều gì xảy ra. Nhưng bây giờ, như một tấm màn đã được gỡ bỏ khỏi đôi mắt tôi và tôi có thể nhìn thấy rõ ràng hơn. Tôi chưa từng nghĩ đến việc tiếp tục công việc của mình. Lời cảnh báo tôi đã nghe vẫn vang vọng trong tâm trí, nhưng tôi không nghĩ rằng mình có thể làm gì đó để ngăn chặn nó. Tôi đã quyết định tạo ra một con quái vật khác giống như con đầu tiên là một hành động vô cùng ích kỷ và gian ác. Tôi xóa bỏ mọi suy nghĩ có thể khiến tôi nghĩ khác.

268 Khoảng hai hoặc ba giờ sáng, trăng bắt đầu lên. Tôi thu dọn đồ đạc và lên một con thuyền nhỏ, lái xuống khoảng bốn dặm khỏi bờ biển. Mọi thứ im lặng và trống rỗng. Một vài con thuyền đang trở về đất liền, nhưng tôi lựa chọn hướng đi ngược lại. Tôi có cảm giác như đang chuẩn bị làm một việc kinh khủng, nên tôi không muốn gặp bất kỳ ai khác. Bất thình lình, mặt trăng, đã trở thành rõ ràng, biến mất sau một đám mây dày. Mọi thứ trở nên tối tăm, và tôi lợi dụng cơ hội đó để ném cái rương xuống biển. Tôi lắng nghe âm thanh của nó chìm và sau đó tiếp tục đi thuyền. Trời trở nên âm u, nhưng không khí vẫn mát mẻ và mát từ cơn gió từ phía đông bắc. Nó làm cho tôi cảm thấy tốt hơn và mang lại cảm giác dễ chịu, nên tôi quyết định ở trên biển lâu hơn. Tôi đặt bánh lái vào vị trí thẳng và nằm ở dưới đáy thuyền. Với trăng ẩn dấu và mọi thứ tối tăm, tôi chỉ có thể nghe âm

thanh của chiếc thuyền trượt qua những con sóng. Âm thanh đó làm tôi yên bình, và trước khi biết được, tôi đã ngủ sâu.

269   Tôi không chắc tôi đã ngủ bao lâu, nhưng khi tôi tỉnh dậy, tôi thấy mặt trời đã cao trên bầu trời. Gió đang mạnh và những cơn sóng tiếp tục vỗ vào chiếc thuyền nhỏ của tôi, gây lo lắng cho tôi. Tôi nhận ra rằng gió đang thổi từ phía đông bắc và có thể đã đẩy tôi xa bờ biển nơi tôi khởi hành. Tôi cố gắng thay đổi hướng của mình, nhưng nếu tôi cố làm vậy, thuyền sẽ nhanh chóng tràn đầy nước. Vì vậy, tôi chỉ có một lựa chọn duy nhất là để gió đẩy tôi đi. Tôi phải thừa nhận rằng tôi cảm thấy hơi sợ. Tôi không mang theo một chiếc la bàn và không quen biết khu vực này, vì vậy mặt trời không nhiều giúp đỡ. Tôi có thể sẽ rơi vào Đại Tây Dương bao la, chịu đói khát, hoặc bị nuốt chửng bởi những ngọn sóng khổng lồ xung quanh. Tôi đã ra xa trong nhiều giờ đồng hồ, và tôi bắt đầu cảm thấy khát nước, đó chỉ là sự khởi đầu của những khó khăn của tôi. Tôi nhìn lên bầu trời đầy mây, và có vẻ như những đám mây đang chạy trốn khỏi cơn gió, chỉ để được thay thế bởi những đám mây khác. Tôi nhìn biển và cảm giác như nó sẽ trở thành mồ mả nước của tôi. "Quái vật," tôi gào lên, "bạn đã hoàn thành âm mưu tàn ác của bạn rồi!" Tôi nghĩ về Elizabeth, cha tôi và Clerval, tất cả được bỏ lại và phụ thuộc vào những ham muốn hung ác và không thương tiếc của quái vật. Ý tưởng này khiến tôi tràn đầy tuyệt vọng và sợ hãi, đến mức ngay cả bây giờ, khi sự kết thúc đã sắp đến, tôi cũng run rẩy chỉ khi nghĩ đến nó.

270   Sau vài giờ, gió trở nên yên lặng và biển trở nên yên tĩnh. Tôi bắt đầu cảm thấy mệt mỏi và yếu đuối do mệt mỏi, nhưng sau đó tôi nhìn thấy một ít đất về phía nam.

Dù tôi mệt mỏi và đã trải qua nhiều giờ đồng hành mà không biết chắc chắn về cuộc sống, sự thực tình chóng vánh rằng tôi có thể sống sót đã làm tôi tràn đầy hạnh phúc vô tận và làm tôi khóc nức nở.

Thật đáng chú ý khi cảm xúc của chúng ta có thể thay đổi nhanh chóng và dù trong cơn đau khổ, chúng ta vẫn giữ chặt tình yêu với cuộc sống! Sử dụng một phần của quần áo của tôi, tôi đã làm một cái buồm khác và háo hức lái bè đi về phía đất liền. Ban đầu, nó trông rất gồ ghề và đá, nhưng khi tôi càng đến gần, tôi đã có thể nhìn thấy dấu hiệu của hoạt động con người. Có những con thuyền gần bờ biển và tôi cảm thấy an tâm khi trở lại gần nơi dân cư. Tôi theo sát đường cong của đất liền và nhìn thấy một cái tháp nhà thờ được hiện ra phía sau một ngọn đồi nhỏ. Vì tôi cực kỳ yếu đuối, tôi quyết định đi thẳng vào thị trấn, hy vọng tìm thấy thức ăn ở đó. May mắn thay, tôi mang theo một ít tiền. Khi tôi vòng quanh ngọn đồi, tôi được đón tiếp bởi một thị trấn nhỏ xinh đẹp và một cảng chào đón. Tôi đã vào cảng với trái tim tràn đầy niềm vui và lòng biết ơn vì sự thoát khỏi đáng ngờ của mình.

271　　Với một bàn tay dày công làm việc trên thuyền và chuẩn bị cho những chiếc buồm, một số người đã tập trung lại xung quanh tôi. Họ có vẻ ngạc nhiên khi thấy tôi, nhưng thay vì cung cấp sự giúp đỡ, họ thì cười thầm và biểu lộ những điệu bộ khiến tôi cảm thấy lo lắng vào bất kỳ lúc nào khác. Tuy nhiên, vì tôi đang tập trung vào công việc, tôi chỉ nhận ra rằng họ đang nói tiếng Anh. Vì thế, tôi đã nói với họ bằng tiếng Anh và hỏi, "Xin lỗi, bạn có thể cho tôi biết tên của ngôi làng này và tôi đang ở đâu không?"

"Bạn sẽ biết sớm thôi," một người đàn ông có giọng nói khàn khất trả lời. "Có lẽ bạn đã đến một nơi mà bạn sẽ không thích lắm, nhưng bạn sẽ không có quyền nói lên nơi bạn ở, tôi đảm bảo điều đó."

Tôi rất ngạc nhiên khi nhận được một câu trả lời thô lỗ như vậy từ người lạ, và tôi cảm thấy không thoải mái khi nhìn thấy những gương mặt tức giận của những người bạn của anh ta. "Tại sao bạn nói với tôi một cách khó nghe thế?" tôi đáp lại. "Chắc chắn điều này không phải là cách người Anh đối đãi với người lạ."

"Tôi không biết," người đàn ông nói, "thói quen của người Anh là gì, nhưng thói quen của người Ireland là không thích kẻ gian ác."

272　　Khi cuộc trò chuyện kỳ lạ tiếp tục, ngày càng nhiều người tham gia vào đám đông. Khuôn mặt của họ phản chiếu sự tò mò và tức giận, điều này làm phiền tôi và khiến tôi lo lắng. Tôi hỏi về đường đi đến nhà khách, nhưng không ai đáp. Vì vậy, tôi quyết định tiếp tục đi. Đám đông sau đó đuổi theo tôi và bao vây tôi, gây ra một sự xì xầm phát ra từ trong đám đông. Sau đó, một người đàn ông trông kỳ lạ tiến lại gần tôi và vỗ vai tôi. Người đó nói, "Thôi đi, ông, ông phải đi cùng tôi để gặp ông Kirwin và giải thích cho mình."

"Ông Kirwin là ai? Tại sao tôi phải giải thích cho mình? Đất nước này không tự do à?" tôi đặt câu hỏi.

"Vâng, ông, đủ tự do cho những người trung thực. Ông Kirwin là một quan tòa, và ông cần giải thích về việc xảy ra với một người đàn ông bị giết tại đây vào đêm hôm qua."

Câu trả lời này làm tôi kinh ngạc, nhưng tôi nhanh chóng bình tĩnh lại. Tôi biết mình vô tội và có thể dễ dàng chứng minh điều đó. Vì vậy, tôi đi theo người đàn ông một cách im lặng và được đưa đến một trong những căn nhà đẹp nhất trong thị trấn. Tôi mệt mỏi và đói, nhưng vì tôi bị bao vây bởi đám đông, tôi chắc chắn gọi lên tất cả sức mạnh của mình. Tôi không muốn ai hiểu nhầm sự mệt mỏi của tôi là sợ hãi hay tội lỗi. Nhưng tại thời điểm đó, tôi chẳng biết rằng số phận khủng khiếp đang chờ đợi tôi, sẽ sớm lấn át tôi trong nỗi kinh hoàng và tuyệt vọng, xóa sạch mọi sự sợ hãi về sỉ nhục hay cái chết.

Tôi cần tạm dừng ở đây vì nó yêu cầu rất nhiều can đảm để nhớ lại những sự kiện khủng khiếp mà tôi chuẩn bị trình bày chi tiết.

CHAPTER XXI

273 Tôi nhanh chóng được dẫn đến gặp Thẩm phán, một người đàn ông già tốt bụng với những cử chỉ nhẹ nhàng. Ông nhìn tôi với ánh mắt hơi nghiêm nghị, sau đó ông quay lại đám người đã đưa tôi đến và hỏi ai sẽ đứng ra làm chứng.

274 Khoảng sáu người đàn ông bước tới. Một trong số họ được giám thị chọn để nói. Anh ta cho hay rằng hôm trước anh ta đã đi câu cá với con trai và anh rể, Daniel Nugent. Khoảng mười giờ, họ nhận thấy một luồng gió mạnh từ phía bắc, vì vậy họ quyết định quay trở lại cảng. Vì đó là một đêm tối mà không có mặt trăng, họ không neo đậu tại cảng mà đi đến một vùng nhỏ khoảng hai dặm. Người đàn ông đã đi phía trước mang theo một số dụng cụ câu cá, trong khi những người khác theo sau. Lúc đang đi dọc bãi cát, anh ta vô tình vấp phải một thứ gì đó và ngã xuống. Các đồng đội vội vàng chạy tới để giúp đỡ, và bằng cách sử dụng chiếc đèn lồng, họ nhìn thấy rằng anh ta đã ngã lên người một người trông như đã chết. Ban đầu, họ nghĩ rằng đó có thể là xác của một người đã chết đuối và trôi vào bờ, nhưng khi xem xét kỹ hơn, họ nhận ra rằng quần áo khô ráo và cơ thể không lạnh. Họ đưa thi thể đến một căn nhà cũ của một người phụ nữ gần đó, hy vọng làm sống lại anh ta, nhưng những nỗ lực của họ đã vô

vọng. Chàng trai trẻ trông rất đẹp và khoảng hai mươi lăm tuổi. Có vẻ như anh ta đã bị đánh tử vì có những dấu vân tay trên cổ.

275   Phần đầu của những gì người này nói không thực sự hấp dẫn tôi. Nhưng khi họ nhắc đến những vết đau ngón tay, nó làm tôi nhớ đến việc mạch của anh tôi và tôi bắt đầu cảm thấy buồn phiền. Chân tôi run lên và tầm nhìn của tôi trở nên mờ mịt. Tôi có một cảm giác không tốt và khi thẩm phán nhìn thấy tôi, tôi có thể nói rằng ông ta đã nghĩ đến một điều tồi tệ.

Sau đó, con trai xác nhận những gì cha ông nói. Tiếp theo, Daniel Nugent được triệu tập để làm lời khai. Ông thề rằng trước khi người bạn rơi, ông đã thấy một chiếc thuyền chỉ có một người trong đó, không xa bờ. Và từ những gì ông có thể thấy dưới ánh sáng của một vài ngôi sao, ông tin rằng đó là chiếc thuyền giống như tôi vừa đến từ đó.

Một người phụ nữ sống gần bãi biển cũng đưa ra lời khai của mình. Bà nói rằng khoảng một giờ trước khi bà nghe được tin về việc tìm thấy người chết, bà đã thấy một chiếc thuyền chỉ có một người đi từ phần bờ biển mà họ sau này tìm thấy xác.

Một người phụ nữ khác xác nhận những gì ngư dân đã nói về việc mang xác vào nhà bà. Khi đặt xác trên giường và cố gắng hồi sinh, nó chưa lạnh. Daniel đi gọi bác sĩ nhưng đã quá muộn. Người đó đã chết đi.

276   Một vài người đàn ông khác đã được hỏi về việc tôi đến. Họ đồng ý rằng do luồng gió phía bắc mạnh mẽ đã xảy ra trong đêm, rất có thể rằng tôi đã đi lướt trong một khoảng thời gian dài và kết thúc ở nơi xuất phát ban đầu. Họ cũng nhận ra rằng xác chết có vẻ đã được mang đến từ một nơi khác, và vì tôi có vẻ không biết vùng đất này, có thể rằng tôi đã lộn vào bến cảng mà không nhận ra xa nó cách thị trấn * * *.

Sau khi nghe lời kể này, ông Kirwin quyết định cho tôi đi đến phòng mà xác chết được chuẩn bị trước cho việc mai táng để xem như thế nào tôi sẽ phản ứng. Có lẽ ông ấy nghĩ rằng dựa vào cách tôi đã phản ứng khi họ miêu tả vụ giết người, việc nhìn thấy xác chết sẽ có tác động đối với tôi. Kiến trúc sư và một số người khác đã đi cùng tôi đến tiệm trọ. Tôi không thể không chú ý đến những sự trùng hợp kỳ lạ đã xảy ra trong đêm đáng nhớ này. Nhưng vì tôi biết rằng tôi đã nói chuyện với một số người trên hòn đảo vào khoảng thời gian xác chết được tìm thấy, tôi không lo lắng về những gì sẽ xảy ra tiếp theo.

Tôi đi vào căn phòng mà chứa xác chết và được dẫn tới quan tài. Tôi không thể bắt đầu miêu tả được cảm giác của mình khi tôi nhìn thấy nó. Chỉ cần nghĩ đến khoảnh khắc kinh hoàng ấy cũng làm cho tôi lạnh rùng mình và run sợ. Buổi kiểm tra, sự có mặt của hukom và các nhân chứng, tất cả đều phai nhạt trong ký ức của tôi khi tôi nhìn thấy xác chết của Henry Clerval trước mặt. Tôi không thể thở, và tôi ngã xuống trên xác chết, nói, "Kế hoạch tà ác của tôi đã cướp đi cuộc sống của bạn luôn à, Henry thân yêu? Tôi đã phá hủy hai rồi; còn có nhiều nạn nhân khác đang đợi: nhưng bạn, Clerval, bạn là bạn tôi, người đã giúp tôi--"

Tôi không thể chịu đựng nổi nỗi đau và tôi bị dẫn ra khỏi căn phòng trong cơn co giật mạnh.

Sau đó, tôi bị sốt. Tôi đã đứng trước cửa tử suốt hai tháng. Sau này, tôi biết được rằng trong trạng thái mê man, tôi đã nói những điều khủng khiếp. Tôi gọi mình là kẻ giết William, Justine và Clerval. Đôi khi, tôi đã van xin những người chăm sóc tôi giúp tôi tiêu diệt con quái vật đang quấy rối tôi. Còn lúc khác, tôi cảm nhận được những ngón tay của con quái vật nắm chặt cổ tôi, và tôi kêu lên đau đớn và sợ hãi. May mắn là chỉ có Ginoong Kirwin hiểu được tôi vì tôi đang nói bằng ngôn ngữ bản địa. Nhưng những cử chỉ hoang dại và tiếng kêu của tôi đã làm sợ các nhân chứng khác.

Tại sao tôi không chết? Tôi đau đớn hơn bất kỳ ai từng trải qua trước đây. Tại sao tôi không quên tất cả và tìm được sự nghỉ ngơi? Tử thần lấy đi nhiều đứa trẻ, hy vọng duy nhất của cha mẹ yêu thương. Bao nhiêu cô dâu và người yêu trẻ đã từ một ngày khỏe mạnh và đầy hy vọng trở thành thức ăn cho giun đất, ướm mục trong mộ cả! Tôi làm bằng chất gì mà tôi có thể chịu đựng nhiều nỗi đau như vậy, như một cuộc hành hình không bao giờ có hồi kết?

Nhưng số phận đã định tôi phải sống. Sau hai tháng, tôi tỉnh dậy từ những gì như một giấc mơ, nhưng thực tế tôi đang ở trong một ngục tù. Tôi nằm trên một chiếc giường khủng khiếp, có những người canh gác, chìa khóa, ổ khóa và tất cả những điều kinh khủng mà bạn thấy trong một tù khổ sai. Khi tôi tỉnh dậy và bắt đầu hiểu được những gì đã xảy ra, đã là sáng sớm. Tôi không nhớ tất cả chi tiết, nhưng tôi cảm thấy như đã xảy ra một điều kinh khủng với tôi. Khi nhìn xung quanh và nhìn thấy những cửa sắt và phòng bẩn thỉu mà tôi đang ở, những ký ức ùa về và tôi không thể không rên rỉ trong sự tuyệt vọng.

279   Âm thanh này đánh thức một bà già đang ngủ trên một chiếc ghế bên cạnh tôi. Bà ấy là một y tá được thuê để chăm sóc tôi. Gương mặt của bà ấy toát lên tất cả những điểm xấu xí thường thấy ở người của loại bà ấy. Gương mặt bà ấy trông cứng nhắc và gồ ghề, giống như người đã quen thấy nhưng không quan tâm đến những điều khốn khổ. Giọng nói của bà ấy nghe quen thuộc, giống như một người tôi đã từng nghe trong những thời gian khó khăn của mình.

"Bác có cảm thấy tốt hơn không, thưa ngài?" bà ấy hỏi tôi bằng tiếng Anh.

Tôi yếu ớt trả lời bằng cùng một ngôn ngữ: "Tôi nghĩ rằng tôi đang tốt hơn, nhưng nếu mọi thứ là thật, nếu tôi không chỉ mơ mà thôi, thì tôi rất xin lỗi vì vẫn còn sống để trải qua nỗi khốn khổ và kinh hoàng này."

"Về câu chuyện đó," bà già trả lời, "nếu ngài đang nói về người ngài đã giết, tôi nghĩ rằng sẽ tốt hơn cho ngài nếu ngài chết đi. Tôi nghĩ cuộc sống sẽ rất khó khăn đối với ngài! Nhưng điều đó không liên quan đến tôi. Tôi ở đây để chăm sóc ngài và giúp ngài hồi phục. Tôi làm công việc của mình với lương tâm trong sáng. Sẽ tốt nếu mọi người đều làm như vậy."

Tôi quay đi, cảm thấy khinh tởm với bà già. Làm sao bà ấy có thể nói những điều vô tâm như vậy với một người vừa mới được cứu thoát khỏi bờ vực tử thần? Nhưng tôi quá yếu để suy nghĩ về mọi thứ đã xảy ra. Cả cuộc đời của tôi dường như chỉ là một giấc mơ. Đôi khi tôi nghi ngờ liệu nó có thực sự xảy ra, vì nó không cảm nhận thực tế trong tâm trí tôi.

280   KHI TÔI NHÌN THẤY HÌNH ẢNH RÕ RÀNG HƠN TRONG TÂM TRÍ, tôi bắt đầu cảm thấy sốt rét. Tôi bị bao bọc bởi bóng tối, không ai dỗ dành tôi bằng tình yêu hoặc hỗ trợ tôi bằng bàn tay ân cần. Bác sĩ đến và kê toa thuốc, nhưng bà cụ đã chuẩn bị nó cho tôi với ánh mắt xấu xa. Không ai quan tâm đến tôi.

Đó là suy nghĩ ban đầu của tôi, nhưng tôi sớm nhận ra rằng ông Kirwin đã cho tôi thấy lòng tốt. Ông đã sắp xếp cho căn phòng tốt nhất trong nhà tù được chuẩn bị cho tôi, mặc dù ngay cả căn phòng tốt nhất cũng rất khốn khổ. Ông cũng đã cung cấp một bác sĩ và một y tá. Ông không thường xuyên đến thăm tôi, vì ông không muốn chứng kiến sự đau khổ và nghe những lời lầm bầm đau đớn của một kẻ giết người. Ông chỉ đến đôi khi để đảm bảo rằng tôi không bị lãng quên, nhưng những lần thăm của ông thì ngắn và rất hiếm.

281   Một ngày, khi tôi đang từ từ khỏi bệnh, tôi ngồi trên một chiếc ghế với đôi mắt nửa mở và đôi má trắng tức như của một người chết. Tôi tràn đầy sự buồn bã và đau khổ, và thường nghĩ rằng sẽ tốt hơn cho tôi nếu tôi tìm kiếm cái chết hơn là muốn ở lại trong một thế giới có vẻ như đầy rẫy khổ đau. Có lúc, tôi thậm chí còn xem xét việc thú nhận tội lỗi của mình và đối mặt với sự trừng phạt của pháp luật, mặc dù tôi không trong sạch như nạn nhân nghèo Justine đã phải chịu đựng một cách bất công. Đó là suy nghĩ của tôi khi cánh cửa căn phòng của tôi mở ra và ông Kirwin bước vào. Khuôn mặt của ông tràn đầy lòng thương hại và quan tâm. Ông kéo một chiếc ghế gần với tôi và nói chuyện với tôi bằng tiếng Pháp.

"Tôi tưởng tượng rằng nơi này chắc chắn rất đau khổ đối với bạn. Có điều gì tôi có thể làm để làm cho bạn thoải mái hơn không?"

"Cảm ơn, nhưng bất cứ điều gì ông có thể cung cấp đối với tôi đều không có ý nghĩa. Không có sự thoải mái nào trên thế giới mà tôi có thể nhận được."

"Tôi hiểu rằng sự đồng cảm của một người lạ chỉ có thể mang lại một chút nhẹ nhàng đối với một người gánh chịu một tai ương kỳ lạ như bạn. Nhưng tôi hy vọng rằng bạn sẽ sớm rời khỏi nơi buồn tủi này, vì tôi tin rằng có bằng chứng có thể giải oan cho bạn về tội danh mà bạn bị buộc tội."

"Đó là điều ít quan tâm nhất đối với tôi. Qua một loạt các sự kiện kỳ lạ, tôi đã trở thành người sống đau khổ nhất. Với những sự truy sát và hành hạ mà tôi đã phải trải qua, liệu cái chết có thể được xem là một điều ác đối với tôi không?"

282 "Không có gì đáng tiếc và đau đớn hơn là những sự kiện kỳ lạ đã xảy ra gần đây. Bạn đã được dẫn tới bờ biển này trong một tai nạn đáng ngạc nhiên, nhưng ngay sau đó lại bị bắt giữ và buộc tội về tội giết người. Ngay từ lúc ban đầu bạn nhìn thấy xác của người bạn, bị giết một cách không có lý do, gần như như là bị đặt ngay trước mặt bạn bởi một lực lượng tà ác nào đó."

Khi ông Kirwin nói, tôi cảm thấy cả sự xao lạc do nhớ lại những đau khổ của mình và ngạc nhiên với sự hiểu biết của ông về tôi. Vẻ mặt của tôi chắc hẳn đã thể hiện sự kinh ngạc vì ông Kirwin nhanh chóng thêm vào,

"Ngay sau khi bạn mắc bệnh, tất cả những tài liệu mà bạn đang mang đã được gửi cho tôi. Tôi đã kiểm tra chúng với hy vọng tìm ra những manh mối để thông báo về tai nạn và bệnh tình của bạn cho gia đình. Tôi tìm thấy nhiều lá thư, trong đó có một lá từ cha bạn, mà tôi nhận ra từ phần đầu. Tôi ngay lập tức viết thư tới Geneva, nhưng đã gần hai tháng kể từ khi tôi gửi thư. Nhưng bạn không khoẻ; bạn đang run lên, ngay bây giờ. Bạn không nên phải chịu thêm sự xao lạc nào nữa."

"Sự hồi hộp nghìn lần tồi tệ hơn cả sự kiện kinh khủng nhất. Xin ông nói cho tôi biết sự thảm kịch mới nào đã xảy ra và ai là nạn nhân mà tôi đang đau buồn lế như vậy."

"Gia đình của bạn hoàn toàn ổn thỏa," ông Kirwin nói nhẹ nhàng. "Và một người bạn đã đến thăm bạn."

283 Tôi không biết điều gì đã xảy ra, nhưng bỗng dưng tôi đã nghĩ ra một ý tưởng. Một ý tưởng kinh khủng. Tôi tin rằng kẻ sát nhân đã đến để trêu chọc và hành hạ tôi bằng cái chết của Clerval, như thể nó sẽ khiến tôi làm theo ý muốn của hắn. Bị áp đảo bởi nỗi sợ hãi, tôi che kín đôi mắt và thét lên đau đớn,

"Ồ! Đưa hắn đi! Tôi không chịu nổi khi thấy hắn. Xin đừng để hắn lại gần tôi!"

Mr. Kirwin nhìn tôi với sự quan tâm. Hắn hiểu hành động của tôi như một lời thú nhận tội và đáp lại mạnh mẽ,

"Người trẻ, tôi đã mong muốn có sự hiện diện của cha bạn mang đến niềm vui, chứ không phải lòng kinh tởm mạnh mẽ như vậy."

"Cha tôi!" Tôi hét lên, khuôn mặt và cơ thể tôi tức thì chuyển từ nỗi đau đớn sang niềm vui. "Cha tôi đã thực sự đến à? Tốt bụng, tốt bụng đến mức nào! Nhưng cha ở đâu? Tại sao cha không hối hả đến thăm tôi?"

Sự thay đổi đột ngột trong thái độ của tôi làm ngạc nhiên và làm hài lòng vị quan tòa. Có lẽ ông ta tin rằng cơn nóng giận trước đó chỉ là một khoảnh khắc mơ hồ của tâm lạc. Hắn nhanh chóng đoàn hồi sự tử tế của mình. Hắn đứng lên, rời khỏi phòng cùng với y tá của tôi, và không tẫn thời gian, cha tôi bước vào phòng.

Khi cha tôi đến, niềm vui vô cùng lớn đã tràn đầy tôi. Tôi vươn tay ra và hỏi,

"Cha có an toàn không? Và Elizabeth cùng Ernest thì sao?"

284 Bố tôi an ủi tôi, nhưng ông thấy rằng việc ở trong nhà tù khiến tôi khó mà cảm thấy hạnh phúc. "Đây không phải là nơi tốt cho con, con ạ," ông nói với biểu hiện buồn rầu, nhìn qua cửa sổ sắt và trạng thái khủng khiếp của căn phòng. "Con đi hành trình để tìm kiếm hạnh phúc, nhưng có vẻ như điều xui xẻo đang theo đuổi con. Và poor Clerval -"

Chỉ nghe tới tên của người bạn tôi đã bị giết là quá nặng nề với tôi trong tình trạng yếu đuối của mình; tôi bắt đầu khóc.

"Ổ, vâng, cha ạ," tôi trả lời, "có một số số phận đáng sợ đang rình rập tôi, và tôi phải sống để hoàn thành nó. Ngược lại, tôi đã chết khi Henry mất."

Chúng tôi không được phép nói chuyện lâu vì tôi vẫn đang phục hồi và cần nghỉ ngơi. Mr. Kirwin vào và bảo tôi nghỉ ngơi. Nhưng gặp cha tôi như có một thiên thần hộ vệ ở bên cạnh tôi, dần dần tôi cảm thấy tốt hơn.

285 Khi tôi càng khỏe, một cảm giác tối tăm và buồn bã bắt đầu chi phối tôi, và không gì có thể xua tan đi nó. Hình ảnh vụ án mạng tàn khốc của Clerval theo đuổi tôi suốt thời gian. Những người bạn của

tôi lo lắng rằng những suy nghĩ này có thể làm tôi lại bị bệnh. Tại sao họ cứu tôi khỏi cuộc sống khốn khổ và bị ghét đến vậy? Điều đó chắc chắn là vì tôi có một số mệnh đề phải thực hiện, và nó sắp kết thúc. Cái chết sẽ đến sớm và dừng lại những cảm giác đau khổ này, giải thoát tôi khỏi gánh nặng nặng trĩu của nỗi đau buồn. Khi công lý được thực hiện, tôi sẽ tìm được hòa bình cuối cùng. Cái chết dường như cách xa, nhưng tôi thường ao ước sự hiện diện của nó. Tôi ngồi im lặng mà không nói một lời trong nhiều giờ, hy vọng một sự thay đổi lớn sẽ chôn vùi tôi và kẻ đã gây ra tất cả những đau khổ này.

286 Đã tới thời gian diễn ra phiên tòa. Tôi đã bị giam trong tù ba tháng. Mặc dù tôi vẫn yếu đuối và có nguy cơ mắc bệnh lại, tôi phải đi cả trăm dặm để đến thị trấn nơi tòa án diễn ra. Ông Kirwin đã chịu trách nhiệm thu thập nhân chứng và chuẩn bị bảo vệ cho tôi. May mắn là tôi không phải đối mặt với sự hổ thẹn khi bị coi là tội phạm, vì trường hợp của tôi không được đưa ra trước tòa xét xử quyết định sống hay chết cho một người. Bồi thẩm đoàn đã từ chối buộc tội khi chứng minh rằng tôi đang ở trên các đảo Orkney khi thi thể của bạn tôi được phát hiện. Hai tuần sau khi tôi được chuyển đi, tôi được trả tự do từ nhà tù.

Cha tôi rất vui mừng khi thấy tôi được giải thoát khỏi gánh nặng của sự bị buộc tội. Ông vui mừng vì tôi có thể hít thở không khí trong lành và trở về nhà. Nhưng tôi không thể cùng vui với ông. Cả những tường giam và cung điện đều đáng ghét đối với tôi. Cuộc sống đã trở thành một trạng thái mãi mãi bị đầu độc, và mặc dù mặt trời chiếu sáng trên tôi giống như nó chiếu sáng trên những người hạnh phúc, nhưng xung quanh tôi, tôi chỉ thấy một bóng tối dày đặc và đáng sợ. Không có ánh sáng, chỉ có một tia sáng thoáng qua từ hai đôi mắt nhìn chằm chằm vào tôi. Đôi khi, những đôi mắt đó là những đôi mắt tốt lành và yêu thương của Henry, người đã chết, với những đôi mắt sẫm màu gần như bị che khuất bởi mí mắt và mi dài màu đen của anh ấy. Và đôi khi, những đôi mắt đó là những đôi mắt lờ mờ và đục của con quái vật, lần đầu tiên tôi nhìn thấy chúng trong phòng ở Ingolstadt.

287 Cha cố gắng làm cho tôi cảm thấy yêu thương. Ông nói về việc

sắp tới tôi sẽ đi Geneva và gặp Elizabeth và Ernest. Nhưng nghe những lời này khiến tôi phát ra tiếng rên sâu. Đôi khi, tôi thực sự khao khát hạnh phúc. Tôi sẽ suy nghĩ buồn buồn về người họ hàng yêu dấu của tôi hoặc khao khát về quê hương mạnh mẽ. Hầu hết thời gian, tôi cảm thấy tê liệt và lãnh đạm, và tôi không quan tâm liệu mình có ở trong tù hay trong môi trường thiên nhiên đẹp nhất. Những khoảnh khắc này hiếm khi bị gián đoạn, trừ khi tôi bị những cơn đau và tuyệt vọng đột ngột. Tôi rất buồn sâu sắc.

288 Nhưng tôi biết rằng mình còn một trách nhiệm quan trọng nữa, dù tôi bị chìm trong nỗi buồn của mình. Tôi cần phải trở về Geneva ngay lập tức và bảo vệ những người tôi yêu thương rất nhiều. Tôi cũng cần tìm ra kẻ giết người và đảm bảo rằng họ sẽ không thể gây thương tích cho tôi hoặc bất kỳ ai khác nữa. Sinh vật quái dị này, mà tôi tin rằng họ có một linh hồn còn quái dị hơn, cần phải bị ngăn chặn.

Cha tôi muốn trì hoãn chuyến đi của chúng tôi vì lo rằng tôi sẽ không thể chịu đựng được những yêu cầu về thể lực khi đi du lịch. Và ông đúng - tôi chỉ đang tồn tại. Tôi giống như một cái bóng mong manh, chỉ là một khung xương của một con người. Tôi đã mất hết sức mạnh của mình. Ngày và đêm, tôi bị đau sốt quấy rầy, làm yếu thêm cơ thể của tôi đã suy đổi từ trước đến nay.

289 Nhưng bởi vì tôi đang rất lo lắng và háo hức để rời Ireland, cha tôi quyết định rằng điều đó là tốt nhất. Chúng tôi lên một con tàu đang đi đến Havre-de-Grace và đi xa với một gió tốt. Lúc đó là buổi tối, và tôi đang nằm trên boong tàu, nhìn lên những ngôi sao và lắng nghe âm thanh của những con sóng đập vào tàu. Tôi cảm thấy bớt căng thẳng khi không còn nhìn thấy Ireland nữa, và trái tim tôi đập nhanh vì biết rằng sắp tới tôi sẽ tới Geneva. Quá khứ dường như chỉ là một cơn ác mộng khủng khiếp với tôi. Nhưng việc ở trên con tàu này, gió đẩy tôi xa Ireland và biển bao quanh tôi khiến tôi nhớ lại rằng tất cả đều là thật. Bạn tôi Clerval đã trở thành nạn nhân của tôi và con quái vật mà tôi tạo ra. Tôi nhìn lại cả cuộc đời của mình - những thời gian thanh bình với gia đình ở Geneva, cái chết của mẹ tôi, và khi tôi rời khỏi Ingolstadt. Tôi không thể không run rẩy khi nhớ lại sự hưng

phấn mãnh liệt đã thúc đẩy tôi tạo ra kẻ thù gớm ghiếc của mình, và tôi nghĩ về đêm hắn cất dậy. Tôi không thể tiếp tục suy nghĩ; vô số cảm xúc áp đảo tôi, và tôi khóc một cách không kiểm soát.

290   Sau khi tôi khỏi bệnh, tôi bắt đầu uống một chút thuốc gọi là laudanum mỗi đêm. Đó là cách duy nhất để tôi có đủ giấc ngủ để tiếp tục sống. Nhưng vì tôi bị ám ảnh bởi những điều tồi tệ đã xảy đến với tôi, tôi uống gấp đôi liều dùng thông thường và rơi vào giấc ngủ sâu. Dù tôi đang ngủ, tôi vẫn có những giấc mơ đáng sợ. Khi sáng tới, tôi cảm thấy như bị mắc kẹt trong một cơn ác mộng. Tôi cảm thấy có ai đó nắm chặt cổ tôi, và tôi không thể thoát khỏi. Tôi nghe thấy tiếng rên rỉ và tiếng khóc vọng về khắp nơi xung quanh tôi. Cha tôi, người đã trông nom tôi, nhận ra rằng tôi không yên tĩnh và đánh thức tôi. Tôi nhìn thấy những sóng xô dữ dội và bầu trời âm u phía trên. Quái vật khủng khiếp không có ở đó. Tôi cảm thấy an toàn hơn một chút, như có một khoảng thời gian nghỉ ngơi trong cuộc thảm họa không bao giờ kết thúc đang chờ đợi tôi. Điều đó khiến tôi quên đi những lo lắng của mình một thời gian ngắn, điều đó là điều tâm trí con người đặc biệt giỏi trong việc làm.

CHAPTER XXII

 Chuyến hành trình của chúng tôi kết thúc. Chúng tôi đến Paris. Nhưng tôi nhận ra tôi cần phải nghỉ ngơi trước khi tiếp tục. Cha tôi quan tâm rất nhiều đến tôi, cố gắng giúp đỡ tôi với sự đau khổ của mình, nhưng ông ấy không biết tại sao tôi cảm thấy như vậy. Ông ấy nghĩ việc ra ngoài và giao tiếp xã hội sẽ làm tôi cảm thấy tốt hơn. Nhưng tôi không thể chịu đựng ở gần con người. Ờ, không hoàn toàn không thể chịu đựng, bởi vì họ là những đồng loại con người của tôi và thực sự tôi cảm thấy hứng thú với họ, ngay cả những người không dễ chịu. Tôi nhìn thấy họ như những sinh linh thiêng liêng. Nhưng tôi cảm thấy mình không có quyền được ở bên họ. Tôi đã tạo ra một kẻ thù trong số họ, một sinh vật thích thú trong việc làm tổn thương họ và khiến họ chịu đau khổ. Nếu họ biết những gì tôi đã làm, họ sẽ ghét tôi và đuổi tôi đi.

Cuối cùng, cha tôi đồng ý với mong muốn của tôi để tránh xã hội. Ông ấy đã cố thuyết phục tôi rằng bị buộc tội giết người không nên làm tôi cảm thấy xấu hổ như vậy. Ông ấy nói niềm kiêu hãnh là vô giá trị.

 "Oh không, cha của tôi," tôi nói, cảm thấy buồn. "Cha không hiểu con chút nào. Nếu như có ai đó giống như con tự hào, nó sẽ làm suy yếu con người và những cảm xúc của họ. Justine, tội nghiệp Justine, ngây thơ giống như con, nhưng cô cũng bị buộc tội. Cô chết vì điều đó, và đó là lỗi của con - con giết hại cô. William, Justine, và Henry - tất cả đã chết vì con."

Trong thời gian tôi ở trong nhà tù, tôi thường nói điều tương tự với cha. Đôi khi, ông có vẻ tò mò và muốn tôi giải thích, nhưng lúc khác ông bỏ qua nó như một sản phẩm của căn bệnh của tôi, nghĩ rằng trong quá trình hồi phục, tôi đã tưởng tượng ra những điều như vậy. Tôi tránh việc giải thích và im lặng về ác quỷ mà tôi đã tạo ra. Tôi sợ rằng mọi người sẽ nghĩ tôi điên rồ, và điều đó đã ngăn tôi từ việc nói. Nhưng còn một lý do khác - tôi không thể chịu đựng được việc tiết lộ một bí mật sẽ làm cha sợ hãi và ghê sợ. Vì vậy, tôi kìm nén nhu cầu tuyệt vọng để được hiểu và chọn sự im lặng, dù lòng tôi ao ước chia sẻ sự thật khủng khiếp. Tuy nhiên, mặc dù cố gắng của tôi, những từ như những gì tôi vừa mới nói sẽ bùng phát trong tôi không kiểm soát được. Tôi không thể giải thích chúng, nhưng việc diễn tả chúng giúp nhẹ đi một chút trên gánh nặng của nỗi buồn bí ẩn của tôi.

293   Một ngày nọ, cha tôi nhìn tôi với sự ngạc nhiên lớn và nói, "Con yêu của cha, tại sao con lại nói những điều không thể tin nổi đó? Làm ơn, con yêu dấu của cha, đừng bao giờ đặt lời tuyên bố đó nữa."

"Không, cha, con không điên," tôi phát biểu một cách nhiệt thành. "Mặt trời và bầu trời đã chứng kiến hành động của con và có thể làm chứng cho sự thật. Tôi chịu trách nhiệm với cái chết của những nạn nhân vô tội ấy; họ chết vì những gì con đã làm. Con sẽ hiến tâm can ai, từng giọt từng giọt, để cứu chúng. Nhưng, cha ơi, con không thể hy sinh cả con người điều đó."

Nghe điều này, cha tôi tin rằng suy nghĩ của tôi đang lộn xộn. Ông ngay lập tức thay đổi chủ đề, cố gắng chuyển hướng sự chú ý của tôi và xoá đi ký ức về những điều đã xảy ra ở Ireland. Ông không bao giờ nhắc đến những sự kiện đó nữa và cấm tôi nói về những nỗi oan trái tôi đã gặp phải.

Theo thời gian trôi qua, tôi trở nên bình tĩnh hơn. Nỗi đau sống trong tim tôi, nhưng tôi không còn nói với cách cung tổ chức đó về tội ác của mình nữa. Biết và thừa nhận chúng là đủ cho tôi. Tôi phải kiềm chế sự khao khát mãnh liệt để tiết lộ mọi thứ cho thế giới. Hành vi của tôi bình tĩnh và yên bình hơn từ khi tôi lạc đến biển băng.

Một vài ngày trước khi chúng tôi rời Paris để đi Thụy Sĩ, tôi nhận được một lá thư từ Elizabeth. Nó viết: "

"Tôi rất vui mừng khi nhận được lá thư từ chú ông ở Paris. Giờ đây, bạn gần hơn, và tôi hy vọng được gặp bạn trong vòng chưa đầy hai tuần. Tôi chỉ có thể tưởng tượng được những gì bạn phải chịu đựng. Tôi kỳ vọng bạn sẽ trông xấu hơn từ khi bạn rời khỏi Geneva. Mùa đông năm nay cũng khủng khiếp với tôi, khi lo âu đã khiến tôi bị hành hạ. Tuy nhiên, tôi mong được thấy sự bình yên trên gương mặt bạn và bạn tìm thấy một chút thoải mái và yên bình trong lòng.

Tuy nhiên, tôi sợ rằng những cảm giác giống như đã khiến bạn đau khổ cách đây một năm vẫn còn tồn tại, và có thể còn trở nên tồi tệ hơn theo thời gian. Tôi không muốn làm phiền bạn trong thời gian khó khăn này khi nhiều tai ương đè nặng lên bạn, nhưng tôi đã có cuộc trò chuyện với chú ông trước khi ông đi và nó đòi hỏi một số giải thích trước khi chúng ta gặp nhau.

Có thể bạn sẽ tự hỏi, tại sao Elizabeth cần phải giải thích điều gì đó? Nếu bạn tự hỏi như vậy, thì tất cả câu hỏi của tôi đều được trả lời và những nghi ngờ của tôi được dỡ bỏ. Tuy nhiên, vì bạn cách xa, có thể rằng bạn vừa sợ hãi vừa khao khát sự giải thích này. Với khả năng đó, tôi không thể tiếp tục trì hoãn việc viết những gì tôi muốn nói với bạn trong thời gian bạn vắng mặt, nhưng tôi chưa bao giờ đủ can đảm để bắt đầu."

"Victor, bạn biết rằng cha mẹ chúng ta luôn muốn chúng ta kết hôn. Họ đã nói điều này cho chúng ta khi chúng ta còn nhỏ, và chúng ta đã được dạy cách kỳ vọng điều đó sẽ xảy ra một ngày nào đó. Chúng ta đã là bạn thân từ khi còn nhỏ, và khi chúng ta lớn lên, tôi nghĩ chúng ta trở nên thân thiết hơn nữa. Nhưng đôi khi, anh em có thể có một liên kết mạnh mẽ mà không mong muốn gần nhau hơn thế. Liệu có đúng với chúng ta cũng vậy không? Làm ơn, hãy nói cho tôi biết, Victor yêu dấu của tôi. Tôi khẩn cầu bạn trả lời một cách thành thật, vì sự hạnh phúc của chúng ta cùng nhau - bạn có yêu một ai khác không?"

296   Đã có những năm qua, anh đã đi du lịch và sống tại Ingolstadt. Tôi phải thừa nhận, bạn tôi, khi tôi thấy anh buồn bã vào mùa thu năm ngoái, cách ly bản thân khỏi mọi người, tôi đã bắt đầu nghĩ rằng có lẽ anh không còn muốn ở trong mối quan hệ của chúng ta nữa. Tôi phải thú nhận, bạn tôi, rằng tôi yêu anh rất sâu sắc, và trong những giấc mơ về tương lai, anh luôn là người bạn và đồng hành trung thành của tôi. Tuy nhiên, tôi muốn hạnh phúc của anh cũng như của riêng tôi. Vì vậy, tôi muốn anh biết rằng hôn nhân của chúng ta sẽ khiến tôi mãi mãi không hạnh phúc trừ khi đó là lựa chọn của riêng anh, tự nguyện hơn. Ơi, Victor, xin hãy biết rằng tôi yêu anh chân thành, và tôi sẽ rất tổn thương nếu anh nghĩ ngược lại. Hãy hạnh phúc, bạn tôi. Và nếu anh đồng ý với yêu cầu này của tôi, hãy biết rằng không có gì trên thế giới này có thể làm xao lắc sự thanh thản của tôi.

297   Xin đừng để những dòng thư này làm bạn buồn đau. Bạn không cần phải trả lời vào ngày mai hay ngày kia. Tôi không muốn khiến bạn buồn. Chú thích của chú dì sẽ giúp tôi cập nhật thông tin. Tôi chỉ hy vọng một điều, đó là khi bạn quay trở lại, tôi sẽ thấy bạn mỉm cười. Điều đó sẽ khiến tôi vô cùng hạnh phúc.

Elizabeth Lavenza.

Geneva, ngày 18 tháng 5, năm 17—.

〜

ĐỌC LÁ THƯ NÀY ĐÃ NHẮC LẠI CHO TÔI MỘT ĐIỀU TÔI ĐÃ QUÊN: lời đe dọa của ác quỷ - "Tôi sẽ ở bên bạn trong đêm cưới của bạn!" Đó là một hình phạt của tôi. Quái vật đã hứa sẽ làm mọi thứ để hủy diệt tôi và cướp đi niềm hạnh phúc đang dần giảm nhẹ nỗi đau trong tâm trí tôi. Hắn đã lên kế hoạch để thực hiện những hành động tàn ác của mình bằng cách giết chết tôi. Vậy thì, hảy làm điều đó. Một cuộc chiến gay gắt sẽ chắc chắn diễn ra trong đêm đó. Nếu hắn chiến thắng, tôi sẽ cuối cùng được tìm thấy sự bình yên, và sự kiểm soát của hắn đối với tôi sẽ kết thúc. Nếu tôi đánh bại hắn, tôi sẽ thành người tự do. Nhưng tự do loại nào? Đó sẽ giống như một người nông dân trải qua sau khi chứng kiến cuộc thảm sát của gia đình anh ta, ngôi nhà bị thiêu đốt, đất đai bị phá huỷ, và trở thành một kẻ vô gia cư, nghèo khó và cô đơn nhưng tự do. Đó sẽ là phiên bản tự do của tôi, trừ khi tôi có Elizabeth, một kho báu quý giá đối với tôi. Thật không may, cô ấy bị che khuất bởi gánh nặng hối tiếc và tội lỗi sẽ ám ảnh tôi cho đến khi chết.

298 Ôi Elizabeth thân yêu và đáng yêu! Tôi đọc lại bức thư của cô ta lần lượt, và nó mang đến những cảm xúc ấm áp trong lòng tôi. Nó khiến tôi mơ mộng về tình yêu và hạnh phúc, như thiên đường. Nhưng không may, tất cả đã bị tiêu tan, và tôi biết rằng hy vọng của tôi đang bị cướp đi. Mặc dù vậy, tôi sẵn sàng làm bất cứ điều gì để làm cho cô ấy hạnh phúc. Nếu quái vật thực hiện hứa hẹn đe dọa của nó, cái chết là chắc chắn. Tuy nhiên, tôi tự hỏi liệu việc kết hôn sẽ làm cho cái chết của tôi đến sớm hơn không. Có thể kẻ hành hạ tôi sẽ nghi ngờ rằng tôi đang trì hoãn nó vì những đe dọa của hắn, và hắn sẽ tìm ra một cách khác, có thể còn tàn độc hơn, để trả thù. Hắn đã hứa sẽ ở bên tôi trong đêm cưới, nhưng hắn không nghĩ rằng điều đó có nghĩa là hắn phải để tôi đơn độc cho đến khi đó. Thực tế, hắn đã cho tôi thấy rằng hắn vẫn muốn nhiều máu hơn bằng cách giết chết Clerval ngay sau khi dọa địa. Vì vậy, tôi quyết định nếu việc kết hôn với người em họ của tôi ngay lúc này sẽ mang lại hạnh phúc cho cô ấy hoặc cha chúng ta, tôi sẽ không để kế hoạch của kẻ thù kết thúc cuộc sống của tôi trì hoãn thêm một phút nào.

299 Gửi một lá thư đến Elizabeth trong tâm trạng mà tôi đang có, lá thư của tôi dịu dàng và yêu thương. "Em thân yêu của tôi," tôi viết, "tôi sợ rằng không còn nhiều hạnh phúc dành cho chúng ta trong thế giới này. Nhưng mọi điều tôi hy vọng được tận hưởng một ngày nào đó xoay quanh em. Xin đừng để sợ hãi chi phối em. Tôi dâng hiến đời mình cho em và sẽ làm mọi thứ tôi có thể để mang hạnh phúc đến cho chúng ta. Có một bí mật, Elizabeth, một bí mật đáng sợ. Nó đến mức kinh khủng đến nỗi khi tôi kể cho em, em sẽ bị choáng váng. Em sẽ không ngạc nhiên với sự bất hạnh của tôi, mà thay vào đó sẽ tự hỏi

163

làm sao tôi đã sống sót qua những gì tôi đã trải qua. Tôi hứa sẽ kể cho em về câu chuyện đau khổ và kinh hãi này ngay sau đám cưới của chúng ta. Người anh em họ thân yêu của tôi, chúng ta phải tin tưởng hoàn toàn vào nhau. Nhưng cho đến khi đó, tôi khẩn cầu em đừng đề cập hoặc nhắc đến nó. Tôi cầu xin điều này từ em, và tôi tin rằng em sẽ đồng ý."

Khoảng một tuần sau đó, sau khi nhận được lá thư của Elizabeth, chúng tôi trở về Geneva. Cô gái dịu dàng chào đón tôi với sự âu yếm ấm áp, nhưng có nước mắt trong ánh mắt khi cô thấy tôi trông ốm yếu và hấp hối. Tôi cũng nhận ra sự thay đổi ở cô ấy. Cô ấy đã giảm cân và không còn những tinh thần sống động như trước đây đã làm say đắm tôi. Nhưng sự tử tế và ánh mắt đồng cảm của cô ấy đã khiến cô trở thành một người bạn đồng hành tốt hơn cho người như tôi, ai đã bị hủy hoại và khốn khổ.

300   Những khoảnh khắc bình yên mà tôi cảm nhận đã không kéo dài. Hồi tưởng về những gì đã xảy ra khiến tôi mất trí. Đôi khi tôi tức giận và tràn đầy cơn giận dữ. Đôi khi tôi cảm thấy buồn và không có hy vọng. Tôi không nói chuyện với bất kỳ ai và cũng không nhìn vào họ. Tôi chỉ ngồi yên, cảm thấy choáng ngợp bởi những nỗi đau mà tôi đang trải qua.

Chỉ có Elizabeth mới có thể đưa tôi thoát khỏi những cơn mất trí như vậy. Giọng nói nhẹ nhàng của cô ấy sẽ làm dịu lòng tôi khi tôi tràn đầy cảm xúc mạnh mẽ và nhắc nhở tôi cảm nhận mình là người khi tôi cảm thấy tê liệt. Cô ấy khóc cùng tôi và vì tôi. Khi tôi lấy lại sự tỉnh táo, cô ấy sẽ nói chuyện với tôi và cố gắng động viên tôi chấp nhận tình trạng của mình. Đối với những kẻ có tội lỗi, không hề có sự bình yên. Nỗi hối tiếc phá hủy mọi sự an ủi đến từ sự chìm đắm trong nỗi đau khổ không cần thiết.

Không lâu sau khi tôi về đến, cha tôi đề cập đến việc kết hôn sắp tới của tôi với Elizabeth. Tôi không nói gì cả.

"Liệu con có tình cảm với người khác?" ông hỏi.

"Không ai trên cõi đất này cả. Tôi yêu Elizabeth và tôi phấn khởi vì chúng ta sắp được ở bên nhau. Hãy đặt lịch cho ngày cưới của chúng ta, và vào ngày đó, tôi sẽ hiến dâng cuộc sống của mình hoàn toàn cho hạnh phúc của cô ấy, ngay cả khi điều đó có nghĩa là hy sinh cuộc sống của tôi."

301 "Thưa Victor, xin đừng nói như thế. Chúng ta đã trải qua những điều tồi tệ, nhưng hãy giữ lại những gì còn sót lại và thay đổi tình yêu của chúng ta từ những người chúng ta đã mất sang những người vẫn còn ở đây. Nhóm của chúng ta sẽ nhỏ bé nhưng sẽ gắn bó nhờ tình cảm và số phận chung. Và khi thời gian dần làm giảm đi nỗi buồn của anh, những điều quý giá và đáng yêu mới sẽ đến để thay thế những gì chúng ta đã mất một cách độc ác."

Đó là những gì cha tôi đã nói với tôi. Nhưng tôi không thể quên lời đe dọa: có lý khi nghĩ rằng ác quỷ, vô cùng mạnh mẽ trong những hành động bạo lực của mình, sẽ không thể bị đánh bại. Khi anh ta nói, "Tôi sẽ ở bên anh trong đêm cưới của anh," tôi hiểu rằng số phận đó là điều không thể tránh khỏi. Nhưng cái chết không đáng sợ đối với tôi nếu điều đó có nghĩa là tôi sẽ không mất Elizabeth. Vì vậy, tôi đồng ý với cha tôi, hài lòng và thậm chí hạnh phúc, rằng nếu người họ hàng của tôi đồng ý, chúng ta sẽ có lễ cưới trong mười ngày tới. Tôi nghĩ rằng điều này sẽ định đoạt số phận của tôi.

302 Ôi Chúa ơi! Nếu tôi chỉ biết được những kế hoạch ác độc mà kẻ thù quái vật của tôi đã lập kế hoạch! Tôi đã thà rời quê hương và lang thang trên thế giới một mình, không có bất kỳ người bạn nào, hơn là đồng ý với cuộc hôn nhân tồi tàn này. Nhưng bằng cách nào đó, con quái vật đã lừa dối tôi và tôi không thể nhìn ra ý đồ thật sự của nó. Tôi tưởng rằng tôi chỉ chuẩn bị cho cái chết của mình, nhưng thực sự, tôi đang đẩy nhanh cái chết của một người thân yêu hơn nhiều.

Khi ngày cưới chúng tôi cận kề, trái tim tôi bắt đầu như chìm vào lòng đất. Tôi cố gắng để không cho thấy nỗi buồn của mình, nhưng Elizabeth, với đôi mắt luôn sẵn sàng, có thể thấu hiểu suy nghĩ giả vờ của tôi. Cô ấy trông mong chờ đến cuộc hôn nhân của chúng tôi với một niềm hạnh phúc yên bình, dù có một chút sợ hãi pha trộn vào. Những khó khăn chúng tôi đã trải qua trong quá khứ đã để lại cho cô ấy niềm tin rằng những gì dường như là niềm hạnh phúc chắc chắn và đáng chạm vào tay, nay có thể tan biến như một cơn hồi ức, chỉ để lại sự hối tiếc sâu sắc và lâu dài.

303   Đã chuẩn bị cho sự kiện quan trọng này. Mọi người đến chúc mừng chúng tôi và mọi người đều có vẻ vui vẻ. Cha tôi đã thành công trong việc lấy lại một phần gia sản của Elizabeth từ chính phủ Áo. Cô ấy sở hữu một mảnh đất nhỏ bên hồ Como. Chúng tôi đã đồng ý khi kết hôn, chúng tôi sẽ đến Villa Lavenza và trải qua những ngày hạnh phúc đầu tiên cùng nhau bên bờ hồ xinh đẹp.

Trong khi đó, tôi đã thực hiện các biện pháp để phòng để tự bảo vệ trước khi ác quỷ quyết định công kích tôi công khai. Tôi mang theo súng và con dao mọi lúc và luôn tỉnh táo để tránh bất kỳ mánh khóe nào. Điều này khiến tôi cảm thấy yên bình và thanh thản hơn. Dần dần, tôi trở nên thoải mái hơn và không còn lo lắng về những chuyện có thể xảy ra. Mọi người nói về đám cưới của chúng tôi như một sự kiện mà không có gì có thể ngăn chặn được.

304   Elizabeth trông hạnh phúc, và thái độ bình tĩnh của tôi giúp cô ấy yên tâm hơn. Tuy nhiên, vào ngày định mệnh đó, khi mọi việc diễn ra như mong đợi và thay đổi số phận của tôi, cô ấy trông buồn và có cảm giác rằng điều gì xấu sẽ xảy ra. Có lẽ cô ấy cũng đang nghĩ về bí mật khủng khiếp mà tôi đã hứa sẽ tiết lộ cho cô ấy vào ngày mai. Trong khi đó, cha tôi vui mừng và trong sự háo hức của việc chuẩn bị, ông chỉ thấy sự buồn của Elizabeth như sự lo lắng của một cô dâu.

Sau lễ cưới, một nhóm lớn người tụ tập tại nhà cha tôi. Chúng tôi đã quyết định rằng Elizabeth và tôi sẽ bắt đầu chuyến hành trình bằng thuyền, qua đêm tại Evian và tiếp tục vào ngày hôm sau. Thời tiết đẹp, gió thuận lợi và mọi thứ trông hoàn hảo cho cuộc hành trình trên thuyền cưới của chúng tôi.

Đó là những khoảnh khắc cuối cùng trong cuộc đời tôi khi tôi cảm thấy thực sự hạnh phúc. Chúng tôi đi thuyền nhanh chóng dọc theo hồ, được bảo vệ khỏi ánh nắng mặt trời nóng bằng một cái màng che. Chúng tôi thấy bờ cát và những ngọn núi tuyệt đẹp.

305   Tôi nắm tay Elizabeth và nói: "Người yêu của tôi có vẻ buồn, nếu em chỉ biết được những đau khổ mà tôi đã chịu đựng và có thể vẫn phải đối mặt. Xin hãy để tôi được tận hưởng một ngày này với sự bình yên và hy vọng."

"Đừng lo lắng, Victor," Elizabeth đáp. "Không có gì làm phiền anh. Dù tôi có thể không trông vui mừng nhưng trái tim tôi vẫn bình an. Có điều gì đó nói với tôi không được quá mải mê vào tương lai của chúng ta, nhưng tôi sẽ không lắng nghe những suy nghĩ tiêu cực đó. Nhìn xem chúng ta di chuyển nhanh thế nào và làm sao những đám mây trên đỉnh Mont Blanc làm đẹp thêm cảnh này. Và thấy ngọn núi với nhiều hàng cá bơi trong nước trong xanh, mỗi hòn sỏi nhìn rõ xuống đáy. Quả là một ngày hoàn hảo! Thiên nhiên rất vui vẻ và yên bình."

Elizabeth cố gắng làm phiền chính bản thân mình, cũng như tôi, khỏi những suy nghĩ u buồn. Nhưng tâm trạng của cô thay đổi liên tục. Niềm vui sẽ ánh sáng ngắn ngủi trong đôi mắt cô, chỉ để bị thay thế bởi sự lơ đãng và chìm vào mơ mộng.

306   Mặt trời đã di chuyển xuống thấp trên bầu trời. Chúng tôi qua sông Drance và nhìn thấy nó chảy qua những khoảng hẹp giữa những đồi cao. Những dãy núi Alps lại gần hơn với hồ ở đây và chúng tôi càng gần với những ngọn núi đó. Chúng tôi có thể nhìn thấy đỉnh Evian hiện ra từ trong rừng bao quanh nó.

Cơn gió mạnh đã đẩy chúng tôi đi đột ngột lúc hoàng hôn rồi tắt dần, chỉ còn lại một hơi thở nhẹ nhàng. Khí trời mềm mại gây ra một cảm giác dễ chịu cho cây cối khi chúng tôi đến gần bờ. Từ đó, chúng tôi có thể ngửi được hương thơm tuyệt vời của hoa và cỏ cắt mới. Mặt trời biến mất dưới chân trời vừa khi chúng tôi chạm đất. Và khi tôi bước lên bờ, tôi cảm nhận những lo lắng và nỗi sợ hãi sẽ sớm chôn vùi tôi hiện ra một lần nữa, mãi không buông tha.

CHAPTER XXIII

 ĐÃ TÁM GIỜ KHI CHÚNG TÔI ĐẾN. Chúng tôi đi dạo ngắn dọc theo bờ biển. Sau đó, chúng tôi quay lại nhà khách và chiêm ngưỡng thêm những cảnh đẹp.

Cơn gió, đã yên lặng từ phía Nam, bất ngờ lại nổi lên mạnh mẽ từ phía Tây. Mặt trăng đã đạt đến điểm cao nhất của bầu trời và bắt đầu đi xuống. Trên không có nhiều con chim. Chúng trông giống như kền kền. Đột nhiên, một trận mưa dông nặng nề bắt đầu.

Suốt ngày, tôi đã bình tĩnh, nhưng ngay khi đêm tới và các vật thể trở nên ít rõ ràng, hàng ngàn nỗi sợ hãi đổ vào tâm trí tôi. Tôi lo lắng và cảnh giác, trong túi tôi ẩn chứa một khẩu súng. Mọi âm thanh khiến tôi sợ hãi, nhưng tôi đã quyết định sẽ chiến đấu một cách dữ dội, không lùi bước cho đến khi đối thủ hoặc tôi bị đánh bại.

Elizabeth nhìn người trong nỗi hỗn loạn im lặng, cảm thấy sợ hãi và bất an. Cô có thể nhận ra từ gương mặt của tôi rằng có điều gì đó không ổn và hỏi rất lo lắng, "Điều gì đang lo lắng anh, Victor yêu? Anh sợ gì?"

"Ôi, xin em yêu, "tôi đáp," tất cả sẽ ổn thôi trong đêm nay. Nhưng đêm nay thật khủng khiếp, rất khủng khiếp."

 Tôi đã trải qua một giờ trong trạng thái lo lắng này, sau đó tôi nhận ra rằng sẽ thật sự đáng sợ cho vợ tôi nếu cuộc đấu tranh mà tôi đang mong đợi xảy ra. Tôi van xin cô ấy rời khỏi đây và hứa sẽ gặp cô ấy sau, khi tôi đã biết chính xác đối thủ của mình ở đâu.

Cô ấy ra đi và tôi đi dạo qua nhà, tìm kiếm từng góc nhỏ mà kẻ thù có thể ẩn nấp. Nhưng tôi không tìm thấy bất kỳ dấu vết nào về hắn, và bắt đầu nghĩ rằng có thể có một điều may mắn đã ngăn chặn hắn thực hiện những đe dọa. Đột nhiên, tôi nghe thấy một tiếng thét lớn và kinh hoàng. Tiếng la đó đến từ căn phòng mà Elizabeth đã đi vào. Khi nghe thấy, tôi ngay lập tức hiểu được điều gì đã xảy ra. Hai tay tôi trở nên yếu ớt, tôi không thể cử động được chút ít. Tôi cảm thấy máu lạnh chảy vào suốt các tĩnh mạch và chi của tôi bắt đầu tê cóng. Trạng thái này chỉ kéo dài một khoảnh khắc; sau đó tôi nghe lại tiếng thét, và tôi xông vào phòng.

Ôi không! Tại sao tôi không chết lúc đó! Tại sao tôi vẫn còn ở đây để kể về câu chuyện bi thương về sự diệt vong của một sinh vật tươi sáng và trong sáng nhất trên Trái Đất? Cô ấy nằm tử thần và không một chuyển động trên chiếc giường, đầu nghiêng xuống, gương mặt nhợt nhạt và méo mó được che phần bởi mái tóc. Cảnh tượng này khiến tôi sửng sốt và tôi thậm chí không biết liệu tôi có thể tiếp tục sống hay không. Trong một khoảnh khắc ngắn, tôi mất ý thức và ngã sập lên mặt đất.

Khi tôi tỉnh dậy, tôi thấy mình được bao quanh bởi những người từ khu trọ. Khuôn mặt của họ cho thấy sự kinh hoàng lấn át, nhưng sự đau buồn của tôi trông trọng không đáng kể so với tận sâu trong tâm can của tôi. Tôi xoay trở, trốn thoát khỏi họ và rút về phòng nơi thể xác của Elizabeth nằm. Cô ấy là tình yêu của tôi, vợ tôi, người vừa qua đời và rất thân yêu đối với tôi. Cô ấy đã được sắp xếp lại từ lần cuối cùng tôi nhìn thấy. Đầu cô ấy giờ nghiêng nằm trên tay, với một chiếc khăn tay nhỏ nhắn đặt nhẹ nhàng trên khuôn mặt và cổ. Nếu nhìn thoáng qua, ai đó có thể nghĩ rằng cô ấy đang ngủ. Tôi lao về phía cô ấy và ôm chặt, nhưng sự thiếu sức sống rõ ràng. Có một vết sẹo khủng khiếp trên cổ cô ấy từ vòi tay của ai đó.

Trong lúc tôi đứng bên cạnh cô ấy, cảm giác tuyệt vọng tràn đầy tôi, tôi nhìn lên. Phòng đã trở nên tối om trước đó, do đó tôi bị giật mình khi nhìn thấy ánh sáng nhạt của ánh trăng tràn ngập căn phòng. Những cánh cửa chớp đã được mở, và khi tôi kinh hoàng, tôi nhìn thấy một hình bóng đứng ở cửa sổ mở. Nụ cười ác độc bao trùm khuôn mặt của con quái vật khi hắn chỉ vào thi thể không còn hơi thở của vợ tôi. Tôi phi về phía cửa sổ để vồ lấy hắn, nhưng hắn biến mất vào cái hồ một cách không thể tin được nhanh chóng.

Âm thanh của tiếng súng đã thu hút đám đông đến trong phòng. Tôi vẫy tay về phía nơi con quái vật đã biến mất, và chúng tôi lên thuyền để tìm kiếm hắn. Chúng tôi thả lưới vào nước, nhưng những nỗ lực của chúng tôi là vô ích. Sau khi dành nhiều giờ trong cuộc tìm kiếm, chúng tôi trở về bờ đầy nỗi thất vọng. Hầu hết những người bạn của tôi tin rằng những gì tôi đã nhìn thấy là sản phẩm của trí tưởng tượng của tôi. Một khi chúng tôi đã xuống bờ, họ chia thành các nhóm và kiểm tra khu vực xung quanh, khám phá các con đường khác nhau qua rừng và vườn nho.

Tôi cố gắng đi theo họ, đi một đoạn đường ngắn từ căn nhà. Nhưng đầu tôi cảm thấy chóng mặt, và tôi vấp ngã như một người say rượu. Cuối cùng, tôi sụp đổ vì kiệt sức. Tầm nhìn của tôi trở nên mờ mờ, và da tôi khô do cơn sốt. Họ đưa tôi trở lại căn nhà và đặt tôi lên giường. Tôi gần như không biết đã xảy ra chuyện gì. Tôi nhìn xung quanh căn phòng, tìm kiếm một cái gì đó mà tôi đã mất.

Sau một thời gian, tôi đứng dậy và, như ngấm ngầm, bò vào căn phòng nơi thi thể của người yêu tôi nằm. Có những người phụ nữ khóc reo xung quanh. Tôi cúi xuống bên cạnh thi thể, cùng họ khóc lóc. Trong khoảng thời gian đó, tâm trí tôi không thể hình thành suy nghĩ rõ ràng. Tư duy của tôi lang thang, lẫn lộn những rủi ro và nguyên nhân của chúng. Tôi lạc trong cảnh lúng túng và hoảng sợ. Cái chết của William, sự trừng phạt Justine, vụ án giết Clerval và cuối cùng, cái chết của vợ tôi - ngay cả vào thời điểm đó, tôi còn không biết liệu những người bạn còn lại của tôi có an toàn khỏi âm mưu xấu xa của quái vật hay không. Cha tôi có thể đang chịu đựng dưới sự kiểm soát của nó ngay bây giờ, và Ernest có thể đã chết. Suy nghĩ đó làm tôi run rẩy, đưa tôi trở lại trong lúc tỉnh táo. Tôi nhảy dậy và quyết định nhanh chóng trở về Geneva.

312 Không có ngựa để sử dụng, vì vậy tôi phải quay trở lại bằng hồ. Gió đối đầu và mưa rất to. Tuy nhiên, vẫn còn sáng sớm trong ngày và tôi nghĩ rằng tôi có thể trở về trước khi tối đến. Tôi thuê một số người để chèo thuyền, và tôi cũng chèo một cái mái. Tôi luôn tìm được sự nhẹ nhõm cho tâm trí đau khổ của mình qua hoạt động thể chất. Nhưng lần này, tôi bị áp đảo bởi nỗi buồn và không tìm thấy sức mạnh để chèo. Tôi để rơi mái và tựa đầu vào lòng bàn tay, để mọi suy nghĩ u ám chiếm lấy. Khi tôi nhìn lên, tôi nhìn thấy những cảnh quen thuộc từ những thời khắc hạnh phúc hơn, những cảnh tôi đã thấy chỉ cách đây một ngày với người chỉ còn là ký ức bây giờ. Nước mắt chảy trên gương mặt tôi. Tôi không thể tin vào sự thay đổi nhanh chóng trong cuộc đời của mình. Tôi vui vẻ chỉ cách đó không lâu và bây giờ tôi hoàn toàn tuyệt vọng. Một ác quỷ đã cướp đi tất cả hy vọng về hạnh phúc trong tương lai của tôi. Tôi chưa từng thấy mình đau khổ đến thế, và sự kiện đáng sợ như vậy là duy nhất trong lịch sử nhân loại.

313 Nhưng tại sao tôi phải tiếp tục nói về những gì xảy ra sau sự kiện khủng khiếp đó? Câu chuyện của tôi đã đầy những điều kinh khủng. Nó đã đạt đến điểm tồi tệ nhất và những gì tôi cần kể cho bạn bây giờ có thể ngắn ngủi và nhạt nhẽo. Hãy chỉ biết rằng, từng người bạn của tôi đã được lấy đi từ tôi, để lại tôi một mình. Tôi hoàn toàn kiệt sức và phải tóm tắt những phần còn lại của câu chuyện kinh khủng của tôi trong vài từ.

Cuối cùng, tôi đến Geneva. Cha tôi và Ernest vẫn còn sống, nhưng cha tôi không thể chịu được tin tức tôi mang đến. Đôi mắt của ông đã mất đi ánh sáng và niềm vui, và chỉ lang thang vô định. Elizabeth, người ông yêu thương như con gái, mang đến cho ông rất nhiều hạnh phúc. Ông yêu mến cô ấy sâu sắc, đặc biệt ở giai đoạn cuối đời khi ông không còn nhiều người thân yêu. Tôi lời nguyền rủa con quái vật đã mang đến những khủng hoảng như vậy cho tuổi già của cha tôi. Ý chí sống của ông bị mất đi đột ngột. Ông không thể thậm chí ra khỏi giường và sau vài ngày, ông qua đời trong lòng tôi.

314 Mọi chuyện sau đó với tôi thế nào? Tôi không biết. Tôi mất hết cảm giác và bị vây quanh bởi sự trói buộc và bóng tối. Tôi cảm thấy

rất buồn, nhưng sau một thời gian, tôi bắt đầu hiểu về hoàn cảnh tồi tệ và sự khốn khổ mà tôi đang gặp phải. Cuối cùng, họ đã thả tôi ra khỏi tù vì cho rằng tôi điên loạn. Hóa ra, trong mấy tháng qua, tôi đã bị giam cầm trong một tù đơn côi nhỏ bé.

Nhưng tự do chẳng có ý nghĩa gì với tôi trừ khi tôi cũng tỉnh lại để tìm kiếm sự trả thù khi tôi lấy lại khả năng tỉnh táo. Khi tôi nhớ lại những điều tồi tệ đã xảy ra với tôi, tôi bắt đầu nghĩ về lý do tại sao tất cả đã xảy ra. Tất cả điều này là do con quái vật mà tôi đã tạo ra, xác thối đáng ghét tôi đã thả vào thế giới để phá hủy tôi. Lúc nào tôi nghĩ về hắn, tôi đầy những cảm xúc giận dữ không kiểm soát được. Tôi muốn và cần sự trả thù.

Sự hận thù của tôi không chỉ dừng lại ở việc mong muốn trả thù. Tôi bắt đầu nghĩ về cách bắt giữ hắn. Khoảng một tháng sau khi được thả tự do, tôi đến gặp một thẩm phán ở thị trấn và nói rằng tôi có một cáo buộc cần trình bày. Tôi nói rằng tôi biết kẻ giết người đã phá hủy gia đình tôi và nhờ ông sử dụng quyền lực để bắt giữ con quái vật này.

Người đánh sưng tai tôi nghe kỹ và rất ân cần. "Hãy yên tâm, ông," người ấy nói, "Tôi sẽ không tiếc công sức để làm sáng tỏ tên tội phạm này."

"Tôi cảm ơn," tôi đáp. "Vậy, hãy lắng nghe lời tường trình của tôi. Đây là một câu chuyện vô cùng kỳ quặc, tôi e ngại rằng ông có thể không tin, nhưng có một điều thú vị và đúng đắn trong đó mà, dù nó có đến cỡ nào đi nữa, vẫn khiến ta không thể không tin. Câu chuyện quá mạch lạc để bị nhầm lẫn với giấc mơ, và tôi không có lý do để nói dối." Tôi nói với một cách bình tĩnh. Trong lòng, tôi đã quyết tâm truy tìm kẻ phá huỷ của mình đến cùng cực, và ý định này làm lắng dịu đau đớn của tôi và, tạm thời, khiến tôi chấp nhận cuộc sống. Một cách ngắn gọn, nhưng tự tin và chính xác, tôi kể lại quá khứ của mình, đánh dấu ngày tháng chính xác và tránh những cảm xúc tức giận hoặc cung kính.

Ban đầu, người đánh sưng tai trông hơi hoài nghi, nhưng khi tôi tiếp tục, người ấy trở nên chăm chú và quan tâm hơn. Đôi khi, tôi nhìn thấy người ấy run sợ với cảm giác kinh hoàng.

Khi tôi kết thúc câu chuyện của mình, tôi nói, "Đây là người tôi tố cáo và tôi kêu gọi ông dùng toàn bộ quyền lực của mình để bắt giữ và trừng phạt hắn. Điều này là trách nhiệm của ông như một người phán xử, và tôi tin tưởng và hy vọng rằng lòng nhân ái của ông như một con người sẽ không làm trở ngại ông trong việc thi hành trách nhiệm của mình trong vụ việc này."

Khi tôi đang nói, tôi nhận thấy một sự thay đổi trên gương mặt người đang lắng nghe tôi. Anh ta đã nghe câu chuyện của tôi, nhưng chỉ tin một nửa, nghĩ rằng đó chỉ là một câu chuyện về ma quỷ và những sự việc kỳ lạ. Nhưng lúc này, khi anh ta phải đưa ra hành động chính thức, những nghi ngờ của anh ta trở lại. Tuy nhiên, anh ta đáp lại một cách nhẹ nhàng: "Tôi muốn giúp bạn trong việc tìm kiếm, nhưng con quái vật mà bạn miêu tả có vẻ có những sức mạnh khiến việc bắt giữ nó trở nên không thể. Làm thế nào bạn có thể theo dõi một điều gì đó có thể qua biển đóng băng và lẩn trốn trong những nơi nguy hiểm, cấm kỵ? Hơn nữa, đã nhiều tháng trôi qua kể từ khi hắn gây ra tội ác, ai biết hắn có thể đang ở đâu."

"Tôi tin rằng hắn gần nơi tôi sống, và nếu hắn đang ẩn náu trong dãy Alps, chúng ta có thể săn lùng hắn như chúng ta săn bắn một con thú hoang dã. Chúng ta có thể tiêu diệt hắn như một kẻ săn mồi nguy hiểm. Nhưng tôi biết bạn đang nghĩ gì - bạn không tin vào những gì tôi đang nói, và bạn không có ý định trừng phạt kẻ thù của tôi như họ xứng đáng."

Khi tôi nói, sự tức giận của tôi hiện rõ trong ánh mắt, và quan tòa trở nên sợ hãi. Ông ấy nói: "Bạn đã nhầm lẫn. Tôi sẽ cố gắng hết sức để bắt được con quái vật, và nó sẽ phải chịu trừng phạt vì tội ác của mình. Tuy nhiên, dựa trên những gì bạn đã miêu tả về loài sinh vật, có thể không thể bắt được nó. Trong khi chúng tôi tiến hành các biện pháp cần thiết, hãy sẵn sàng để đối mặt với khả năng thất vọng."

"Điều đó không được chấp nhận. Nhưng tôi hiểu rằng nhu cầu báo thù của tôi không quan trọng đối với bạn. Tuy nhiên, tôi thừa nhận rằng đó là niềm đam mê áp đảo trong cuộc đời tôi. Tôi đang bị một cơn thịnh nộ không thể nói thành lời khi biết rằng kẻ giết người mà tôi đã thả đi vẫn còn tồn tại. Vì bạn không thể giúp tôi, tôi chỉ còn một lựa chọn duy nhất. Tôi sẽ cống hiến bản thân, cả trong cuộc sống lẫn cái chết, để tiêu diệt hắn."

Khi tôi nói những lời này, tôi rùng mình. Đối với một quan tòa từ Geneva, người tập trung vào những vấn đề khác nhau, tư tưởng của tôi trông giống như điên cuồng. Ông ấy cố gắng làm dịu tôi như một y tá dỗ dành một đứa trẻ, tin rằng những lời của tôi chỉ là sự mê loạn.

"Người đàn ông!" Tôi hét lên, "Niềm kiêu hãnh của bạn làm mù quá trình hiểu biết của bạn! Dừng lại! Bạn không hiểu rõ bạn đang nói gì."

318 Tôi rời khỏi ngôi nhà cảm thấy tức giận và buồn bã. Tôi đi đến một nơi yên tĩnh để suy nghĩ về những điều khác tôi có thể làm.

CHAPTER XXIV

 Tôi đã bị cuốn vào tình huống hiện tại đến mức không thể suy nghĩ rõ ràng. Sự tức giận tràn đầy tôi, nhưng cũng mang lại sức mạnh giúp tôi tập trung. Thay vì mất kiểm soát, tôi trở nên tính toán và điềm tĩnh. Tôi biết rằng tôi phải rời xa Geneva mãi mãi. Dù trước kia nơi này gần gũi với tôi khi cuộc sống êm ả, giờ đây nó trở nên không thể chịu đựng. Tôi thu thập một ít tiền bạc và trang sức thuộc về mẹ tôi và chuẩn bị cho một cuộc hành trình mới.

Từ đó, cuộc hành trình của tôi bắt đầu, và nó không kết thúc cho đến khi tôi qua đời. Tôi đã đi qua nhiều nơi trên trái đất này và trải qua vô số khó khăn mà những người đi xa gặp phải ở những sa mạc và vùng đất hoang vu. Tôi thậm chí không biết làm sao mà tôi sống sót. Nhiều lần, khi nằm mệt mỏi trên cát, tôi cầu xin cái chết. Nhưng lòng thù oán khiến tôi tiếp tục vươn lên. Tôi không thể chết và để kẻ thù tiếp tục sống.

 Khi tôi rời Geneva, nhiệm vụ đầu tiên của tôi là tìm một manh mối giúp tôi tìm ra kẻ thù tàn ác của mình. Tuy nhiên, tôi không có kế hoạch rõ ràng, vì vậy tôi lang thang quanh ngoại ô thị trấn trong nhiều giờ, không biết con đường nào để chọn. Khi tối về, tôi thấy mình đứng ở cổng nghĩa địa nơi William, Elizabeth và cha tôi được an nghỉ. Một cảm giác như những linh hồn đã qua đời đang rập rình xung quanh, tạo nên một bóng ma khổng lồ bao trùm tôi. Tôi có thể cảm nhận, mặc dù không thể thấy được nó.

321   Tôi đã tràn ngập trong nỗi đau khi thấy cảnh đau lòng này, nhưng sau đó nỗi đau đó đã biến thành sự tức giận và tuyệt vọng. Họ đã ra đi và tôi còn sống. Người đã giết họ vẫn còn sống và để trốn thoát khỏi đau khổ của tôi, tôi phải tiếp tục sống. Tôi quỳ xuống trên cỏ và hôn lên mặt đất. Với đôi môi run lên, tôi nói, "Tôi thề trên cõi đất thánh mà tôi đang quỳ gối, trên những linh hồn đang ở gần tôi và trên nỗi buồn sâu lắng và vĩnh cửu mà tôi đang cảm nhận, tôi sẽ truy đuổi con quái vật đã gây ra nỗi đau này cho đến khi anh ta hoặc tôi bị đánh bại. Tôi sẽ giữ mình sống vì mục đích này. Tôi sẽ lại thấy ánh mặt trời và đi trên đồng cỏ xanh của trái đất. Tôi xin các linh hồn của những người đã khuất cho con quái vật đó chịu đau đớn vô cùng. Xin hãy để anh ta cảm nhận được sự tuyệt vọng mà tôi đang cảm thấy ngay bây giờ."

Tôi bắt đầu lời van xin của mình một cách nghiêm trọng và nghiêm trang, cảm thấy như những linh hồn của những người bạn đã bị giết đang lắng nghe và chấp thuận. Nhưng khi tôi kết thúc, sự tức giận tràn ngập tôi và tôi không thể nói nữa.

322   Trong suy tĩnh của đêm khuya, tiếng cười độc ác và om xòm xuyên thấu sự im lặng. Ngọn cười vang rỡ khắp núi non. Nhưng tiếng cười tan biến, và sau đó một giọng nói mà tôi nhận ra, một giọng nói tôi ghét bỏ, thì thầm trong tai, "Tôi vui mừng. Loài sinh vật đáng thương! Bạn đã chọn sống, và tôi rất vui mừng."

Tôi vồ lấy hướng của âm thanh, nhưng ác quỷ trượt thoát khỏi tay tôi. Rồi trăng tròn mọc lên và chiếu sáng hình dáng đáng sợ và vặn vẹo của hắn khi hắn chạy trốn với tốc độ không tưởng.

Tôi đuổi theo hắn suốt nhiều tháng. Bằng một cú đúp may mắn kỳ lạ, tôi thấy con quỷ lén vào một con tàu đang hướng tới Biển Đen vào ban đêm. Tôi đã cố gắng lên cùng con tàu đó, nhưng bằng cách nào đó, hắn đã trốn thoát và tôi không biết làm thế nào.

323   Giữa những vùng xa xôi của Tartary và Nga, mặc dù hắn luôn trốn tránh tôi, tôi vẫn luôn theo dõi dấu vết của hắn. Đôi khi, những

người nông dân khiếp sợ kể rằng họ đã nhìn thấy hắn. Thỉnh thoảng, hắn tự bỏ lại một manh mối, lo sợ rằng nếu tôi mất hết dấu tích của hắn, tôi sẽ mất hy vọng và chết đi. Lạnh lẽo, đói khát và kiệt sức chỉ là những đau đớn nhỏ bé mà tôi định mệnh phải chịu đựng. Tôi bị một ác quỷ nguyền rủa. Khi tôi tuyệt vọng nhất, linh hồn ấy sẽ cứu tôi thoát khỏi những vật cản khổng lồ dường như không thể vượt qua. Đôi khi, khi tôi yếu đuối vì đói khát và thiên nhiên đã từ bỏ tôi, một bữa ăn sẽ xuất hiện kỳ diệu. Trong suốt cuộc hành trình này, tôi sẽ tìm thấy những món quà nhỏ nhặt giúp tôi gỡ bỏ chút bực bội. Cũng như số phận đang giúp đỡ cuộc đuổi bắt của tôi.

324 Tôi theo những con đường sông khi có thể, nhưng sinh vật mà tôi đuổi theo thường tránh xa những khu vực này vì đó là nơi hầu hết mọi người sống. Ở những khu vực khác, tôi hiếm khi thấy loài người, vì vậy tôi phụ thuộc vào những động vật hoang dã tôi gặp để có thức ăn. Tôi có một ít tiền, tôi đã dùng nó để kết bạn với người dân làng bằng cách tặng tiền cho họ. Đôi khi, tôi mang thức ăn tôi săn được và chia sẻ một phần với những người đã cho tôi lửa và dụng cụ nấu ăn.

325 Cuộc sống của tôi đáng thương, chỉ trừ khi tôi đang ngủ. Giấc ngủ mang đến cho tôi niềm vui và hạnh phúc trong những giấc mơ. Có vẻ như linh hồn bảo hộ tôi ban cho tôi những khoảnh khắc hạnh phúc này để tôi có thể mạnh mẽ trên hành trình của mình. Nếu không có những thời gian nghỉ ngơi như thế này, tôi đã từ bỏ từ lâu. Trong suốt ngày, tôi giữ lấy niềm hy vọng vào đêm tối. Trong những giấc mơ, tôi thấy bạn bè, vợ tôi và đất nước yêu dấu của tôi. Tôi nhìn thấy gương mặt hiền lành của cha, nghe giọng nói đáng yêu của vợ tôi và thấy Clerval khoẻ mạnh và trẻ trung. Đôi khi, khi mệt mỏi từ những cuộc đi bộ, tôi thuyết phục bản thân rằng tôi đang mơ và tôi sẽ tỉnh dậy với những người bạn yêu quý đang bên cạnh. Tôi yêu thương họ rất nhiều và gắn kết với những kỷ niệm về họ, ngay cả khi tôi tỉnh giấc. Trong những khoảnh khắc đó, lòng thù hận của tôi với sinh vật biến mất và tôi tiếp tục hành trình của mình, không phải vì tôi muốn, mà bởi như là một lực lượng vô hình đang dẫn dắt tôi.

326 Tôi không biết người mà tôi đang truy đuổi cảm thấy thế nào. Thỉnh thoảng, hắn lại để lại những tin nhắn trên cây hoặc đá, dẫn dắt tôi và khiến tôi tức giận. Trong một trong những tin nhắn này, có viết rằng, "Tôi đang nắm quyền kiểm soát. Bạn còn sống, và tôi có toàn quyền. Hãy tiếp tục theo tôi. Tôi đang đi về phía bắc đóng băng, nơi mà bạn sẽ phải chịu những giá rét khủng khiếp mà tôi không màng. Nếu bạn cố gắng khẩn trương, bạn sẽ tìm thấy một con thỏ chết gần đây này. Hãy ăn nó và cảm nhận sự sảng khoái. Tiếp tục đến đây, kẻ thù của tôi. Chúng ta vẫn phải chiến đấu cho cuộc sống của chúng ta, nhưng bạn sẽ phải chịu đựng nhiều giờ khó khăn và khốn khó đến mức không chịu nổi cho đến khi thời gian đến."

Quái vật kinh khủng! Tôi sẽ truy tìm trả thù một lần nữa. Tôi sẽ khiến bạn, con quái vật đáng thương, chịu đau đớn và chết đi. Tôi sẽ không bao giờ dừng tìm kiếm bạn cho đến khi một trong chúng ta mất mạng. Sau đó, tôi sẽ cuối cùng cùng với Elizabeth và những người bạn đã qua đời. Họ đang chờ đợi tôi và sẽ thưởng cho tôi vì những công sức và cuộc hành trình đáng sợ!

Khi tôi tiếp tục hành trình về phía bắc, tuyết trở nên dày hơn và thời tiết càng ngày càng lạnh. Đến mức gần như không thể chịu đựng được. Những người địa phương ở trong nhà nhỏ của họ và chỉ có một số người dũng cảm đi ra ngoài bắt những con vật tuyệt vọng tìm thức ăn. Những con sông đóng băng nên tôi không thể bắt được cá, đó là nguồn thức ăn chính của tôi.

327 Càng khó khăn nhiệm vụ của tôi trở nên, kẻ thù càng hả hê vui mừng trong chiến thắng của mình. Một tin nhắn mà hắn để lại nói: "Hãy chuẩn bị! Sự gian khổ của bạn chỉ mới bắt đầu. Hãy quấn chặt vào lông ấm và thu thập thức ăn, bởi vì chúng ta sẽ sớm bắt đầu một cuộc hành trình nơi nỗi đau của bạn sẽ thỏa mãn sự oán hận của tôi."

Những lời nhạo báng này chỉ làm tôi thêm dũng cảm và quyết tâm. Tôi đã đưa ra quyết định kiên quyết không bỏ cuộc trong nhiệm vụ của mình. Tôi tiếp tục vượt qua những điều kiện khó khăn và không quen thuộc. Tôi không khóc, mà thay vào đó cúi xuống và, với trái tim tràn đầy lòng biết ơn, cảm ơn linh hồn đã dẫn dắt tôi an toàn đến nơi này. Dù vẫn bị chế giễu bởi kẻ đối đầu, đó chính là nơi mà tôi hy vọng cuối cùng có thể đối mặt và võ đài với hắn.

328   Cách đây vài tuần, tôi đã mua một xe trượt cùng một số con chó, cho phép tôi di chuyển nhanh chóng trên mặt đất tuyết phủ. Tôi không biết liệu con quái vật có từng được các thuận lợi tương tự hay không, nhưng tôi nhận thấy rằng tôi đang tiến gần hơn với nó. Khi tôi nhìn thấy biển, nó chỉ ít hơn một ngày đường đi phía trước tôi. Tôi hy vọng có thể đuổi kịp nó trước khi nó đến bãi biển.

Có ý chí mới mẻ, tôi tiếp tục tiến về phía trước. Chỉ trong hai ngày, tôi đến một ngôi làng nhỏ và đáng thương ở ven biển. Tôi hỏi người dân địa phương về con quái vật và họ đã cung cấp cho tôi thông tin chi tiết. Họ mô tả về một hình bóng khổng lồ đã đến vào đêm trước. Hắn ta được trang bị một khẩu súng và nhiều khẩu súng lục. Hắn ta cũng đã lấy cung cấp thức ăn mùa đông của họ và chất lên một chiếc xe trượt. Để điều khiển chiếc xe trượt, hắn ta đã bắt giữ một đám chó huấn luyện lớn.

Dưới cái nhìn ánh mắt kinh hoàng của người dân, hắn ta nối chuồng chó với chiếc xe trượt và tiếp tục cuộc hành trình qua biển theo một hướng không dẫn tới đất liền. Người dân tin rằng hắn ta sẽ sớm chết entha trên băng đá hoặc do cái lạnh khắc nghiệt.

329   Nghe được thông tin này, tôi cảm thấy một cơn tuyệt vọng áp đảo trong chốc lát. Kẻ ác đã xoay xở thoát khỏi tôi, và bây giờ tôi phải bắt đầu một cuộc hành trình nguy hiểm trên biển đông lạnh tàn và có vẻ như không bao giờ kết thúc. Là người đến từ một vùng nhiệt đới, tôi biết khả năng sống sót của riêng mình rất mong manh. Tuy nhiên, tôi biết rằng tôi cần tiếp tục lao động với những mục tiêu của mình và tìm kiếm sự trả thù. Tôi đã chuẩn bị bản thân cho hành trình phía trước.

Tôi đổi sled trên đất liền thành một chiếc sled được thiết kế đặc biệt để điều chỉnh trên bề mặt không đồng đều của Đại Tây Dương Đông Băng. Tôi cũng tích trữ đầy đủ lượng thực phẩm trước khi rời bờ đất.

Tôi không thể chắc chắn đã qua bao nhiêu ngày kể từ đó. Lần này và lần khác, nhiệt độ lạnh giá quay trở lại, tạo ra những con đường an toàn trên biển băng.

330   Theo lượng thức ăn đã ăn, tôi nghĩ rằng tôi đã đi trên hành trình này khoảng ba tuần. Sự trượt dài không ngừng của hy vọng chỉ khiến cho tôi càng ngày càng bi ai và tuyệt vọng. Tuyệt vọng đã t almost completely overwhelmed me, và tôi đã bên bờ vực buông xuôi dưới nỗi đau này. Một khi, sau khi những con thú vật mệt mỏi đang kéo con tàu đến đỉnh của một ngọn núi băng nghiêng, một con đã mệt quá và chết. Khi tôi nhìn ra xa ngang trên cái đồng căn lạnh lẽo trước mắt, tôi cảm thấy một nỗi buồn sâu thẳm. Nhưng rồi, một thứ gì đó thu hút ánh mắt tôi - một điểm đen trên mặt đồng tối. Tôi tập trung tầm nhìn để nhìn rõ thứ gì đó đó có thể là, và tôi không thể tin vào mắt mình khi nhận ra đó là một xe trượt và hình dạng biến dạng của một người tôi biết. Ôi! Cảm giác hy vọng tràn ngập trái tim tôi với sự ấm áp! Nước mắt tràn đầy mắt tôi, nhưng tôi mau chóng lau khô chúng đi để có thể nhìn rõ con vật. Tuy nhiên, tầm nhìn của tôi vẫn mờ do nước mắt, và cuối cùng, tôi không thể kìm được nữa và khóc to.

331   Nhưng đây không phải lúc thích hợp để chờ đợi. Tôi loại bỏ con chó chết khỏi những con khác, cho chúng đủ thức ăn và sau một giờ nghỉ ngơi, điều cần thiết nhưng làm phiền tôi, tôi tiếp tục hành trình. Tôi vẫn có thể nhìn thấy xe trượt, và tôi không bao giờ mất khỏi tầm mắt của mình, trừ khi nó bị tạm thời che khuất bởi các hình thành băng. Thực tế là tôi đang càng ngày càng gần nó và khi, sau gần hai ngày di chuyển, tôi nhìn thấy kẻ thù chỉ cách một dặm. Trái tim tôi trỗi dậy với sự hồi hộp.

Nhưng khi tôi gần gũi để bắt được kẻ thù của mình, hi vọng đột nhiên bị đánh tan và tôi mất hoàn toàn dấu vết con người đó hơn trước. Tôi nghe thấy đất rung dưới chân tôi, tiếng ồn ào của biển dâng cao ngày càng đáng sợ. Tôi cố gắng tiếp tục đi, nhưng không có ích. Gió nổi lên, biển giận dữ và với một tiếng nổ lớn, mặt biển nứt và vỡ ra. Quá trình diễn ra nhanh chóng. Chỉ trong vài phút, một biển cả hoang dã hiện ra giữa tôi và kẻ thù của mình, và tôi bị mắc kẹt trên một miếng băng đang co lại. Tôi sợ cho cuộc sống của mình.

332   Trong những giờ đồng hồ đáng sợ đó, tôi chịu đựng được. Một số con chó của tôi chết đi. Tôi suýt sụp đổ vì cảnh đau khổ áp đảo. Nhưng rồi, tôi nhìn thấy con tàu của anh. Mặc dù tôi mệt mỏi đến mức nào, tôi đẩy chiếc bè băng của mình về phía con tàu của anh. Dù cho anh đang đi về phía nam, tôi đã quyết định dựa vào lòng trắc ẩn của biển thay vì từ bỏ nhiệm vụ của tôi. Kế hoạch của tôi là thuyết phục anh cho tôi một chiếc thuyền để tôi có thể tiếp tục truy đuổi kẻ thù của mình. Tuy nhiên, anh đang hướng về phía bắc. Khi tôi yếu đuối nhất, anh đã cứu tôi lên tàu. Nhưng bây giờ, nhiệm vụ của tôi vẫn chưa hoàn thành.

333   Ồ! Khi nào linh hồn lãnh đạo của tôi sẽ thể hiện lòng nhân từ và để tôi được nghỉ ngơi? Hoặc tôi phải chết trong khi hắn tiếp tục sống? Nếu điều đó xảy ra, hãy hứa với tôi, Walton, rằng hắn sẽ không thoát được. Hãy hứa với tôi rằng bạn sẽ tìm ra hắn và tìm sự trả thù bằng cách chấm dứt cuộc đời hắn. Nhưng liệu tôi có thật sự nên yêu cầu bạn tiếp tục cuộc hành trình của tôi và chịu đựng những gian khó mà tôi đã trải qua? Không, tôi không ích kỷ đến thế. Tuy nhiên, khi tôi không còn sống, nếu hắn đến gặp bạn, nếu những người mang trách nhiệm trừng phạt dẫn hắn đến gần bạn, hãy thề rằng hắn sẽ không sống sót - thề rằng hắn sẽ không chiếm thắng sự đau khổ vô tận của tôi và tiếp tục những tội ác u ám của mình. Hắn rất giỏi trong việc nói và thuyết phục, và những lời hắn đã từng có hiệu ứng đối với trái tim tôi. Nhưng đừng tin hắn. Linh hồn của hắn cũng ác độc như diện mạo của hắn, tràn đầy sự dối trá và ý đồ đen tối. Đừng lắng nghe hắn. Thay vào đó, gọi tới linh hồn của William, Justine, Clerval, Elizabeth, cha tôi và cả kẻ tức tưởi Victor. Đâm lòng bằng thanh kiếm vào trái tim hắn. Tôi sẽ ở gần đó, chỉ dẫn tay bạn.

Walton, tiếp tục câu chuyện của mình.

Ngày 26 tháng 8, năm 17--.

334   Margaret à, của bạn đã độc cái truyện xa lạ và rùng rợn này phải không? Nắm vững thông điệp truyện làm cho nắng lớn đời, như cũng

làm với tôi? Nghe anh ấy nói cho thấy loại cảm xúc phong phú của anh ấy. Anh ấy thâm thường, bình tĩnh, nhưng cũng đầy nguyện vọng trả thù.

Cách kể của anh ấy hoàn toàn logic và được trình bày bằng cái sự thật. Tuy nhiên, phải thực tâm, những bức thư của Felix và Safie mà anh ấy đã cho tôi xem, và cả cảnh báo cáo về con quái vật từ tàu của chúng ta, thật sự thủ thuyết vẫn thuyết phục tôi hơn nữa. Vậy hóa ra, con quái vật này thật sự tồn tại! Tôi không thể hoài nghi được. Tôi chỉ thặng thức và kinh ngạc. Có lúc, tôi cố gắng học cười Frankenstein làm sao để tạo ra sinh vật này, nhưng anh ấy từ chối chia sẻ bất kì chi tiết nào về chủ đề này.

335   "Liệu anh điên rồ, bạn tôi?" anh ta nói. "Sự tò mò vô lý này của anh đưa anh đến đâu? Anh có muốn tạo ra một kẻ thù quỷ dữ cho chính mình và cả thế giới à? Bình tĩnh đi, bình tĩnh! Hãy lắng nghe những nỗi đau của tôi và đừng cố gắng làm cho đau khổ của anh tồi tệ hơn."

Frankenstein phát hiện ra rằng tôi đã ghi lại câu chuyện của anh: anh ấy muốn đọc nó và thêm sửa một số điều, đặc biệt là khi nhắc đến những cuộc trò chuyện với kẻ thù của anh. "Bây giờ anh đã ghi lại câu chuyện của tôi," anh ta nói, "Tôi không muốn phiên bản không đầy đủ được truyền cho các thế hệ sau."

336   Đã một tuần trôi qua và trong khi tôi đã nghe một câu chuyện kỳ lạ nhất mà trí tưởng tượng từng tạo ra. Suy nghĩ của tôi và mỗi cảm xúc trong tâm hồn đã được tiêu thụ bởi sự quan tâm đối với khách đã đến. Tôi muốn an ủi anh ấy, nhưng anh ấy dường như chỉ tìm thấy sự an ủi trong sự cô đơn và hỗn loạn. Nói cách khác, anh ấy tin rằng khi anh ấy mơ về việc trò chuyện với bạn bè của mình và tìm được sự an ủi hoặc động lực cho sự trả thù của anh ấy, chúng không chỉ là những sáng tạo trong trí tưởng tượng của anh ấy, mà là những sinh vật thực sự từ một thế giới khác. Thật là hấp dẫn.

Những cuộc trò chuyện của chúng tôi không phải lúc nào cũng xoay quanh câu chuyện và khó khăn của anh ấy. Anh ấy có kiến thức sâu rộng về nhiều chủ đề và hiểu biết nhanh chóng. Anh ấy nói với sức mạnh và cảm xúc, và tôi không thể nhịn được khóc khi anh ấy kể một câu chuyện buồn hay cố gắng gợi lòng thương hay tình yêu. Anh ấy chắc là một người tuyệt vời khi anh ấy thành công! Ngay cả trong thất bại, anh ấy vẫn còn quý phái và đáng chú ý. Có vẻ anh ấy hiểu giá trị bản thân và quy mô của sự sụp đổ bi thảm của mình.

337 "Khi tôi còn trẻ," ông bắt đầu, "tôi tin rằng mình được sinh ra để làm điều vĩ đại. Tôi nghĩ rằng việc lãng phí tài năng vào nỗi đau vô ích là sai, trong khi tôi có thể sử dụng chúng để giúp đỡ người khác. Khi tôi xem xét những công việc tôi đã hoàn thành, tôi không thấy mình chỉ là một người mơ mộng bình thường. Tuy nhiên, giờ đây suy nghĩ này, từng khiến tôi hưng phấn, giờ đây chỉ kéo tôi sâu thêm vào cảnh tuyệt vọng. Tất cả các kế hoạch và hy vọng của tôi đều trở thành vô nghĩa. Từ khi tôi còn nhỏ, tôi đã đầy tham vọng và khao khát vĩ đại. Nhưng ơi, xa xôi tôi đã rơi xuống đâu mất rồi! Bạn tôi ơi, nếu bạn từng biết đến tôi khi tôi còn hưng thịnh, bạn sẽ không tin rằng đây là cùng một người mà bạn nhìn thấy ngày hôm nay, bị cất đi mọi vinh quang. Tuyệt vọng hiếm khi xâm nhập vào trái tim tôi. Nó khiến tôi cảm thấy như là một số phận cao cả đang thúc đẩy tôi về phía trước, cho đến khi tôi gục ngã và không bao giờ đứng lên lại."

338 Cần phải mất đi người tuyệt vời này sao? Tôi đã mong muốn có một người bạn trong suốt thời gian dài, một người hiểu và quan tâm đến tôi. Và bây giờ, ở đây, giữa chốn hoang vắng, tôi đã tìm thấy người đó. Nhưng tôi sợ rằng chỉ tìm thấy anh ta để nhận ra anh ta quá tuyệt vời và sau đó mất anh ta. Tôi muốn giúp anh ta nhìn thấy điều tốt đẹp trong cuộc sống, nhưng anh ta đẩy lùi ý tưởng đó.

339 "Cảm ơn Walton," anh ta nói, "vì đã tốt với một người ngổn ngang như tôi. Nhưng khi bạn nói về những mối quan hệ mới và những cảm xúc mới, bạn có nghĩ rằng ai đó có thể thay thế những người đã ra đi không? Có thể có ai đó có thể thay thế Clerval trong tim tôi, hoặc có thể một người phụ nữ khác có thể thay thế Elizabeth? Ngay cả khi cảm xúc không còn mạnh mẽ nữa, những người bạn chúng ta có từ tuổi thơ luôn có một sức mạnh đặc biệt trong tâm trí chúng ta mà hầu như không đối tác sau này có thể so sánh được. Họ biết chúng ta đã như thế nào khi chúng ta còn bé, và dù cho chúng ta thay đổi khi lớn lên, những phần đó của chúng ta không bao giờ

hoàn toàn biến mất. Họ có thể hiểu hành động của chúng ta và nhận định xem ý định của chúng ta có tốt hay không. Một người chị hoặc người anh không bao giờ nghi ngờ người kia gian dối, trừ khi có những dấu hiệu từ trước, nhưng một người bạn khác, dù cho gần gũi đến đâu, có thể đôi khi bị nghi ngờ. Nhưng tôi đã có những người bạn đặc biệt, không chỉ vì chúng ta đã quen với sự hiện diện của nhau, mà còn vì những phẩm chất riêng của từng người. Và dù tôi ở đâu, tôi vẫn nghe thấy giọng nói an ủi của Elizabeth và những cuộc trò chuyện với Clerval trong tai. Họ đã ra đi rồi, và trong nỗi cô đơn như vậy, chỉ có một lý do để tôi muốn tiếp tục sống. Nếu tôi tham gia vào một dự án quan trọng và có ý nghĩa lớn giúp đỡ những người khác, thì tôi có thể sống để hoàn thành nó. Nhưng đó không phải là điều dành cho tôi. Tôi phải tiếp tục truy đuổi và giết con quái vật mà tôi đã tạo ra, và chỉ khi đó mục đích của tôi trên trái đất mới được hoàn thành, và tôi mới có thể chết."

340   2 tháng 9.

Chị dấu yêu,

Em viết cho chị trong một tình huống nguy hiểm, không chắc chắn liệu em có bao giờ lại nhìn thấy Anh quốc và những người bạn quan trọng đối với em nữa không. Em bị vây quanh bởi những ngọn núi lạnh giá khổng lồ, chúng có thể vùi chìm tàu của chúng ta mọi lúc. Những người đàn ông dũng cảm đã đồng ý cùng đi với em đang tìm kiếm sự giúp đỡ từ em, nhưng em không có thứ gì để đề nghị. Tình cảnh của chúng ta rất đáng sợ, nhưng em vẫn còn dũng khí và hy vọng. Khó mà tin rằng tất cả những người đàn ông này đang đối mặt với nguy hiểm vì em. Nếu chúng ta chết, đó sẽ là vì kế hoạch ngu ngốc của em.

Và chị sẽ suy nghĩ gì, Margaret? Em hi vọng chị không bao giờ phải nghe về cái chết của em và chị sẽ đặt niềm tin vào việc em trở về. Có thể trôi qua nhiều năm, và chị sẽ cảm thấy tuyệt vọng nhưng vẫn giữ lấy hy vọng. Ôi, chị dấu yêu, suy nghĩ về chị thất vọng và mất hy vọng giờ đây đau đớn hơn cái chết của em. Nhưng chị có một người chồng và những đứa con tuyệt vời, vì thế chị có thể hạnh phúc. Mong trời ban phước và mang lại hạnh phúc cho chị!

341   Khách của tôi, cũng giống tôi, đáng thương nhìn tôi với lòng tốt đẹp. Anh ta cố gắng đem lại hy vọng cho tôi và nói như cuộc sống là một điều quý giá. Anh ta kể cho tôi nghe những câu chuyện về những thuỷ thủ khác đã đối mặt với những tai nạn tương tự trên biển này và vẫn đã vượt qua được. Bất chấp chính bản thân tôi, anh ta làm tôi tràn đầy những suy nghĩ tích cực. Ngay cả các thuỷ thủ cũng bị truyền cảm hứng bởi những từ anh ta nói. Khi anh ta nói, họ không còn cảm thấy tuyệt vọng nữa. Anh ta tiếp thêm động lực cho họ. Tuy nhiên, những cảm giác này không kéo dài lâu. Mỗi ngày chúng tôi chờ đợi trong sự không chắc chắn, nỗi sợ bắt đầu ập tới, và tôi e rằng có thể xảy ra một cuộc nổi loạn do tuyệt vọng.

Ngày 5 tháng 9.

Vừa mới xảy ra một điều rất thú vị, và mặc dù rất có thể rằng bạn sẽ không đọc được về nó, tôi không thể không viết lại.

Chúng tôi vẫn bị bao quanh bởi những ngọn núi băng cao chót vót, và nguy cơ tàu chúng tôi bị vỡ nát vẫn rất lớn. Trời rất lạnh, và nhiều người bạn thân của tôi đã. Ánh mắt anh ta vẫn thể hiện dấu hiệu của bệnh sốt, nhưng anh ấy rất kiệt sức. Khi anh ấy cố gắng làm bất cứ điều gì, anh ấy nhanh chóng trở nên yếu đuối và mệt mỏi trở lại.

342   Trong thư trước, tôi đã kể cho bạn về những lo lắng của tôi về một cuộc nổi dậy có thể xảy ra. Sáng nay, một điều không mong đợi đã xảy ra. Tôi đang ngồi cùng với người bạn của tôi, người trông rất yếu đuối và mệt mỏi khi một nhóm thủy thủ đến căn phòng của tôi. Họ đã được chọn để nói chuyện thay mặt cho các thủy thủ khác. Họ lo lắng rằng nếu chúng ta được giải thoát khỏi băng và có cơ hội thoát hiểm, tôi có thể tiếp tục cuộc hành trình nguy hiểm của chúng ta thay vì đi về phía nam để an toàn. Họ muốn tôi hứa rằng nếu được giải thoát, tôi sẽ ngay lập tức thay đổi hướng đi về phía nam.

Yêu cầu này làm tôi lo lắng. Tôi vẫn chưa từ bỏ hy vọng và chưa nghĩ đến việc quay trở lại nếu được giải thoát. Nhưng liệu tôi có thể từ chối yêu cầu của họ? Tôi không thể quyết định ngay lập tức. Đúng lúc tôi đang do dự, Frankenstein, người đã im lặng và yếu đuối, bất ngờ nói lên. Anh ta trông quyết đoán và năng động. Hướng về phía thủy thủ, anh ta nói...

343 "Ý của các người là gì? Các người muốn gì từ đội trưởng của mình sao? Liệu các người có dễ dàng thay đổi kế hoạch không? Các người đã từng gọi cuộc thám hiểm này là vĩ đại chưa? Và tại sao nó lại vĩ đại? Không phải vì chuyến đi êm đềm và yên bình như biển ấm, mà là bởi nó đầy nguy hiểm và kinh hoàng. Mỗi thử thách mới đòi hỏi sức mạnh và can đảm của các người. Các người phải đối mặt với nguy hiểm và cái chết, vượt qua chúng. Đó mới là điều làm cho nó vĩ đại, đó mới là sứ mệnh cao cả. Các người nên được khen ngợi như những anh hùng, là những người đương đầu với cái chết vì danh dự và lợi ích của nhân loại. Nhưng bây giờ, chỉ với dấu hiệu đầu tiên của nguy hiểm, hoặc nếu các người muốn, dưới sự thử thách to lớn đầu tiên về sự dũng cảm của các người, các người co rút lại và mãn nguyện được gọi là những người không thể chịu đựng được lạnh lẽo và nguy hiểm. Vậy là, những linh hồn nghèo nàn, các người cảm thấy giá lạnh và trở về với mái ấm ấm lạnh của mình. Nhưng điều này không cần phải dùng đến tất cả mọi thứ đã xây dựng. Các người không cần phải đi xa đến thế và mang đến sự nhục nhã khiến cho đội trưởng trở thành kẻ thất bại chỉ để chứng minh các người là những kẻ nhát gan. Hỡi, hãy là những người đàn ông, hoặc thậm chí tốt hơn cả đàn ông. Hãy trung thành với mục tiêu của mình và mạnh mẽ như một tảng đá. Tảng băng này chẳng bằng được những trái tim mạnh mẽ của các người. Nó có thể thay đổi, và nó sẽ không chống cự được các người nếu các người quyết định rằng nó sẽ không. Đừng trở về bên gia đình với sự nhục nhã của sự thất bại trên khuôn mặt các người. Hãy trở về như những anh hùng đã chiến đấu và chinh phục, những người chưa bao giờ quay lưng trước đối thủ."

344 Với một giọng nói biểu lộ những cung bậc cảm xúc khác nhau trong suốt bài phát biểu và đôi mắt rực rỡ những kế hoạch nhưng rồng rắn, anh ta đã nói. Bạn có thể hiểu tại sao những người đàn ông này đã cảm động không? Họ nhìn nhau và không thể trả lời. Tôi lên tiếng và bảo họ quay lại và suy nghĩ về những điều đã được nói. Tôi nói rằng nếu họ mạnh mẽ không đồng ý, tôi sẽ không dẫn dắt họ tiếp

tục hướng bắc, nhưng tôi hy vọng rằng sau một thời gian để suy nghĩ, lòng dũng cảm của họ sẽ trở lại.

Họ rời đi và tôi quay lại với người bạn của tôi, nhưng anh ta yếu đuối và gần chết.

Tôi không biết điều này sẽ kết thúc như thế nào, nhưng tôi thà chết còn hơn là trở về một cách đáng xấu hổ mà không hoàn thành nhiệm vụ của tôi. Mặc dù tôi sợ rằng sẽ là số phận của tôi. Những người đàn ông, thiếu ý tưởng về vinh quang và danh dự để động viên họ, không thể chịu đựng những khó khăn của họ nữa.

Ngày 7 tháng 9.

Đã quyết định rồi; tôi đã đồng ý quay lại nếu chúng ta không bị phá hủy. Hi vọng của tôi đã bị phá huỷ bởi sự nhát gan và sự do dự. Tôi đang trở về một cách ngu muội và thất vọng. Tôi cần có sức mạnh hơn để xử lí sự bất công này một cách kiên nhẫn.

Ngày 12 tháng 9.

Đã xong; tôi đang trở về Anh Quốc. Tôi đã mất đi giấc mơ giúp đỡ người khác và thu nhận sự vinh quang. Tôi đã mất đi người bạn của tôi. Nhưng tôi sẽ cố gắng trình bày tất cả những chi tiết đau lòng này cho bạn, người em gái thân yêu của tôi. Khi tôi đi qua biển trở về Anh Quốc và trở về bên bạn, tôi sẽ không mất đi hy vọng.

345 Ngày 9 tháng 9, băng bắt đầu di chuyển và có tiếng ầm ĩ như sấm sét khi các hòn đảo nứt khắp mọi hướng. Chúng ta đang trong nguy hiểm lớn, nhưng vì chúng ta không thể làm gì được, tôi tập trung vào khách vị khách không may rủi, bệnh tình của anh ấy ngày càng trầm trọng và anh phải nằm liệt giường. Băng nứt phía sau chúng ta và bắt đầu bị đẩy mạnh về hướng bắc. Một hơi thở từ phía tây và vào ngày 11, con đường về phía nam trở nên hoàn toàn trong sạch. Khi các thủy thủ nhìn thấy điều này và nhận ra rằng họ đang trở về nhà, họ vui mừng hân hoan hò reo suốt một thời gian dài. Frankenstein thức dậy từ giấc ngủ trưa và hỏi tại sao họ làm ồn ào đến như vậy. "Họ đang hò reo," tôi nói, "bởi vì họ sắp trở về Anh Quốc."

"Anh có ý định trở lại không?"

"Thật đáng tiếc, có. Tôi không thể từ chối yêu cầu của họ. Tôi không thể dẫn dắt họ vào nguy hiểm trái ý muốn của họ, vì vậy tôi phải quay trở lại."

"Nếu đó là điều anh muốn, thì đi thôi. Nhưng tôi sẽ không. Tôi không thể từ bỏ mục đích của mình. Thiên đường đã ban cho tôi, và tôi không thể phớt lờ nó. Tôi có thể yếu đuối, nhưng tôi tin rằng các linh hồn giúp tôi truy tìm sự trả thù sẽ ban cho tôi đủ sức mạnh." Anh ấy cố gắng ngồi dậy từ giường nhưng mọi thứ là quá nặng nề đối với anh ấy. Anh ấy ngã ngửa và bất tỉnh đi.

346   Chỉ sau một thời gian dài, anh ta mới hồi phục và tôi nghĩ anh ta đã chết. Cuối cùng, anh ta mở mắt, nhưng anh ta không thể thở hay nói chuyện dễ dàng. Bác sĩ đã cho anh ta uống một số thuốc để giúp anh ta bình tĩnh và bảo chúng tôi hãy để anh ta một mình. Bác sĩ cũng nói rằng bạn của tôi không còn nhiều thời gian để sống.

347   Phạt của nó đã được ban hành, và tôi chỉ có thể buồn và kiên nhẫn. Tôi ngồi bên giường của nó, quan sát nó. Mắt nó đóng, và tôi nghĩ rằng nó đang ngủ. Nhưng rồi nó gọi tôi bằng một giọng yếu và yêu cầu tôi lại gần. Nó nói: "Ôi không! Sức mạnh mà tôi từng dựa vào đã mất. Tôi cảm thấy mình sắp chết, và kẻ thù của tôi, kẻ đã hành hạ tôi, có thể vẫn còn sống. Xin đừng nghĩ, Walton, rằng trong những giây cuối đời của tôi tôi còn mang trong lòng sự oán hận cháy bỏng và lòng thèm muốn trả thù. Nhưng tôi thực sự cảm thấy rằng việc mong muốn sự chết của kẻ thù là đúng đắn. Những ngày cuối cùng này, tôi đã suy nghĩ về những hành động quá khứ của mình, và tôi không thấy chúng gây tội. Trong một cơn say mê đam mê, tôi tạo ra một sinh vật có suy nghĩ và gánh vác trách nhiệm bảo đảm hạnh phúc và sự an lành cho nó càng nhiều càng tốt. Đó là trách nhiệm của tôi, nhưng còn một trách nhiệm khác quan trọng hơn. Trách nhiệm của tôi đối với con người khác có yêu cầu mạnh mẽ hơn sự chú ý của tôi, bởi vì họ có thể trải qua nhiều niềm vui hoặc khổ đau hơn. Với điều đó trong tâm trí, tôi từ chối tạo ra một người bạn cho con sinh vật đầu tiên. Nó đã thể hiện sự tàn ác không đối thủ và lòng ích kỷ. Nó phá hủy những người bạn của tôi và kết tội tử hình những sinh vật có khả năng trải qua niềm vui, hạnh phúc và tri thức. Và tôi không biết sự thèm khát trả thù này sẽ kết thúc ở đâu. Nó nên chết để

không làm cho ai đó khổ sở thêm. Đó là nhiệm vụ của tôi để tiêu diệt nó, nhưng tôi đã thất bại. Khi tôi bị thúc đẩy bởi động cơ ích kỷ và độc ác, tôi đã yêu cầu bạn tiếp tục công việc chưa hoàn thành của tôi. Và bây giờ, khi tôi được hướng dẫn bởi lý do và đức hạnh, tôi lại yêu cầu bạn một lần nữa."

348 Nhưng tôi không thể yêu cầu anh rời bỏ quê hương và bạn bè để hoàn thành nhiệm vụ này. Và bây giờ khi anh quay trở lại Anh, khó có thể anh sẽ có cơ hội để tìm thấy hắn. Nhưng tôi để anh tự quyết định những điều này và cân nhắc trách nhiệm mà anh cho là của mình. Tư tưởng và nhận thức của tôi đã bị mờ mịt bởi sự áp đến cái chết sắp đến. Tôi không thể yêu cầu anh làm điều mà tôi tin là đúng vì tôi có thể vẫn bị ảnh hưởng bởi cảm xúc của mình.

Sự thật là hắn vẫn có thể tiếp tục gây hại khiến tôi lo lắng. Tạm biệt, Walton! Hãy tìm niềm hạnh phúc trong sự thanh thản và tránh xa tham vọng, ngay cả khi đó là để xuất sắc trong khoa học và khám phá. Nhưng mà lại, tại sao tôi lại nói như vậy? Hy vọng của riêng tôi trong những nỗ lực này đã bị hủy hoại, nhưng người khác có thể thành công.

Tiếng nói của ông trở nên yếu đi và sau đó ông im lặng. Khoảng ba mươi phút sau đó, ông cố gắng nói chuyện một lần nữa nhưng không thể. Ông yếu ớt nắm chặt tay tôi và đôi mắt của ông khép lại mãi mãi.

349 Margaret, tôi không biết nói gì về sự mất mát đột ngột của người tuyệt vời này. Làm sao tôi diễn tả được sự đau buồn của mình? Không có từ nào đủ để nói. Tôi đang khóc và cảm thấy áp đảo bởi sự thất vọng. Nhưng tôi đang trên đường về Anh, nơi tôi hy vọng tìm được một chút an ủi.

Chờ đã, có cái gì đó làm gián đoạn tôi. Những âm thanh này có nghĩa gì? Đó là nửa đêm và gió nhẹ nhàng thổi. Phi hành đoàn trên boong tàu cứ ngơ ngác. Tôi nghe thấy nó lại, một giọng nói nghe có vẻ như là người, nhưng khàn khàn hơn. Nó đến từ buồng nơi di tích của Frankenstein. Tôi phải đứng dậy và kiểm tra. Chúc ngủ ngon, em gái của tôi.

Ồ Chúa ơi! Có điều kỳ lạ vừa mới xảy ra! Tôi vẫn còn chóng mặt khi nghĩ về nó. Tôi không chắc liệu tôi có thể miêu tả được, nhưng câu chuyện này sẽ không hoàn chỉnh nếu thiếu cái kết đáng kinh ngạc này.

350 Tôi đi vào cabin nơi người bạn đáng thương và đầy oan uổng của tôi nằm. Trên người anh ấy có một thứ mà tôi không thể tìm được những từ đúng để miêu tả; nó to lớn nhưng trông lạ lẫm và biến dạng. Khi nó cúi xuống mộ, khuôn mặt của nó bị che khuất bởi mái tóc dài rối. Nhưng một trong hai bàn tay của nó khổng lồ, và có vẻ như có màu sắc và cấu trúc giống như một xác ướp. Khi nó nghe thấy tôi đến, nó ngừng hét lên trong sự đau khổ và nỗi sợ hãi, và nhanh chóng di chuyển về phía cửa sổ. Tôi chưa bao giờ thấy một khuôn mặt đáng sợ và gớm ghiếc như vậy trước đây. Nó ghê tởm, nhưng cũng đáng sợ khủng khiếp. Tự nhiên, tôi nhắm mắt ẩn náu và cố ghi nhớ những gì nên làm khi đối diện với con quái vật này. Tôi gọi nó dừng lại.

Nó dừng lại và nhìn tôi với ngạc nhiên. Sau đó, nó quay trở lại người chết và dường như quên đi sự hiện diện của tôi. Mọi biểu hiện và chuyển động cho thấy rằng nó bị nhấn chìm trong một cơn giận dữ hoang dã, vượt ra ngoài sự kiểm soát của nó.

"Anh ấy cũng là nạn nhân của tôi!" nó hét lên. "Tội ác của tôi hoàn tất. Sự tồn tại đáng thương mà tôi đã sống đang đến hồi kết! Ôi, Frankenstein! Anh đã tốt lành và hy sinh bản thân mình cho người khác! Giờ đây, việc tốt đẹp ấy của tôi xin tha thứ có còn ý nghĩa gì? Tôi đã phá hủy đến cùng bằng cách cướp đi tất cả những gì anh yêu. Buồn thay! Anh ấy đã lạnh lùng và không thể trả lời tôi."

351 Giọng của nó nghe như bị nghẹn, và cảm giác ban đầu của tôi, đáng lẽ phải thực hiện nguyện vọng cuối đời của bạn tôi và tiêu diệt kẻ thù của bạn, bị ngưng lại bởi sự tò mò và lòng thương hại. Tôi lại tiếp cận thực thể khổng lồ này, quá sợ hãi để nhìn vào khuôn mặt của nó. Tôi cố gắng nói, nhưng tôi không thể. Quái vật tiếp tục nói linh tinh, những điều không có ý nghĩa. Cuối cùng, tôi có đủ can đảm để nói chuyện với nó trong một sự tạm nghỉ ngắn trong cơn bão cảm xúc của nó. "Sự hối tiếc của bạn," tôi nói, "là không cần thiết ngay

bây giờ. Nếu bạn đã lắng nghe lương tâm của mình và không để bản thân tạo ra tội ác như vậy, Frankenstein vẫn còn sống."

"Và bạn có nghĩ", quái vật nói, "rằng tôi không thể cảm thấy nỗi đau và hối tiếc ngày xưa? Ông ấy", nó chỉ vào xác chết, "ông không chịu đau đớn như tôi đã chịu. Bạn có nghĩ rằng tôi thấy thú vị khi nghe tiếng kêu oan của Clerval không? Tôi được sinh ra để cảm nhận tình yêu và sự thông cảm, nhưng khi nỗi đau buộc tôi biến thành sự hận thù, sự thay đổi đã gây cho tôi một hành hạ không thể tưởng tượng được."

352   "Sau khi tôi giết chết Clerval, tôi quay trở lại Thụy Sĩ với một cảm giác đè nặng và áp đảo. Tôi thấy tiếc cho Frankenstein, nhưng cảm giác đó đã biến thành nỗi kinh hoàng. Tôi ghét bản thân tôi. Nhưng khi tôi khám phá ra rằng Frankenstein, người đã tạo ra tôi và gây ra những đau khổ không thể tưởng tượng cho tôi, dám hy vọng vào hạnh phúc trong khi lại đè thêm nỗi oan khổ và tuyệt vọng lên tôi, tôi tràn đầy ganh tị và tức giận. Tôi mong muốn trả thù hơn bất cứ điều gì. Tôi nhớ lại lời hứa và quyết định biến nó thành hiện thực. Tôi biết rằng tìm kiếm sự trả thù chỉ mang lại cho tôi thêm đau khổ, nhưng tôi không thể cưỡng lại được hứng impulse. Nhưng khi cô ấy chết! Thôi, tôi không buồn lúc đó. Tôi đã tê liệt bản thân mình trước tất cả cảm xúc, hoàn toàn nhượng bộ cho tuyệt vọng của mình. Ác trở thành mục đích của tôi. Một khi đã bước vào con đường này, tôi không thể quay đầu. Hoàn thành kế hoạch trả thù trở thành một ám ảnh chiếm hữu tất cả. Và bây giờ nó hoàn thành; anh ta là nạn nhân cuối cùng của tôi!"

353   Ban đầu, tôi cảm thấy tiếc nuối khi thấy anh ta trông thảm hại. Nhưng sau đó, tôi nhớ lại những gì Frankenstein đã nói về khả năng ngôn từ thuyết phục của mình. Và khi nhìn thấy người bạn của tôi nằm chết không mạch, tôi không thể không cảm thấy tức giận một lần nữa. Tôi nói với anh ta: "Anh là một người tồi tệ! Dễ dàng cho anh đến đây và than phiền về sự tàn phá mà anh đã gây ra. Anh đã thổi lửa vào một nhóm tòa nhà, và khi chúng cháy sụp, anh ngồi giữa đống đổ nát và khóc. Anh là một con quái vật đạo đức giả! Nếu người mà anh đang tang thương vẫn còn sống, họ vẫn sẽ là mục tiêu của

anh, cuộc trả thù đáng nguyền rủa của anh. Anh không cảm thấy thương hại; anh chỉ đau buồn vì người mà anh muốn gây hại đã bị lấy đi".

354   "Không phải như vậy, hoàn toàn không phải như vậy," con quái vật ngắt lời. "Nhưng tôi hiểu rằng bạn có thể nghĩ như vậy dựa trên hành động của tôi. Tôi không mong bạn thương xót hay hiểu nỗi đau của tôi. Lúc ban đầu, khi tôi tìm kiếm sự hiểu biết, đó là vì tôi muốn chia sẻ tình yêu của lòng tử tế và niềm hạnh phúc tràn trề trong tôi. Nhưng bây giờ, lòng tử tế trở nên như một kỷ niệm xa vời, và niềm hạnh phúc đã biến thành chất đắng và tuyệt vọng. Vậy, tại sao tôi vẫn muốn đạt được sự đồng cảm? Tôi sẽ vui lòng chịu đựng nỗi đau một mình cho đến khi nó kết thúc. Khi tôi chết, tôi sẽ chấp nhận việc người ta ghi nhớ tôi với sự kinh tởm và sỉ nhục. Tôi đã từng mơ ước sống một cuộc đời đạo đức, đạt danh tiếng và tìm thấy niềm vui. Tôi đã từng hy vọng rằng sẽ có những người có thể nhìn xa bề ngoài của tôi và trân trọng những phẩm chất tốt đẹp của tôi. Tôi đã có hoài bão cao cả về danh dự và sự tận tụy. Nhưng bây giờ, những tội ác của tôi đã làm tôi xuống thấp dưới cả con vật thấp kém nhất. Không có sự tội lỗi, không có sự tổn thương, không có sự ác ý và bi kịch nào có thể sánh bằng của tôi. Khi tôi suy ngẫm về danh sách đáng sợ của các hành vi sai trái của mình, thật khó tin rằng tôi là cùng một người từng có những tầm nhìn đẹp về điều thiện. Nhưng đó là sự thật; tôi đã trở thành một ác quỷ xấu xa, như chính linh hồn bị sa ngã ấy. Thế nhưng, ngay cả kẻ thù của Chúa và nhân loại đó cũng có bạn bè và đồng bọn trong cô đơn của mình. Tôi hoàn toàn cô đơn."

355   "Nhưng anh, người coi Frankenstein như người bạn của mình, dường như biết về những điều xấu xa mà tôi đã làm và những đau khổ mà anh ấy phải đối mặt vì tôi. Nhưng trong lời giải thích của anh ấy với anh, anh ấy không thể nắm bắt được những tháng ngày và giờ phút đau khổ mà tôi trải qua, trôi qua trong sự oan trái bất lực của tôi. Mặc dù tôi đã đè nát những giấc mơ của anh ấy, nhưng tôi vẫn chưa thoả mãn với những gì mình đã làm. Tôi luôn khao khát được yêu thương và có bạn bè, nhưng tôi vẫn bị từ chối. Điều đó không công bằng, phải không? Tại sao chỉ có mỗi tôi là người chịu trách

nhiệm khi mọi người trên thế giới đối xử với tôi tệ hại? Tại sao anh không ghét Felix, người đã đá bạn mình ra khỏi nhà một cách thô lỗ? Tại sao anh không khinh thường người dân nông thôn muốn gây hại cho người cứu mạng đứa trẻ của mình? Không, họ là những người tốt và không mắc lỗi! Còn tôi, trái lại, thì đáng thương và bị bỏ rơi. Tôi bị xem là một thứ vô dụng và không đáng kể, để bị từ chối, đá và bị dẫm lên. Ngay cả bây giờ, khi tôi nghĩ về sự không công bằng này, tôi vẫn tức giận."

356   Nhưng điều đó đúng, tôi là một người tồi tệ. Tôi đã giết những người vô tội và không thể tự bảo vệ. Tôi đã tắt sự sống của một người chưa bao giờ gây hại đến tôi hay bất kỳ ai khác. Tôi đã gây ra sự đau khổ lớn cho người tạo ra tôi, người đại diện cho tất cả những điều tốt lành và xứng đáng được yêu thương. Tôi đã không ngừng theo đuổi họ cho đến khi cuộc sống của họ kết thúc đột ngột. Họ giờ đã nằm im lìm và không còn sự sống. Bạn khinh thường tôi, nhưng sự căm phẫn của bạn không thể sánh bằng cách tôi tự cảm thấy về bản thân mình. Tôi nhìn thấy những bàn tay đã thực hiện những hành động kinh khủng này và suy nghĩ về trái tim đã nảy sinh ra chúng. Tôi mong ngày tôi không thể nhìn thấy những bàn tay đó nữa và những ý nghĩ khủng khiếp đó không còn ám hành tâm trí tôi.

357   "Đừng lo lắng rằng tôi sẽ gây ra thêm tàn hại trong tương lai. Tôi sắp hoàn thành nhiệm vụ của mình rồi. Tôi không cần ai, kể cả bạn, phải chết để tôi hoàn thành mục đích của mình. Nhưng tôi cần kết thúc cuộc sống của riêng mình. Tôi dự định để lại chiếc thuyền của bạn trên bè băng đã mang tôi đến đây và đi du lịch đến điểm xa nhất của Cực Bắc. Ở đó, tôi sẽ thu thập gỗ để làm bức thiêu và đốt thi thể gian khổ này thành tro. Tôi không muốn ai, đặc biệt là những người có ý đồ tà ác, lợi dụng xác của tôi để tạo ra một con quái vật như tôi. Tôi sẽ chết. Tôi sẽ không phải chịu đựng nỗi đau gai góc mà đang tàn phá tôi hoặc chịu đựng những khao khát không thể đạt được. Người đã ban cho tôi sự sống đã chết từ lâu, và khi tôi ra đi, không ai sẽ nhớ về chúng ta. Tôi sẽ không nhìn thấy mặt trời, những ngôi sao hay cảm nhận được làn gió trên mặt nữa. Ánh sáng, cảm giác và giác quan sẽ tan biến, và đó là cách tôi tìm được hạnh phúc. Nhiều năm

trước, khi tôi lần đầu trải nghiệm những điều kỳ diệu trong thế giới này - khi tôi cảm nhận được sự ấm áp của mùa hè, nghe tiếng rùng mình của lá cây và những điệu hát tuyệt vời của chim - những điều đó có ý nghĩa vô cùng với tôi, và tôi đã khóc nghẹn trước suy nghĩ về cái chết. Nhưng bây giờ, đó là sự an ủi duy nhất mà tôi có. Tôi bị nhơ bẩn bởi những hành vi kinh khủng của mình và chìm đắm trong sự tội lỗi tràn trề. Chết là cách duy nhất tôi có thể tìm thấy sự thanh thản."

358   "Tạm biệt! Tôi đang rời xa bạn, và bạn là người cuối cùng tôi sẽ từ bỏ. Tạm biệt, Frankenstein! Nếu bạn còn sống và mang trong lòng mong muốn trả thù tôi, nó sẽ được thỏa mãn tốt hơn khi tôi còn sống chứ không phải trong sự hủy diệt của tôi. Dù bạn cảm thấy đã bị hủy hoại, sự đau khổ của tôi vượt xa bạn. Cơn đau lưỡi tận tâm sẽ tiếp tục mãi mãi.

Nhưng sắp rồi," anh ta nói, "tôi sẽ chết, và những gì tôi cảm nhận bây giờ sẽ không còn nữa. Những đau khổ mãnh liệt này sẽ tới cái kết. Tro của tôi sẽ được gió mang đi vào biển. Linh hồn tôi sẽ yên bình nghỉ ngơi, và nếu nó còn suy nghĩ, chắc chắn không suy nghĩ như vậy. Tạm biệt."

Khi nói điều này, anh ta nhảy ra khỏi cửa sổ cabin xuống băng trôi gần con tàu. Anh ta nhanh chóng bị cuốn đi bởi sóng và biến mất vào bóng tối xa xăm và xa cách.

HẾT.